सावित्रीबाई फुले पुणे विद्यापीठाच्या तृतीय वर्ष कला शाखेच्या (T.Y.B.A.) २०२१-२२ च्या सुधारित अभ्यासक्रमानुसार (CBCS पॅटर्न) लिहिलेले क्रमिक पुस्तक. तसेच महाराष्ट्रातील इतर सर्व विद्यापीठातील अर्थशास्त्र व स्पर्धा परीक्षा यांच्या विद्यार्थ्यांसाठी उपयुक्त.

भारतीय आर्थिक विकास

(सत्र ५ व ६)

Indian Economic Development

(Semester 5 & 6)

डॉ. संभाजी काळे

डॉ. एस. व्ही. ढमढेरे

प्रा. अक्षय काळे

डायमंड पब्लिकेशन्स

भारतीय आर्थिक विकास (सत्र ५ व ६)
डॉ. संभाजी काळे, डॉ. एस. व्ही. ढमढेरे , प्रा. अक्षय काळे

Bharatiya Arthik Vikas (Semester 5 & 6)
Dr. Sambhaji Kale, Dr. S. V. Dhamdhere, Dr. Akshay Kale

पहिली आवृत्ती : २०२१

ISBN : 978-93-91948-10-8

मुखपृष्ठ
शाम भालेकर

अक्षरजुळणी
मानसी घाणेकर, पुणे

प्रकाशक
डायमंड पब्लिकेशन्स
२६४/३ शनिवार पेठ, ३०२ अनुग्रह अपार्टमेंट
ओंकारेश्वर मंदिराजवळ, पुणे-४११ ०३०
☎ ८६०००१०४१६, ०२०-२४४५२३८७, २४४६६६४२

info@dpbooks.in
www.dpbooks.in

प्रस्तावना

सावित्रीबाई फुले पुणे विद्यापीठाने निवड आधारित श्रेयांक पद्धत (CBCS) लागू केलेली आहे. जून २०२१-२२ पासून भारतीय आर्थिक विकास (G - 3) या विषयाचा यामध्ये समावेश करण्यात आला आहे. या विषयाच्या नवीन अभ्यासक्रमानुसार सत्र (सेमिस्टर) ५ आणि सत्र (सेमिस्टर) ६ साठी हे पुस्तक लिहिले आहे.

सदर पुस्तकात वास्तवतेचे भान ठेवून आजच्या काळात होणाऱ्या बदलांचाही वेध घेण्याचा प्रयत्न केला आहे. सदर पुस्तक स्पर्धा परीक्षा नेट/सेट परीक्षा तसेच महाराष्ट्रातील सर्व विद्यापीठांसाठी उपयुक्त ठरावे, असा यामागचा हेतू आहे.

पाचव्या सत्राच्या पहिल्या प्रकरणात आर्थिक विकास आणि वृद्धी व त्याचे निर्देशांक, आर्थिक विकासाची गरज इत्यादीची माहिती, तसेच दुसऱ्या प्रकरणात विकसनशील देश आणि वैशिष्टे, विकसित देश आणि वैशिष्ट्यांचे विवेचन केलेले आहे. तिसऱ्या प्रकरणात आर्थिक विकास प्रक्रियेतील अडथळे स्पष्ट करून चवथ्या प्रकरणात मानवी संसाधने आणि आर्थिक विकासाचे विवेचन केले आहे.

सहाव्या सत्राच्या पहिल्या प्रकरणात आर्थिक नियोजनाचा अर्थ, गरज, उद्दिष्टे स्पष्ट केली आहेत तर दुसऱ्या प्रकरणात निती आयोग, रचना, भूमिका इत्यादींवर प्रकाश टाकला आहे. तिसऱ्या प्रकरणात शाश्वत विकासाचा अर्थ, महत्त्व, शाश्वत विकास ध्येय आणि सद्यस्थिती, स्पष्ट केली आहे. चवथ्या प्रकरणात पर्यावरण आणि आर्थिक विकास स्पष्ट करून पर्यावरणविषयक कायद्याचे विश्लेषण केले आहे, तसेच जागतिक तापमान वाढीवर प्रकाश टाकला आहे. शेवटी सरावासाठी प्रश्न दिले आहेत.

पुस्तक लिहिण्यासाठी सतत प्रोत्साहन देणारे प्रकाशक श्री. दत्तात्रेय पाष्टेसाहेब आणि निलेश पाष्टे यांचे आभार मानणे आमचे कर्तव्य आहे. तसेच डॉ. बी. डी. कुलकर्णी, पुणे विद्यापीठाचे अभ्यास मंडळाचे सर्व पदाधिकारी, सहकारी प्राध्यापक, ग्रंथपाल, प्राचार्य यांनी दिलेल्या प्रोत्साहनाबद्दल आभार! तसेच डायमंड पब्लिकेशन्समधील सर्व सहकाऱ्यांनी दिलेल्या सहकार्याबद्दल सर्वांचे मन:पूर्वक आभार!

डॉ. संभाजी काळे

डॉ. सुरेश ढमढेरे

प्रा. अक्षय काळे

लेखक–परिचय

डॉ. संभाजी बी. काळे

- उपप्राचार्य आणि अर्थशास्त्र विभाग प्रमुख म्हणून जिजामाता शास्त्र, कला व वाणिज्य महाविद्यालय भेंडे ब. ता. नेवासा, जि. अहमदनगर येथे कार्यरत.
- २५ वर्षे अध्यापनाचा अनुभव. ११ विद्यार्थी एम. फील पूर्ण आणि ४ विद्यार्थी पीएच. डी. प्राप्त. अनेक विद्यापीठातील पीएचडी परीक्षक म्हणून कार्यरत. पी.एच.डीसाठी मार्गदर्शक
- विविध संशोधन पत्रिकात तसेच नियतकालिकात शोधनिबंध प्रकाशित आंतरराष्ट्रीय परिषदांसाठी जपान, इंग्लंड, स्विल्झर्लंड, हाँगकाँग, अमेरिका, थायलंड इत्यादी देशात पेपरवाचन आणि ग्रंथालयांना भेटी
- महाविद्यालयातील अध्यापनेतर अशा विद्यार्थी कल्याण अधिकारी परीक्षा विभाग प्रमुख इत्यादी उपक्रमात जबाबदारी
- विविध विषयांची पुस्तके प्रकाशित
- २०१९ पासून सावित्रीबाई फुले पुणे विद्यापीठाचे अर्थशास्त्र अभ्यास मंडळाचे अध्यक्ष म्हणून कार्यरत.
- २०१८ पासून सावित्रीबाई फुले पुणे विद्यापीठाचे अर्थशास्त्र अभ्यास मंडळाचे सदस्य.
- अखिल भारतीय मराठी अर्थशास्त्र परिषदेचे सदस्य.
- पुरस्कार – महाराष्ट्र भूषण राजर्षी छत्रपती शाहू महाराज पुरस्कार, मनुष्यबळ विकास आकादमीचा महाराष्ट्र गुणिजन रत्नगौरव पुरस्कार तसेच महाराष्ट्र भूषण महाकवी बावनदादा कर्डक यशवंत पुरस्कार.

प्रा. डॉ. एस. व्ही. ढमढेरे

- एम. ए., एलएल. बी., एम. फिल., पीएच. डी., डी. लिट. (अर्थशास्त्र) सहयोगी प्राध्यापक.
- एस. पी. जे. कला व वाणिज्य महाविद्यालय, पाबळ, जि. पुणे निवृत्त अर्थशास्त्र विभागप्रमुख.
- विविध महाविद्यालयांत ३० वर्षे अध्यापनाचा अनुभव, इंडियन इन्स्टिट्यूट ऑफ एज्युकेशन्सच्या महाराष्ट्र राज्यातील साधन केंद्राचे सहसंचालक.
- 'अर्थ' या त्रैमासिकाचे 'सहसंपादक', प्रोग्रेसिव्ह रिसर्च संस्था, पुणे येथे सामाजिक-आर्थिक संशोधन प्रकल्पात संशोधन अधिकारी म्हणून काम, ९ संशोधन प्रकल्प पूर्ण केले.
- मराठी अर्थशास्त्र परिषद आणि इंडियन इकॉनॉमिक असोसिएशन्सचे आजीव सदस्य.
- सावित्रीबाई फुले पुणे विद्यापीठाच्या अर्थशास्त्र विभागाचे संस्थापक सदस्य.
- विविध चर्चासत्रे व कार्यशाळेतून सहभाग, अनेक शोधनिबंध प्रकाशित, शोधनिबंध वाचन, पुणे विद्यापीठाच्या बहि:शाल शिक्षण मंडळाचे प्रमुख कार्यवाह, विद्यार्थी कल्याण मंडळाचे प्रमुख कार्यवाह, महाविद्यालयीन परीक्षा विभागाचे अधिकारी, महाविद्यालय परिसर विकास विभागाचे प्रमुख, शेतकरी मेळाव्यांचे आयोजन, प्रभारी प्राचार्य म्हणून काम.
- अर्थशास्त्रविषयक अनेक पुस्तकांचे लेखन; राष्ट्रीय, आंतरराष्ट्रीय-राज्य तसेच स्थानिक पातळीवर अनेक शोधनिबंध प्रसिद्ध.
- पीएच. डी. साठी मार्गदर्शक.

पुरस्कार

- 'डॉ. अब्दुल कलाम जीवन गौरव राष्ट्रीय पुरस्कार'
- 'भारतरत्न मदर तेरेसा सुवर्णपदक राष्ट्रीय पुरस्कार'
- 'डॉ. राधाकृष्ण शिक्षणरत्न राष्ट्रीय पुरस्कार'
- 'भारतीय उद्योगरत्न सुवर्ण पदक पुरस्कार'
- 'श्री. पद्ममणि जैन महाविद्यालय, पाबळ-आदर्श प्राध्यापक पुरस्कार'
- श्री. पद्ममणि जैन महाविद्यालय, पाबळ वृक्षमित्र पुरस्कार

प्रा. अक्षय संभाजीराव काळे

- जनता शिक्षण प्रसारक मंडळाचे लोकनेते मारुतराव घुले पाटील महाविद्यालय दहिगांव ता. नेवासा, जि. अहमदनगर येथे कार्यरत.
- महाविद्यालयातील विद्यार्थी विकास अधिकारी म्हणून कार्य, अर्थशास्त्रविषयक चार पुस्तके प्रकाशित.
- अर्थशास्त्र परिषदांमध्ये संशोधन पेपर सादर केले आहेत.
- सध्या शिवाजी विद्यापीठ, कोल्हापूर येथे पीएच. डी. करत आहेत.

अनुक्रम

सेमिस्टर - ५

प्रकरण - १

आर्थिक विकास आणि वृद्धी
(Economic Development & Growth)

१.१ प्रस्तावना (Introduction)

अॅडम स्मिथपासून मार्क्स आणि केन्सपर्यंत सर्व अर्थशास्त्रज्ञांनी आर्थिक विकासाचा विचार केला. त्यांनी मुख्य लक्ष स्थितिशील प्रश्नांभोवती केंद्रित केले होते; तसेच त्यांची आर्थिक विश्लेषणे पश्चिम युरोपीय देशांच्या आर्थिक-सामाजिक परिस्थितीशी संबंधित होती.

दुसऱ्या महायुद्धानंतर आशिया आणि आफ्रिका खंडातील तसेच दक्षिण अमेरिकेतील अनेक देश स्वतंत्र झाले आणि त्या स्वतंत्र देशांनी आंतरराष्ट्रीय संघटनांचे सदस्यत्व स्वीकारले जसे आंतरराष्ट्रीय नाणेनिधी (IMF), जागतिक बँक इत्यादी. या संघटनांच्या सभा (परिषदा) संमेलनातून आणि विचारमंथनातून असे दिसून आले की, आर्थिक स्वातंत्र्याशिवाय राजकीय स्वातंत्र्याला अर्थ नाही आणि म्हणून त्यांनी आर्थिक

विकासाचा स्वीकार करून देशाच्या आर्थिक विकासाचा वेग वाढविण्याचा प्रयत्न केला. गरीब आणि श्रीमंत देशातील दरी कमी करण्याचा प्रयत्न केला. परंतु विकसित देशांनी विकसनशील देशांना आपल्या उत्पादनाची बाजारपेठ बनविण्याचा प्रयत्न केला आणि जागतिक स्तरावर विकासाचे दोन भागात वर्गीकरण झाले. श्रीमंत देश गरीब देशांना मदत करू लागले. परंतु स्वतःचे हितसंबंध जोपासण्याच्या हेतूनेच ते तशी मदत करू लागले.

१९२०-३० ची महामंदी आणि १९४० नंतरचे युद्धजन्य आर्थिक परिणाम यांनी अर्थशास्त्रज्ञांचे लक्ष वेधून घेतले. केन्सने चक्रीय बेकारीचा विचार केला त्यातूनच त्यांनी कुंठितावस्थेचा विचार केला. केन्सनंतरच्या अर्थशास्त्रज्ञांनी यावर अधिक विचार केला. तसेच विकसनशील देशांचा मुख्य प्रश्न विकासाचा वेग वाढविणे हा होता तर विकासाची गती स्थिर ठेवणे हा विकसित देशांचा प्रश्न निर्माण झाला होता. त्यामुळे आर्थिक प्रगती, आर्थिक विकास, आर्थिक वृद्धी या संकल्पना वापरण्यास सुरुवात झाली. परंतु या संज्ञात फरक असल्याचे दिसून येते. इ. स. २०२० पासूनच्या कोविड-१९ या व्हायरसमुळे जागतिक आर्थिक विकासावर फार मोठा परिणाम झाल्याचे दिसून येते. विकसनशील व विकसित देशांवर प्रतिकूल परिणाम झाल्याचे दिसून येते. सदर प्रकरणात आर्थिक विकास, आर्थिक वृद्धी या संकल्पना तसेच आर्थिक विकास व वृद्धीचे निर्देशांक त्याबरोबरच आर्थिक विकासाची गरज आणि महत्त्वाचा अभ्यास केलेला आहे.

१.२ आर्थिक विकास - अर्थ आणि व्याख्या
(Economic Development - Meaning & Definition)

सर्वसाधारणपणे आर्थिक विकास आणि आर्थिक वृद्धी या दोन्ही संज्ञा पर्यायी म्हणून वापरल्या जातात. अनेकदा दोन्ही संज्ञा समानार्थी वापरल्या जातात. परंतु काही अर्थशास्त्रज्ञांनी दोन्ही संज्ञांमध्ये फरक केलेला आहे.

'आर्थिक विकास' ही संज्ञा निरनिराळ्या अर्थशास्त्रज्ञांनी वेगवेगळ्या प्रकारे स्पष्ट केलेली आहे. ती पुढीलप्रमाणे -

श्रीमती उर्सुला हिक्स यांनी 'विकास' या संज्ञेचा संबंध गरीब देशांशी जोडलेला आहे. त्यांच्या मते, अल्प विकसित देशांच्या समस्या या उपयोगात न आणलेल्या साधनसंपत्तीचा विकास करण्यासाठी संबंधित आहेत; तर प्रो. मॅडिसनच्या मते, उत्पन्न पातळी; वरच्या पातळीवर नेणे याला गरीब देशात 'आर्थिक विकास' म्हणतात. तसेच शुम्पिटर यांनी असे स्पष्ट केले की, आर्थिक विकास हा अर्थव्यवस्थेचा स्थैतिक अवस्थेतील उत्स्फूर्त बदल असून, आर्थिक विकासाची प्रक्रिया खंडित असू शकते.

व्याख्या

१) **ओक्युन आणि रिचर्डसन यांच्या मते,** 'आर्थिक विकास म्हणजे भौतिक कल्याणातील प्रगती की, जिचा प्रत्यय समाजाला प्राप्त होणाऱ्या वस्तू व सेवा यांच्या वाढत्या स्रोतात प्रतित होतो.'

(According to Okun and Richardson, 'Economic Development may be defined as a sustained improvement in well being, which may be considered to be reflected in an increasing flow of goods and services.')

२) **प्रो. लुईस यांच्या मते,** 'दरडोई उत्पन्नात होणारी वाढ म्हणजे आर्थिक विकास होय.'

३) **प्रो. किंडलबर्जर यांच्या मते,** 'तांत्रिक आणि संस्थात्मक बदलामुळे उत्पादनात वाढ घडून येणे म्हणजे आर्थिक विकास होय.'

४) **पॉल बरन यांच्या मते,** 'भौतिक वस्तूंच्या दरडोई उत्पादनांत दीर्घकाळात झालेला बदल आर्थिक विकास (किंवा वृद्धी) दर्शवितो.'

५) **प्रा. मेयर्स व बाल्डविन (Meier and Baldwin) यांच्या मते,** 'एखाद्या अर्थव्यवस्थेचे वास्तव राष्ट्रीय उत्पन्न ज्या दीर्घकाळ प्रक्रियेने सातत्यपूर्ण वाढत जाते त्या प्रक्रियेस आर्थिक विकास म्हणतात.'

अशा रीतीने पारंपरिक दृष्टिकोनातून आर्थिक विकास म्हणजे, अशी प्रक्रिया की, जिची वास्तव दरडोई उत्पन्नात दीर्घकाळ वाढ घडून येते आणि त्या वेळेस आर्थिक, सामाजिक, राजकीय, तंत्रज्ञानासंबंधी इत्यादींमध्ये बदल होतात.

आधुनिक दृष्टिकोन

नवीन स्वतंत्र झालेल्या देशांनी आर्थिक वाढीचा दर ६ टक्क्यांच्या जवळपास ठेवण्याचा प्रयत्न केला. परंतु बहुसंख्य लोकांच्या जीवनमानात काहीच बदल झाला नव्हता. त्यांच्यासमोर वाढती उत्पन्न विषमता आणि बेकारीचा प्रश्न वाढतच होता; म्हणून त्यांनी धोरणांसंबंधी पुनर्विचार करण्याची गरज भासली.

मायकेल हॅरॉड (Harrod) यांनी आर्थिक विकासाच्या नवीन धोरणात अर्थव्यवस्थेत आर्थिक आणि सामाजिक घटकांना महत्त्व दिले. त्यांनी विकासाबाबत असे म्हटले आहे की, "रचना, दृष्टिकोन आणि संस्था यातील बदल तसेच आर्थिक वृद्धीच्या दरातील वाढ, विषमतेतील घट आणि निरपेक्ष दारिद्र्याचे उच्चाटन या सर्वांची मिळून अशी बहुविध पैलू असलेली प्रक्रिया म्हणजे आर्थिक विकास होय."

आर्थिक विकासाच्या आधुनिक संकल्पनेनुसार उच्च वास्तव दरडोई उत्पन्न, दारिद्र्य निर्मूलन, संपत्तीतील विषमता आणि बेरोजगारी यांवर नुसताच विचार करून चालणार नाही तर जीवनमानाची पातळीसुद्धा उंचवावी लागेल.

१९९१ च्या जागतिक बँकेच्या अहवालात असे म्हटले आहे की, विकासामध्ये दीर्घकाळ गुणात्मक बदल झाला पाहिजे. मुख्यतः जगातील गरीब देशातील लोकांची आर्थिक जीवन पातळी जास्तीतजास्त उंचावली पाहिजे. त्यासाठी त्यांना चांगले शिक्षण, चांगले आरोग्य आणि पोषक आहार, दारिद्र्याचे प्रमाण कमी, चांगले पर्यावरण, जास्तीतजास्त विकासाच्या संधी मिळाल्या पाहिजेत.

अमर्त्य सेन यांच्या मते, 'आर्थिक विकास हा फक्त आर्थिक वृद्धीवर अवलंबून नसतो तर तो चांगल्या वाढलेल्या जीवन पातळीवर अवलंबून असतो. त्यासाठी लोकांना (समाजाला) रोजगाराच्या संधी निर्माण झाल्या पाहिजेत आणि अंधश्रद्धा आणि निरक्षरतेतून त्यांना मुक्त केले पाहिजे; तसेच स्वातंत्र्याचा हक्क आर्थिक विकासाशी संबंधित आहे. विकास हा जीवनाशी निगडित असून जीवनातील आनंद स्वातंत्र्याशी निगडित आहे.'

आर्थिक विकास ही एक गुणात्मक संकल्पना आहे. अर्थव्यवस्थेच्या गुणात्मक बदलामध्ये रोजगार निर्मिती, दारिद्र्य कमी करणे, विषमता कमी करणे, राहणीमानाचा दर्जा उंचावणे, कार्यक्षमता वाढविणे, औद्योगिक व सेवाक्षेत्रांचा वेगाने विकास, तंत्रज्ञान विकास, व्यक्तींच्या दृष्टिकोनामध्ये सकारात्मक बदल यांसारख्या बदलांचा समावेश होतो.

१.३ आर्थिक विकासाचे निर्देशक (Indicators of Economic Development)

एखाद्या देशाचा आर्थिक विकास होतो किंवा नाही हे ठरविण्यासाठी वेगवेगळे निर्देशक अथवा मापदंड आहेत. ते पुढीलप्रमाणे आहेत -

१) **राष्ट्रीय उत्पन्नात वाढ :** जर राष्ट्रीय उत्पन्नात वाढ होत असेल तर आर्थिक विकास होत आहे असे मानले जाते. वस्तू आणि सेवांच्या किमतीमध्ये वाढ झाल्याने राष्ट्रीय उत्पादन वाढते, परंतु ही वाढ खरी नसते. त्यासाठी राष्ट्रीय उत्पादन चालू तसेच स्थिर किमतींना मोजले जाते. राष्ट्रीय उत्पादन वाढले तर लोकांची क्रयशक्ती वाढते.

२) **दरडोई उत्पन्नात वाढ :** दरडोई उत्पन्न हा अधिक चांगला निर्देशक मानला जातो. दरडोई उत्पन्नात होणारी वाढ ही आर्थिक प्रगती मोजण्याचे साधन आहे. दरडोई उत्पन्न जेवढे जास्त तेवढा आर्थिक विकास जास्त मानला जातो.

परंतु, देशाचे दरडोई उत्पन्न जास्त असले तरी त्याचे व्यक्तीनिहाय वितरण अत्यंत असमान असू शकते, कारण दरडोई उत्पन्न ही एक साधी सरासरी असते, त्यातून उत्पन्नाचे खरे स्वरूप समजून येत नाही.

३) **उत्पन्नाची वाटणी :** आर्थिक विकासाची कल्पना येण्यासाठी उत्पन्नाची वाटणी कशी झाली आहे, हे माहिती करून घेणे आवश्यक आहे; कारण आर्थिक विकास होऊन राष्ट्रीय उत्पन्नात वाढ होऊनही त्याची समाजाच्या विविध स्तरात समान वाटणी झाली नसेल तर आर्थिक विकासाची स्थिती म्हणता येत नाही. उत्पन्न व संपत्तीच्या या असमानतेचे प्रमाण मोजण्यासाठी लॉरेंझ वक्ररेषा व गिनीगुणांक वापरला जातो. लॉरेंझ वक्ररेषेवरून काढलेला गिनीगुणांक जेवढा कमी तेवढे उत्पन्न/संपत्तीचे वितरण अधिक समान असते; तर गिनीगुणांक जेवढा जास्त तेवढे वितरण अधिक असमान असते.

४) **भांडवल निर्मिती :** आर्थिक विकासामध्ये भांडवल निर्मिती महत्त्वाची मानली जाते. देशाच्या उत्पन्नातून किती बचत होते त्यातून किती गुंतवणूक होते, त्यावर आर्थिक विकास अवलंबून असतो. अल्पविकसित देशात उपभोग प्रवृत्ती अधिक असते, त्यामुळे बचत कमी राहते व भांडवल निर्मिती कमी राहते. याउलट, विकसित देशात उपभोग प्रवृत्ती कमी व बचत आणि भांडवल निर्मिती अधिक असते.

५) **आर्थिक कल्याण :** आर्थिक व सामाजिक कल्याणाचा मापदंड 'आर्थिक विकास' आहे असे मानले जाते. आर्थिक विकास हा आर्थिक कल्याणाचे साधन आहे. 'आर्थिक कल्याण' हे सामाजिक कल्याणाचे अंग आहे. दरडोई उत्पन्नात वाढ झाली म्हणून आर्थिक कल्याणात वाढ झाली असे निश्चितपणे म्हणता येत नाही.

६) **राहणीमानाचा दर्जा :** ज्या देशाचा दरडोई उपभोग जास्त आहे. त्या देशाला आर्थिक विकासाची स्थिती चांगली आहे असे मानले जाते. आवश्यक वस्तू, चैनीच्या वस्तूच्या उपभोगाची विपुलता ही समृद्धीची निर्देशके मानली जातात. जीवनमानाचा दर्जा आणि आर्थिक विकास यांचा प्रत्यक्ष संबंध आहे. राहणीमानाचा दर्जा आर्थिक विकासाची चांगली कल्पना देऊ शकतो. आर्थिक विकासात किमान जीवनमानाची पातळी उपलब्ध करून देण्यावर भर असतो.

७) **क्षेत्रवार लोकसंख्येतील विभागणीत बदल :** प्राथमिक, द्वितीय आणि तृतीय क्षेत्र; यामध्ये लोकसंख्येची झालेली विभागणी यांवरून आर्थिक विकासाचे

मोजमाप करता येते. आर्थिक विकासात प्राथमिक क्षेत्रातील लोकसंख्येचे प्रमाण घटत जाते आणि द्वितीय व तृतीय क्षेत्रातील रोजगाराचे प्रमाण वाढते. त्यामुळे लोकसंख्येच्या क्षेत्रवार विभागणीतील बदल हा आर्थिक विकासाचा निर्देशक मानला जातो.

८) **ग्रामीण आणि शहरी भागातील बदल :** विकसनशील देशात जसजसा आर्थिक विकास होत जातो, तसतसे औद्योगिकरण वाढते, रोजगारासाठी ग्रामीण भागातील लोक शहरांकडे स्थलांतरित होतात, त्यामुळे शहरीकरण वाढत जाते. परिणामी, ग्रामीण लोकसंख्या कमी होत जाऊन शहरीभागातील लोकांचे प्रमाण वाढते. लोकसंख्येत 'शहरी' आणि 'ग्रामीण' असा बदल घडून येतो.

९) **मूलभूत गरजांची पूर्तता :** आर्थिक विकासाचा विचार करताना आपण विकसनशील देशांचा विचार करतो. त्या देशामध्ये बेकारी, दारिद्र्य, आर्थिक विषमता दिसून येते. नागरिकांच्या मूलभूत गरजा पूर्ण करणे अवघड बनते. अशा स्थितीत मूलभूत गरजा पूर्ण करणाऱ्या वस्तू व सेवा यांच्या उत्पादनातील बदलांना महत्त्व द्यावे लागते, म्हणजेच त्यांच्या निर्देशांक विचारात घ्यावा लागतो. त्यामध्ये अन्नधान्याचा उपभोग, शिक्षण, आरोग्य, स्वच्छता, निवारा, वाहतूक, दळणवळण व्यवस्था इत्यादींचा समावेश होतो. मूलभूत गरजा अथवा जीवनावश्यक गरजांचा निर्देशांक वाढला तरच आर्थिक विकास घडून आला असे मानले जाते. त्यामुळे गरीब अथवा विकसनशील देशातील मूलभूत गरजांची पूर्तता हा आर्थिक विकासाचा निर्देशक मानला जातो.

थोडक्यात, आधुनिक आर्थिक विकासाचे मापन करताना कोणत्याही एका निर्देशकाचा वापर करणे सयुक्तिक ठरत नाही. देशांनी ठरविलेली विकासाची उद्दिष्टे, देशाच्या आर्थिक मर्यादा विचारात घेणे आवश्यक ठरते. आर्थिक विकासात गुणात्मक मोजमापसुद्धा महत्त्वाचे ठरते. भारताच्या संदर्भात विचार करता भौगोलिक, सामाजिक व आर्थिक स्थितीत विविधता दिसून येते, त्यामुळे कोणत्याही एका निर्देशकाचा उपयोग करता येणार नाही. त्यामुळे बचत निर्देशक, उत्पन्न, रोजगार, आरोग्य, उपभोग, शिक्षण, मूलभूत सोयी-सुविधा व सामाजिक निर्देशकांचा विचार करणे महत्त्वाचे ठरते.

१.४ आर्थिक वृद्धी-अर्थ आणि व्याख्या (Economic Growth - Meaning and Definition)

अर्थ : आर्थिक वृद्धी ही संख्यात्मक संज्ञा असून देशातील वस्तू आणि

सेवांच्या एकूण आकारमानात वाढ होणे म्हणजे 'आर्थिक वृद्धी' होय. राष्ट्रीय उत्पन्न वाढत जाणाऱ्या प्रक्रियेला 'आर्थिक वृद्धी' म्हटले जाते. जर अचानक राष्ट्रीय उत्पन्न वाढले तर त्याला आर्थिक वृद्धी म्हणता येत नाही. वस्तू आणि सेवांचे भौतिक उत्पादन वाढणे हे खरे आर्थिक वृद्धीचे द्योतक आहे. किमती वाढल्याने वाढलेले उत्पन्न आर्थिक वृद्धी दर्शवित नाही तर वास्तव जी.डी.पी.तील वाढ महत्त्वाची असते. निरनिराळ्या विचारवंतांनी आर्थिक वृद्धीच्या व्याख्या दिलेल्या आहेत. त्या पुढीलप्रमाणे आहेत–

व्याख्या

१) **प्रो. शुम्पिटर यांच्या मते,** 'आर्थिक वृद्धी म्हणजे अर्थव्यवस्थेत दीर्घकाळ चिरस्थायी आणि सातत्याने घडून आलेले बदल होत. हा बदल प्रामुख्याने बचतीचा दर आणि लोकसंख्या यात होणाऱ्या सामान्य वृद्धीमुळे घडून येतो.'

२) **मिसेस उर्सुला हिक्स यांच्या मते,** 'आर्थिक विकासाचा प्रश्न अल्पविकसित देशांशी जोडला आहे; तर आर्थिक वृद्धीचा प्रश्न विकसित देशांशी जोडला आहे. अल्पविकसित देशात प्रश्न सोडविण्यासाठी जी प्रक्रिया अमलात आणली जाते तिला 'आर्थिक विकास' म्हणता येतो. विकसित देशात आर्थिक वाढीच्या दराची प्रक्रिया सातत्याने राखण्याचे प्रयत्न विकसित देश करतात.'

३) **प्रो. मँडीसन** यांच्या मते, 'विकसित देशातील उत्पन्नाची पातळी उंचविण्याचा प्रयत्न म्हणजे 'आर्थिक वृद्धी' होय, तर विकसनशील देशातील राष्ट्रीय उत्पन्न वाढविणे म्हणजे 'आर्थिक विकास' होय.'

४) **बॉने यांच्या मते,** 'विकसनशील देशात निरनिराळ्या घटकात वाढ करून ती टिकवण्यासाठी काही प्रमाणात मार्गदर्शन व नियमांची गरज असते या पद्धतीला 'विकास' म्हणता येते. मात्र, विकसित असलेल्या अर्थव्यवस्थेमध्ये शिक्षण, उद्योजकता इत्यादींचा स्तर इतका वाढलेला असतो की, विकासाची प्रक्रिया बरीचशी स्वयंस्फूर्त असते व त्यामुळे नियमनाची फारशी गरज नसते, या प्रक्रियेला वृद्धी म्हणता येते.'

५) **प्रो. सायमन कुझनेट्स यांच्या मते,** 'आर्थिक वृद्धी म्हणजे लोकसंख्येनुसार वाढत्या प्रमाणात विविध वस्तूंचा पुरवठा करण्याच्या अर्थव्यवस्थेतील क्षमतेतील दीर्घकालीन वाढ होय.'

६) **प्रो.जे.के. मेहता यांच्या मते,** 'आर्थिक वृद्धी म्हणजे संख्यात्मक परिणाम होय.' देशाची लोकसंख्या, एकूण राष्ट्रीय उत्पन्न, दरडोई उत्पन्न, गुंतवणूक आणि परराष्ट्रीय व्यापार इत्यादीत वाढ झाली असेल तर त्यास 'आर्थिक वृद्धी'

म्हणता येईल. कारण हा बदल प्रामुख्याने संख्यात्मक स्वरूपाचा आहे. यावरून मुख्यतः तीन गोष्टी दिसून येतात की,

अ) आर्थिक वृद्धी झालेल्या देशांत वस्तूंचा पुरवठा करण्याच्या क्षमतेत दीर्घकालीन वाढ झालेली असते.

ब) सुधारित तंत्रज्ञान हा आर्थिक वृद्धीतील महत्त्वाचा घटक आहे. वाढलेल्या वस्तूंच्या पुरवठ्यासाठी व लोकसंख्येसाठी तिचा उपयोग होतो.

क) To achieve efficient and wide use of Technology and its development, institutional and ideological adjustment have to be made to effect the proper use of innovations generated by the advanced stock of much knowledge.

७) **प्रो.किन्डल यांच्या मते,** 'आर्थिक वृद्धी म्हणजे आर्थिक विकास होताना तांत्रिक आणि संस्थात्मक बदलामुळे उत्पन्नात झालेली वाढ.'
आर्थिक चलामधील झालेल्या वाढीस 'आर्थिक वृद्धी' म्हणता येते. आर्थिक वृद्धीचा विकासातील मोजमाप करण्याचे साधन म्हणून वापर केला जातो. विकासातील बदल करण्याची क्षमता किती आहे हे यावरून दिसून येते.

८) **प्रो. झिंगन यांच्या मते,** 'Jhingan argues that economic growth is related to a quantitative and sustained increase in the country's per capita output or income along with expansion in its area under cultivation, labour force, consumption, capital, volume of trade etc. without any structural change. On the other hand, economic development is a much wider term. It is related not only to quantitative but also qualitative changes in economic wants, goods, incentives and institutions. It describes the underlying determinants of growth such as technological and structual changes. Development embraces both growth and decline. An economy can grow but it may not develop because poverty, unemployment and inequalities may continue to persist due to the absence of technological and structural changes. But it is difficult to imagine development without economic growth in the absence of an increase in output per capita, particularly when population is growing rapidly.'

तंत्रज्ञान आणि त्याचा विकास संस्थात्मक आणि आदर्श तत्त्वातील बदल यांच्या अद्ययावत ज्ञानाचा वापर करून नवनिर्माण शोधांचा योग्य वापर करणे म्हणजे 'आर्थिक वृद्धी' होय.

प्रा. झिंगन (Prof. Jhingan) यांच्या मते, 'राष्ट्राच्या दरडोई उत्पादनात अगर उत्पन्नात संख्यात्मक व चिरकालीन होणारी वाढ म्हणजे 'आर्थिक विकास' होय. त्यात आराखडा न बदलता लागवडीखालील क्षेत्रात झालेली वाढ, श्रमिक संख्येतील वाढ, उपभोग, भांडवल व व्यापार यांतील वाढ यांचा समावेश होतो. मात्र, ही संकल्पना व्यापकस्वरूपी आहे. आर्थिक गरजा, वस्तू व सेवा व आर्थिक संस्था यांच्यातील केवळ संख्यात्मक नव्हे तर गुणात्मक बदलाशी आर्थिक विकासाची संज्ञा संलग्न आहे. तांत्रिक व रचनात्मक बदलासंदर्भातील अंतरंग आर्थिक विकासात आढळतात. विकासात वृद्धी व घट यांचा समावेश होतो. अर्थव्यवस्था विकसित होत असते, पण दारिद्र्य, बेकारी व विषमता असल्याने देश आर्थिकदृष्ट्या प्रगत झालेला नसतो. दारिद्र्य, बेकारी, आर्थिक विषमतेच्या समस्या तांत्रिक व रचनात्मक बदलांच्या अभावामुळे सुटल्या नाहीत. जेव्हा लोकसंख्येत सातत्याने वाढ होत असते, तेव्हा दरडोई उत्पादनातील वाढीच्या अभावामुळे आर्थिक विकास होत नसताना कोणत्याही विकासाबाबत अपेक्षा करता येत नाही.'

अशा रितीने विचारवंतांनी या दोन्ही संज्ञांत फरक दाखविण्याचा प्रयत्न केला.

थोडक्यात, आर्थिक वृद्धी ही संकल्पना विकसित देशांशी जोडली गेली आहे. आर्थिक वृद्धीचे मोजमाप हे जी.डी.पी.च्या साहाय्याने केले जाते. देशाचा जी.डी.पी. वाढत जाण्याचा प्रक्रियेला 'आर्थिक वृद्धी' असे म्हणता येते; तर एका वर्षाचा जी.डी.पी. मागील वर्षाच्या जी.डी.पी.च्या तुलनेने जेवढ्या टक्क्यांनी वाढलेला असतो, त्याला 'अर्थिक वृद्धी दर' असे म्हटले जाते. हा वृद्धीदर धन अथवा ऋण असू शकतो.

१.५ आर्थिक वृद्धीचे निर्देशक (Indicators of Economic Growth)

आर्थिक वृद्धीचे निर्देशक प्रो.कुझनेट्स यांनी पुढीलप्रमाणे सांगितले आहे -

प्रो. कुझनेट्स यांनी दीर्घकाल विकसित देशातील राष्ट्रीय उत्पन्नाच्या बाबतीत मोजमाप आणि विश्लेषणात्मक संशोधन केले आहे. त्यात पश्चिम जर्मनी, पश्चिम युरोप, अमेरिका, कॅनडा इत्यादी देशांचा समावेश होता. आधुनिक विकसित राष्ट्रे ज्या आर्थिक विकास प्रक्रियेतून गेली आहेत त्या प्रक्रियेची सहा वैशिष्ट्ये कुझनेट्स यांनी सांगितली आहेत. त्यातील दोन वैशिष्ट्ये संख्यात्मक असून ती राष्ट्रीय उत्पादन आणि लोकसंख्या वाढीशी संबंधित आहेत. दोन रचनात्मक परिवर्तनाशी संबंधित आहेत; तर राहिलेली दोन आंतरराष्ट्रीय प्रसारावर आधारित आहेत. त्याचे विश्लेषण पुढीलप्रमाणे करता येते-

१) **दरडोई उत्पादन आणि लोकसंख्या यांचे उच्च दर :** १८व्या आणि १९व्या शतकात आधुनिक आर्थिक वृद्धीच्या दरडोई उत्पादनातील वाढीचा उच्च दर आणि लोकसंख्येच्या वाढीचा उच्च दर ही वैशिष्ट्ये दिसून आली.

बिगर साम्यवादी देशातील दरडोई उत्पादन सरासरीने दर वर्षी २ टक्के दराने वाढले तर याच काळात सरासरी लोकसंख्यावाढीचा वार्षिक दर १ टक्के होता आणि स्थूल राष्ट्रीय उत्पादनात सरासरीने ३ टक्के वाढ झाली. अनेकविध देशात त्या शतकात सर्वसाधारणपणे ५ टक्के दरडोई उत्पादन आणि ३ टक्के दराने लोकसंख्या वाढत होती आणि जास्तीत जास्त १५ टक्के उत्पादन वाढत होते.

२) **उत्पादकतेत वाढ :** आधुनिक आर्थिक वृद्धीच्या वैशिष्ट्यात उत्पादकतेवर भर घालणारा घटक म्हणजे 'श्रम' होय. दरडोई उत्पादन वाढ ही आदानांच्या दर्जात सुधारणा घडून आणल्याने झाली. तसेच कार्यकौशल्यात (उपयोगी ज्ञानात) वाढ व संस्थात्मक व्यवस्थापन इत्यादींच्या उपयोगामुळे उत्पादकतेत वाढ झाली. दरडोई कामाच्या तासात होत जाणारी घट ही वाढती उत्पादकता दर्शविते. सर्वसाधारणपणे अर्थव्यवस्थेतील सर्व क्षेत्रात उत्पादकता वाढत नाही. उद्योग क्षेत्रातील श्रमिकांची उत्पादकतेतील वाढ शेती क्षेत्रापेक्षा जास्त असते.

शेतीच्या आदान घटकामुळे प्रत्येक प्रदान घटकात वाढ होते. कृषीमध्ये क्रांतिकारक झालेल्या वाढीची जागा औद्योगिक क्रांती घेते.

३) **संरचनात्मक परिवर्तन :** आधुनिक आर्थिक वृद्धीत संरचनात्मक परिवर्तनात पुढील बाबी समाविष्ट होतात–

अ) कृषी कार्याकडून अकृषी कार्याकडे होणारे हस्तांतरण.

ब) उद्योगाकडून सेवा क्षेत्राकडे.

क) उत्पादनाच्या रचनेतील बदल.

ड) वैयक्तिक मालकीच्या आणि लहान प्रमाणावर उत्पादन करणाऱ्या उत्पादन संस्थेचे स्वरूप मोठ्या प्रमाणावरील सामूहिक संघटनांच्या आणि राष्ट्रव्यापी किंवा बहुराष्ट्रीय उत्पादन संस्थेत उत्क्रांत होत गेले.

इ) कामगारांच्या व्यावसायिक स्वरूपात बदल झाला. कामगारांच्या कामाच्या स्वरूपात गतिमानता आली. छोटी उत्पादन संस्था असो वा मोठी उत्पादन संस्था असो यांच्या कौशल्यावर आधारित कामाचे स्वरूप प्राप्त झाले.

४) **शहरीकरण :** आधुनिक आर्थिक वृद्धीत सामाजिक आणि लोकांच्या दृष्टिकोनात बदल घडून येतात. असे बदल हे आर्थिक विकासाचे घटक असतात. विकसित देशांत शहरीकरण हे प्रामुख्याने लोकसंख्यावाढीशी संबंधित असते. ही वाढ

ग्रामीण भागातून शहरी भागाकडे तसेच मुख्यतः औद्योगिकीकरणामुळे घडून येते. बिगर शेती क्षेत्राच्या विकासात तांत्रिक सुधारणा झाल्याने ग्रामीण श्रमिक शहरी भागाकडे स्थलांतरित होतात.

शहरीकरणाचे परिणाम म्हणजे आधुनिक आर्थिक वृद्धीत विकसित देशात जननदर कमी राहतो व छोटे (लहान) कुटुंब ठेवण्याकडे कल असतो. तसेच शिक्षणासाठी लोक शहराकडे विविध भागांतून येत असतात; त्यामुळे राहात असलेल्या लोकसंख्येत वाढ होते. रस्ते व दळणवळण व्यवस्था विकसित झाल्यामुळे लोकांच्या सोयी सुविधांत वाढ होते. शहरीकरणामध्ये अनेक लोक एकत्र येत असल्याने त्यांचे संबंध टिकविणे महत्त्वाचे असते. त्यांचे हितसंबंध सांभाळणे, ते टिकवून ठेवणे व ते समजावून घेणे ही एक समस्या आहे.

उपभोक्त्यांच्या खर्चावर शहरीकरणाचे परिणाम विकसित देशात तीन मार्गाने होतात; ते म्हणजे –

अ) शहरीकरणातील श्रमिकांच्या कामाची विभागणी कामाचे स्वरूप, कौशल्यावर (specialisation) आधारित होते. जसे फळप्रक्रिया, टेलरिंग, वेशभूषा तसेच इमारत बांधणी व घरदुरुस्ती इत्यादी व्यवसायाचे स्वरूप आधुनिक शहराच्या ठिकाणी दिसून येऊ लागले.

ब) आधुनिक शहरात गरजांचे बदलते स्वरूप हे खर्चीक बनले. कारण लोकसंख्यावाढ आणि वाढती गर्दी यामुळे अनेक प्रश्न निर्माण झाले, जसे घराचा, स्वच्छतेचा, पाणीपुरवठ्याचा, शहरातील वाहतूक इत्यादी महत्त्वाच्या गोष्टींच्या समस्या निर्माण झाल्या. त्याचा परिणाम शहरी जीवनातील खर्च वाढण्यावर झाला. उपभोक्त्यांच्या खर्चात विविध प्रकारे वाढ झाली.

क) शहरी जीवनाची लागलेली सवय व ती भागविण्यासाठी उपभोक्त्यांच्या खर्चात वाढ झाली.

५) **प्रभावक्षेत्रातील वाढ :** विकसित देशांमध्ये वृद्धीच्या अनुभवावरून असे दिसून येते की, या देशांचा प्रभाव इतर देशांमध्ये वाढत जातो, हे इतिहासाची पार्श्वभूमी पहाता दिसून येते. अठराव्या शतकाच्या मध्यास आधुनिक शास्त्र आणि ज्ञानाच्या साहाय्याने प्रथमतः इंग्लंडमध्ये औद्योगिक क्रांती झाली आणि ती इतर युरोपीय देशांत जलद गतीने पसरली. आधुनिक आर्थिक वृद्धी ही युरोपीय देशांच्या संबंधातून आली आणि इतर देशांत पसरली.

वाहतूक व दळणवळण क्षेत्रातील क्रांतिकारक बदलांमुळे विकसित देशांना

इतर देशात आपला प्रभाव निर्माण करणे शक्य होत आहे. आंतरराष्ट्रीय संबंधांचा जो राजकीय पैलू आहे तो आधुनिक काळातील वृद्धीच्या विस्ताराला कारणीभूत ठरतो, असे म्हटले जाते. कारण पूर्वी कधी नव्हते इतके तांत्रिक ज्ञानाच्या आदान-प्रदानासाठी विविध देश परस्परांवर अवलंबून राहिले आहेत व या अवलंबित्वामुळे प्रभाव क्षेत्राची वाढ अपरिहार्यपणे होत आहे. मागसलेले तसेच विकसनशील देश तांत्रिक ज्ञान, कच्चा माल, यंत्रसामग्री इत्यादी बाबी मिळविण्यासाठी विकसित देशांवर अवलंबून आहेत.

६) **श्रम, वस्तू आणि भांडवलाचा आंतरराष्ट्रीय प्रवाह :** प्रा. कुझनेट्स यांनी असे दाखवून दिले आहे की, विकसित देशातून श्रम, वस्तू व भांडवलाचे स्थलांतर झाले आहे.

१९व्या आणि २०व्या शतकात युरोपातील लोक उत्तर कोरिया, अमेरिका, आशिया, आफ्रिका, ऑस्ट्रेलिया, न्यूझिलंड, ब्राझिल इत्यादी देशात स्थलांतरित झाले. कुशल श्रमाचा प्रवाह विकसित देशातून विकसनशील देशाकडे सुरू झाला.

विकसित देशातील प्रगत उत्पादनतंत्रामुळे आणि दळणवळणाच्या साधनांमधील सुधारणांमुळे तेथील वस्तूंचा प्रवाह इतर देशांकडे सुरू झाला आणि त्याच काळात विदेशी व्यापारात महत्त्वपूर्ण रीतीने वाढ घडून आली; कारण त्या काळातील मुक्त व्यापाराच्या धोरणांमुळे या गोष्टीला चालना मिळाली. राष्ट्रा-राष्ट्रातील वाढते परस्परावलंबित्व हे आंतरराष्ट्रीय आणि वस्तूंच्या वाढत्या प्रवाहांचे कारण आहे.

भांडवलाच्या बाबतीतही या काळात मोठ्या प्रमाणावर भांडवल इतरत्र जाऊ लागले. व्यापार वाढला तसे वस्तूंचे प्रवाह वाढले. एकोणिसाव्या शतकाच्या मध्यापासून पहिल्या महायुद्धापर्यंत ब्रिटन, फ्रान्स आणि जर्मनी या देशांचा भांडवल प्रवाह दर १८७४ ते १९१४ सालापर्यंत १९१३ च्या किमतीनुसार ०.५ ते १.१ बिलियन डॉलर्स इतका होता.

या देशांची परकीय गुंतवणूक ४.९ ते ३५.३ बिलियन डॉलर्सपर्यंत वाढली. १९१३ सालाच्या किमतीनुसार भांडवलवाढीचा दर त्या शतकातील ६४ टक्के एवढा होता. त्याला राजकीय आणि आर्थिक आधार होता.

मागासलेल्या देशांकडे भांडवलाची कमतरता असल्याने विकसित देशांकडून भांडवलाचा प्रवाह विकसनशील देशांकडे राजकीय आणि आर्थिक आधाराने घडून आला.

निष्कर्ष : अशा प्रकारे प्रा. सायमन कुझनेट्स यांनी आधुनिक वृद्धीच्या वैशिष्ट्यांची चर्चा करून कारणमीमांसा केली आहे. लोकसंख्या, श्रमिकांच्या संख्येतील स्थिरता, उच्च दरडोई उत्पन्नातील वाढ, श्रमिकांच्या दरडोई उत्पादकतेत वाढ, दरडोई उपभोगात वाढ, आधुनिक तंत्राचा वापर, उत्पादन संस्थेचे बदलते स्वरूप, संस्थाच्या वैशिष्ट्यपूर्ण परिणामांमुळे होणारे बदल, देशातील वस्तूंना विदेशी बाजारपेठ या बाबी आधुनिक आर्थिक वृद्धी होताना दिसून येतात असे नाही तर त्याबरोबर वास्तव दरडोई उत्पन्न वाढते आणि ते मुख्यतः उच्च राहणीमानाचे निर्देशक आहेत.

१.६ आर्थिक विकासाची भूमिका अथवा गरज आणि महत्त्व (Need and Importance of Economic Development)

आर्थिक विकासाची भूमिका आणि महत्त्व पुढील मुद्द्यांच्या आधारे स्पष्ट करता येते.

१) **राष्ट्रीय उत्पन्नात वाढ :** जर राष्ट्रीय उत्पन्नात वाढ होत असेल तर आर्थिक विकास होत आहे असे मानले जाते. वस्तू आणि सेवांच्या किमतीमध्ये वाढ झाल्याने राष्ट्रीय उत्पादन वाढते परंतु ही वाढ खरी नसते. त्यासाठी राष्ट्रीय उत्पादन चालू तसेच स्थिर किमतींना मोजले जाते. राष्ट्रीय उत्पादन वाढले तर लोकांची क्रयशक्ती वाढते. त्यामुळे आर्थिक विकासाची भूमिका महत्त्वाची आहे.

२) **दरडोई उत्पन्नात वाढ :** दरडोई उत्पन्न हा अधिक चांगला निर्देशक मानला जातो. दरडोई उत्पन्नात होणारी वाढ ही आर्थिक प्रगती मोजण्याचे साधन आहे. दरडोई उत्पन्न जेवढे जास्त तेवढा आर्थिक विकास जास्त मानला जातो. परंतु, देशाचे दरडोई उत्पन्न जास्त असले तरी त्याचे व्यक्तीनिहाय वितरण अत्यंत असमान असू शकते. कारण दरडोई उत्पन्न ही एक साधी सरासरी असते, त्यातून उत्पन्नाचे खरे स्वरूप समजून येत नाही. तरीही आर्थिक विकासाची भूमिका महत्त्वाची आहे.

३) **उत्पन्नाची वाटणी :** आर्थिक विकासाची कल्पना येण्यासाठी उत्पन्नाची वाटणी कशी झाली आहे, हे माहिती करून घेणे आवश्यक आहे. कारण आर्थिक विकास होऊन राष्ट्रीय उत्पन्नात वाढ होऊनही त्याची समाजाच्या विविध स्तरात समान वाटणी झाली नसेल तर आर्थिक विकासाची स्थिती म्हणता येत नाही. उत्पन्न व संपत्तीच्या या असमानतेचे प्रमाण मोजण्यासाठी लॉरेंझ वक्ररेषा व गिनीगुणांक वापरला जातो. लॉरेंझ वक्ररेषेवरून काढलेला गिनीगुणांक जेवढा कमी तेवढे उत्पन्न/संपत्तीचे वितरण अधिक समान असते;

तर गिनीगुणांक जेवढा जास्त तेवढे वितरण अधिक असमान असते. त्यामुळे आर्थिक विकासाला महत्त्व प्राप्त होते.

४) **भांडवल निर्मिती :** आर्थिक विकासामध्ये भांडवल निर्मिती महत्त्वाची मानली जाते. देशाच्या उत्पन्नातून किती बचत होते त्यातून किती गुंतवणूक होते, त्यावर आर्थिक विकास अवलंबून असतो. अल्पविकसित देशात उपभोग प्रवृत्ती अधिक असते, त्यामुळे बचत कमी राहते व भांडवल निर्मिती कमी राहते. याउलट, विकसित देशात उपभोग प्रवृत्ती कमी व बचत आणि भांडवल निर्मिती अधिक असते. त्यामुळे आर्थिक विकासाची भूमिका महत्त्वाची ठरते.

५) **आर्थिक कल्याण :** आर्थिक व सामाजिक कल्याणाचा मापदंड 'आर्थिक विकास' आहे असे मानले जाते. आर्थिक विकास हा आर्थिक कल्याणाचे साधन आहे. आर्थिक कल्याण हे सामाजिक कल्याणाचे अंग आहे. दरडोई उत्पन्नात वाढ झाली म्हणून आर्थिक कल्याणात वाढ झाली; असे निश्चितपणे म्हणता येत नाही.

६) **राहणीमानाचा दर्जा :** ज्या देशाचा दरडोई उपभोग जास्त आहे. त्या देशाला आर्थिक विकासाची स्थिती चांगली आहे असे मानले जाते. आवश्यक वस्तू, चैनीच्या वस्तूंच्या उपभोगाची विपुलता ही समृद्धीची निर्देशक मानली जाते. जीवनमानाचा दर्जा आणि आर्थिक विकास यांचा प्रत्यक्ष संबंध आहे. राहणीमानाचा दर्जा आर्थिक विकासाची चांगली कल्पना देऊ शकतो. आर्थिक विकासात किमान जीवनमानाची पातळी उपलब्ध करून देण्यावर भर असतो.

७) **क्षेत्रवार लोकसंख्येतील विभागणीत बदल :** प्राथमिक, द्वितीय आणि तृतीय क्षेत्रांत यामध्ये लोकसंख्येची झालेली विभागणी यावरून आर्थिक विकासाचे मोजमाप करता येते. आर्थिक विकासात प्राथमिक क्षेत्रातील लोकसंख्येचे प्रमाण घटत जाते आणि द्वितीय व तृतीय क्षेत्रातील रोजगाराचे प्रमाण वाढते. त्यामुळे लोकसंख्येच्या क्षेत्रवार विभागणीतील बदल हा आर्थिक विकासाचा निर्देशक मानला जातो.

८) **ग्रामीण आणि शहरी भागातील बदल :** विकसनशील देशात जसजसा आर्थिक विकास होत जातो, तसतसे औद्योगिकरण वाढते, रोजगारासाठी ग्रामीण भागातील लोक शहरांकडे स्थलांतरित होतात, त्यामुळे शहरीकरण वाढत जाते. परिणामी, ग्रामीण लोकसंख्या कमी होत जाऊन शहरीभागातील लोकांचे प्रमाण वाढते. लोकसंख्येत 'शहरी आणि ग्रामीण' असा बदल घडून येतो.

९) **मूलभूत गरजांची पूर्तता :** आर्थिक विकासाचा विचार करताना आपण विकसनशील देशांचा विचार करतो. त्या देशामध्ये बेकारी, दारिद्र्य, आर्थिक विषमता दिसून येते. नागरिकांच्या मूलभूत गरजा पूर्ण करणे अवघड बनते. अशा स्थितीत मूलभूत गरजा पूर्ण करणाऱ्या वस्तू व सेवा यांच्या उत्पादनातील बदलांना महत्त्व द्यावे लागते, म्हणजेच त्यांच्या निर्देशांक विचारात घ्यावा लागतो. त्यामध्ये अन्नधान्याचा उपभोग, शिक्षण, आरोग्य, स्वच्छता, निवारा, वाहतूक, दळणवळण व्यवस्था इत्यादींचा समावेश होतो. मूलभूत गरजा अथवा जीवनावश्यक गरजांचा निर्देशांक वाढला तरच आर्थिक विकास घडून आला असे मानले जाते. त्यासाठी विकसनशील देशात आर्थिक विकासाची भूमिका महत्त्वपूर्ण मानली जाते.

१०) **उद्योगांचा विकास :** तंत्रज्ञानातील बदल आणि बौद्धिक शक्ती या बाबी उद्योगाचा पाया आहेत. सध्या सगळीकडे बौद्धिक क्षमतेवर आधारित उद्योग विकसित झाले आहेत. म्हणून ज्या देशात मानवी बौद्धीक शिक्षण दिले जाईल त्या देशाचा जलदगतीने आर्थिक विकास होईल.

११) **नैसर्गिक साधन संपत्तीच्या विकासासाठी :** नैसर्गिक साधनसंपत्तीचा पर्याप्त वापर करण्यासाठी आर्थिक विकासाची भूमिका महत्त्वपूर्ण ठरते. भारतासारख्या देशात नैसर्गिक साधनसामग्री विपुल आहे. परंतु मानवी साधन संपत्तीचा पुरेसा विकास झालेला नसल्याने आर्थिक विकास होताना मर्यादा येतात. मानवी साधनसंपत्तीचा विकास आर्थिक विकासासाठी महत्त्वपूर्ण मानला जातो.

१२) **दारिद्र्य कमी करणे :** देशाच्या आर्थिक विकासाशिवाय दारिद्र्य रेषेखालील लोकसंख्या कमी होणार नाही; त्यासाठी आर्थिक विकास महत्त्वाचा ठरतो. सार्वजनिक खर्चात वाढ तसेच मानवी विकासात सुधारणा होणे आवश्यक ठरते.

१३) **सामाजिक बदल :** आर्थिक विकासामुळे सहकार्य शिस्त, गतिशीलता, स्वच्छता, आधुनिकता इत्यादी बाबी दिसून येतात. त्यामुळे सामाजिक बदल घडून येण्यास मदत होते.

१४) **संशोधनाला चालना :** आर्थिक विकासामुळे संशोधनाला चालना मिळते. आर्थिक विकासात संशोधन महत्त्वाचे असते. संशोधनामुळे उत्पादनात सुधारणा करता येते. नवीन वस्तू निर्माण करता येतात. नवीन उत्पादन पद्धती शोधून काढता येते. त्यामुळे उद्योग व्यवसायाचा विकास होतो. वेगवेगळ्या क्षेत्रांचा विकास होतो.

१५) **उच्च दर्जाच्या श्रमिकांचा पुरवठा :** आर्थिक विकासामुळे श्रमिकांच्या ज्ञानात, कौशल्यात आणि क्षमतेत वाढ होते. त्यामुळे उच्च दर्जाचे श्रमिक निर्माण होतात. परिणामी, देशाचा आर्थिक विकास जलद होतो.

१६) **देशाचे सामर्थ्य वाढते :** आर्थिक विकास झाल्यास वैज्ञानिक, तांत्रिक प्रगती होते. त्यामुळे विविध क्षेत्राचे उत्पादन वाढते. तसेच पायाभूत सुविधा मोठ्या प्रमाणात उपलब्ध होतात. त्यामुळे देश आत्मनिर्भर होऊन निर्यात मोठ्या प्रमाणावर होते. परिणामी, देशाचे सामर्थ्य वाढते.

१७) **ग्रामीण भागाचा विकास :** आर्थिक विकासामुळे शिक्षणाचे प्रमाण वाढते. ग्रामीण भागातील रूढी, परंपरा कमी होऊन लोकांच्या ज्ञानात, कौशल्यात वाढ होऊन कार्यक्षमता सुधारते त्यांचा दृष्टिकोन विज्ञाननिष्ठ बनतो. त्यामुळे ग्रामीण भागाच्या विकासाला हातभार लागतो.

अशा रितीने आर्थिक विकासाची भूमिका व महत्त्व अधोरेखीत होते.

प्रश्न

प्र. १ एका वाक्यात उत्तरे लिहा.

१) आर्थिक विकास म्हणजे काय?

२) आर्थिकवृद्धी म्हणजे काय?

३) आर्थिक विकासाचे दोन निर्देशक सांगा.

४) लुईसची आर्थिक विकासाची व्याख्या सांगा.

प्र. २ टिपा लिहा.

१) आर्थिक विकास

२) आर्थिक विकासाचे निर्देशक

३) आर्थिक वृद्धीचे निर्देशक

४) आर्थिक विकासाची भूमिका

५) आर्थिक विकासाचे महत्त्व

प्र. ३ थोडक्यात उत्तरे लिहा.

१) आर्थिक विकास म्हणजे काय ते थोडक्यात सांगा.

२) आर्थिक वृद्धी उदाहरणासह स्पष्ट करा.

३) आर्थिक विकासाचे महत्त्व स्पष्ट करा.

प्र. ४ सविस्तर उत्तरे लिहा.

१) आर्थिक विकासाचे निर्देशक स्पष्ट करा.

२) आर्थिक वृद्धीचे निर्देशक स्पष्ट करा.

३) आर्थिक विकास म्हणजे काय? आर्थिक विकासाची भूमिका स्पष्ट करा.

प्रकरण – २

विकसित आणि विकसनशील देश
(Developed & Developing Countries)

२.१ प्रस्तावना (Introduction)

प्रत्येक देश स्वतःच्या वैविध्यपूर्ण परिस्थितीमुळे वेगळा दिसतो. एका देशात आढळणारे घटक दुसऱ्या देशात आढळतीलच असे सांगता येत नाही. एखाद्या मोठ्या देशात दोन, तीन विभागात तफावत दिसून येते. त्या तुलनेत दोन देशांतील फरक

दिसून येणे स्वाभाविक आहे. या वैविध्यपूर्णतेमुळे अल्पविकसित अथवा विकसनशील देशांची सर्वसामान्य वैशिष्ट्ये सांगणे कठीण आहे. काही घटक सर्व ठिकाणी सारखे असतात तर काही ठिकाणी त्यांची तीव्रता कमी-अधिक असू शकते. प्रत्येक देश विकसित व्हावा म्हणून प्रयत्न करतो. जगात अगदी थोडेच देश विकसित आहेत. अनेक देशात विकासाची प्रक्रिया कमी-अधिक रीतीने चालू आहे. देशांच्या आर्थिक विकासाच्या आधारावर वर्गवारी करताना विविध अर्थशास्त्रज्ञांनी वेगवेगळी वर्गवारी केल्याचे दिसून येते. सदरील प्रकरणात विकसित देश, विकसनशील देश याबाबतची संकल्पना तसेच विकसित आणि विकसनशील देशाच्या वैशिष्ट्यांच्या बरोबरच उदयोन्मुख अर्थव्यवस्था म्हणून भारतीय अर्थव्यवस्थेचा आढावा घेतला आहे.

२.२ विकसित आणि विकसनशील देशांच्या संकल्पना (Concepts of Developed & Developing Countries)

विकासाच्या संदर्भात अविकसित, अल्पविकसित, गरीब देश, विकसनशील, विकसित देश असे शब्दप्रयोग केले जातात. परंतु काही अर्थशास्त्रज्ञ देशांची विभागणी विकसनशील आणि विकसित देश अशा दोन गटांत करतात. अल्पविकसित देश हे विकसनशील देशात मानले जातात.

अ) विकसित देश-अर्थ व संकल्पना (Developed Country-Meaning and Concepts)

ज्या देशाचे दरडोई उत्पन्नाचे प्रमाण अधिक असते; तसेच मोठ्या प्रमाणावर औद्योगिकीकरण, शहरीकरण, साक्षरतेचे प्रमाण जास्त, राहणीमानाचा उच्च दर्जा, घटता जन्मदर आणि मृत्यूदर अशा देशांना 'विकसित देश' म्हटले जाते. अमेरिका, इंग्लंड, जर्मनी, फ्रान्स, जपान, ऑस्ट्रेलिया, कॅनडा इत्यादी देश विकसित गटात मोडतात.

विकसित देशात शेतीक्षेत्र, उद्योगक्षेत्र, सेवाक्षेत्र विकसित झालेली असतात. त्यामुळे राष्ट्रीय उत्पन्न अधिक राहून ते दरवर्षी सातत्याने वाढत असते; त्यामुळे दरडोई उत्पन्नसुद्धा वाढत असते. उच्च तंत्रज्ञानाच्या आधारावर आर्थिक विकासात देश अधिक पुढारलेले असतात. त्यांचा विकसित देश म्हणून उल्लेख केला जातो.

ज्या देशामध्ये उपलब्ध साधनसामग्रीचा पर्याप्त वापर केला जातो आणि त्याद्वारे अधिक आर्थिक विकासाचा वेग साध्य केला जातो, त्या देशांना 'विकसित देश' म्हणतात.

जागतिक बँक दरवर्षी जागतिक पातळीवरील विकासाचा अहवाल प्रसिद्ध

करते. दरडोई स्थूल उत्पन्नाच्या आधारे जगातील सर्व देशांची उच्च उत्पन्न, मध्यम उत्पन्न आणि अल्प उत्पन्न अशी विभागणी या अहवालाद्वारे केली जाते.

२०१२ च्या जागतिक विकास अहवालात विकसित देशाची व्याख्या पुढीलप्रमाणे दिली आहे -

ज्या देशाचे दरडोई उत्पन्न १२२७६ डॉलर किंवा त्यापेक्षा जास्त आहे, अशा उच्च उत्पन्न गटातील देश म्हणजे 'विकसित देश' होय.

या व्याख्येनुसार नॉर्वे, स्वित्झर्लंड, नेदरलँड, अमेरिका, ब्रिटन, जर्मनी, ऑस्ट्रेलिया, जपान इत्यादी देशांचा समावेश विकसित देशात होतो. अर्थात, कुवेतसारख्या काही देशांचे दरडोई उत्पन्न जास्त आहे, मात्र त्यांचा समावेश विकसित देशात होत नाही; कारण पेट्रोलियम पदार्थांची निर्यात करणाऱ्या देशांच्या संघटनेने पेट्रोलियम पदार्थांच्या किमती वाढविल्या, त्यामुळे त्यांच्या दरडोई उत्पनात वाढ घडून आली. परंतु त्या देशांचा विकसित देशांत समावेश होत नाही. यावरून फक्त दरडोई उत्पन्नाच्या आधारावर देश विकसित आहे की नाही, हे ठरविता येत नाही. थोडक्यात म्हणजे देशातील सर्वच क्षेत्रांतील आर्थिक विकास होऊन दरडोई राष्ट्रीय उत्पन्न उच्च असेल, तरच त्या देशांना 'विकसित देश' म्हणता येईल.

ब) विकसनशील देश–अर्थ व संकल्पना (Developing Countries - Meaning and Concepts)

विकसनशील देशात लोकसंख्या वाढीचा दर अधिक असतो. दरडोई उत्पन्न कमी असते. भांडवलनिर्मितीचा दर कमी असतो, त्यामुळे भांडवलाचा तुटवडा भासतो. निर्यातीत प्राथमिक वस्तूंचा वाटा जास्त असतो. जन्म–मृत्यूदर उच्च असतो. नैसर्गिक साधनसामग्रीचा पुरेपूर वापर होत नाही. काही साधनसामग्री न वापरता तशीच पडून राहते. निम्म्यापेक्षा जास्त लोकसंख्या शेती क्षेत्रावर अवलंबून असते. उद्योगधंद्याची पुरेशी प्रगती झालेली नसते. विकसनशील देशात आर्थिक विकासाची प्रक्रिया जोराने सुरू असते.

१) 'ज्या देशांचा आर्थिक विकास सुरू असून त्यांनी मोठ्या प्रमाणात विकास केला आहे, परंतु त्यांच्या आर्थिक विकासाचा दर विकसित राष्ट्रांच्या तुलनेने कमी आहे. त्यांना विकसनशील देश म्हणतात.' उदा. भारत, चीन, श्रीलंका या देशांचा समावेश विकसनशील देशात होईल.

२) **रॅग्नर नर्क्स यांच्या मते**, 'ज्या राष्ट्रात लोकसंख्या आणि नैसर्गिक साधनसामग्रीच्या तुलनेने भांडवलाचे प्रमाण कमी असते, असे राष्ट्र विकसनशील राष्ट्र होय.'

३) **युजीन स्टॅले यांच्या मते,** 'ज्या देशात नैसर्गिक साधनसंपत्तीचा तुटवडा नसतो परंतु ती पुरेशा प्रमाणात उपलब्ध असूनसुद्धा जुनाट पद्धती व दोषपूर्ण सामाजिक रचनेमुळे व्यापक प्रमाणावर दारिद्र्य असते असा देश विकसनशील देश होय.'

४) **भारताचे राष्ट्रीय नियोजन मंडळ** 'ज्या देशात एकाचवेळी उपयोगात न आणलेली नैसर्गिक साधनसामग्री आणि अपूर्ण वापर केलेली मानवी श्रमशक्ती आढळते तो देश विकसनशील देश होय.'

५) 'ज्या देशांचे दरडोई उत्पन्न अमेरिकेच्या दरडोई वास्तव उत्पन्नाच्या एक-चतुर्थांशपेक्षा कमी आहे. त्या देशांना 'विकसनशील देश' म्हणता येतील.'

६) **जेकब वायनर यांच्या मते,** 'विशिष्ट वेळी असणाऱ्या लोकसंख्येला चांगले राहणीमान उपलब्ध करून देऊन तिचे चांगल्या प्रकारे पोषण करण्यासाठी आर्थिक भांडवल, श्रमशक्ती, उपलब्ध नैसर्गिक साधनसामग्री या सर्व घटकांचा वापर करण्याची सुप्त शक्ती असणारा देश म्हणजे अल्पविकसित अथवा विकसनशील देश होय.'

७) **ऑस्कर लाँगे यांच्या मते,** 'ज्या अर्थव्यवस्थेत उपलब्ध भांडवली वस्तूंचा साठा आधुनिक उत्पादनतंत्राद्वारे श्रमिक संख्येस पुरेपूर रोजगार दिला जात नाही, त्या अर्थव्यवस्थेस विकसनशील अर्थव्यवस्था म्हणतात.'

८) Todaro observes 'Underdeveloped countries are those countries in which there are low levels of living, absolute poverty, low per capita income, low consumption levels, poor health services, high death, high birth rates and dependence on foreign countries.'

जागतिक बँकेच्या सन २०१० च्या विकास अहवालानुसार अल्प उत्पन्न देश आणि मध्यम उत्पन्न देश यांचा समावेश विकसनशील देशात होतो. या जागतिक विकास अहवालाच्या आधारे विकसनशील देशांची व्याख्या पुढीलप्रमाणे करता येते -

'ज्या देशाचे दरडोई उत्पन्न १००६ डॉलर्स ते १२२७६ डॉलरच्या दरम्यान आहे, अशा अल्प व मध्यम उत्पन्न गटांतील देश म्हणजे विकसनशील देश होय.'

विकसनशील देशांच्या विविध व्याख्यांवरून असे म्हणता येते की, विकसनशील देशात नैसर्गिक साधनसामग्री आणि श्रमशक्तीचा अपुरा वापर होतो. भांडवलाच्या टंचाईमुळे साधनसामग्रीचा पूर्णपणे विकास करता येत नाही. तसेच दरडोई उत्पन्न कमी असते, राहणीमानाची पातळी सामान्य असते. दारिद्र्य आणि बेकारीचे प्रमाण मोठे

असते. बचतीचे प्रमाण कमी असते. लोकसंख्या वाढीचा उच्च दर असतो. जुनाट उत्पादनतंत्रात सुधारणा इत्यादीसारखी विकसनशील देशांची वैशिष्ट्ये सांगता येतात.

२.३ विकसित देशांची वैशिष्ट्ये (Characteristics of Developed Countries)

विकसित देशांची वैशिष्ट्ये प्रो. कुझनेट्झ यांनी पुढीलप्रमाणे सांगितली आहेत. याशिवाय विकसित देशाची वैशिष्ट्येसुद्धा सध्य स्थितीनुसार सांगता येतात.

प्रो. कुझनेट्स यांनी दीर्घकाल विकसित देशातील राष्ट्रीय उत्पन्नाच्या बाबतीत मोजमाप आणि विश्लेषणात्मक संशोधन केले आहे. त्यात पश्चिम जर्मनी, पश्चिम युरोप, अमेरिका, कॅनडा इत्यादी देशांचा समावेश होता. आधुनिक विकसित राष्ट्रे ज्या आर्थिक विकास प्रक्रियेतून गेली आहेत त्या प्रक्रियेची सहा वैशिष्ट्ये कुझनेट्स यांनी सांगितली आहेत.

१) **दरडोई उत्पादन आणि लोकसंख्या यांचे उच्च दर :** १८व्या आणि १९व्या शतकात विकसित देशात दरडोई उत्पादनातील वाढीचा उच्च दर आणि लोकसंख्येच्या वाढीचा उच्च दर ही वैशिष्ट्ये दिसून आली.

   विकसित देशातील बिगर साम्यवादी देशातील दरडोई उत्पादन सरासरीने दर वर्षी २ टक्के दराने वाढले तर याच काळात सरासरी लोकसंख्यावाढीचा वार्षिक दर १ टक्के होता आणि स्थूल राष्ट्रीय उत्पादनात सरासरीने ३ टक्के वाढ झाली. अनेकविध देशात त्या शतकात सर्वसाधारणपणे ५ टक्के दरडोई उत्पादन आणि ३ टक्के दराने लोकसंख्या वाढत होती आणि जास्तीत जास्त १५ टक्के उत्पादन वाढत होते.

२) **उत्पादकतेत वाढ :** विकसित देशांच्या वैशिष्ट्यात उत्पादकतेवर भर घालणारा घटक म्हणजे 'श्रम' होय. दरडोई उत्पादन वाढ ही आदानांच्या दर्जात सुधारणा घडून आणल्याने झाली. तसेच कार्यकौशल्यात (उपयोगी ज्ञानात) वाढ व संस्थात्मक व्यवस्थापन इत्यादींच्या उपयोगामुळे उत्पादकतेत वाढ झाली. दरडोई कामाच्या तासात होत जाणारी घट ही वाढती उत्पादकता दर्शविते. सर्वसाधारणपणे अर्थव्यवस्थेतील सर्व क्षेत्रात उत्पादकता वाढत नाही. उद्योग क्षेत्रातील श्रमिकांची उत्पादकतेतील वाढ ही शेती क्षेत्रापेक्षा जास्त असते.

   शेतीच्या 'आदान' घटकामुळे प्रत्येक 'प्रदान' घटकात वाढ होते. कृषीमध्ये क्रांतिकारक झालेल्या वाढीची जागा औद्योगिक क्रांती घेते.

३) **संरचनात्मक परिवर्तन :** विकसित देशांच्या संरचनात्मक परिवर्तनात पुढील बाबी समाविष्ट होतात–

अ) कृषी कार्याकडून अकृषी कार्याकडे होणारे हस्तांतरण.

ब) उद्योगाकडून सेवा क्षेत्राकडे.

क) उत्पादनाच्या रचनेतील बदल.

ड) वैयक्तिक मालकीच्या आणि लहान प्रमाणावर उत्पादन करणाऱ्या उत्पादन संस्थेचे स्वरूप मोठ्या प्रमाणावरील सामूहिक संघटनांच्या आणि राष्ट्रव्यापी किंवा बहुराष्ट्रीय उत्पादन संस्थेत उत्क्रांत होत गेले.

इ) कामगारांच्या व्यावसायिक स्वरूपात बदल झाला. कामगारांच्या कामाच्या स्वरूपात गतिमानता आली. छोटी उत्पादन संस्था असो वा मोठी उत्पादन संस्था असो यांच्या कौशल्यावर आधारित कामाचे स्वरूप प्राप्त झाले.

४) **शहरीकरण :** विकसित देशात सामाजिक आणि लोकांच्या दृष्टिकोनात बदल घडून येतात. असे बदल हे आर्थिक विकासाचे घटक असतात. विकसित देशांत शहरीकरण हे प्रामुख्याने लोकसंख्यावाढीशी संबंधित असते. ही वाढ ग्रामीण भागातून शहरी भागाकडे तसेच मुख्यतः औद्योगिकीकरणामुळे घडून येते. बिगर शेती क्षेत्राच्या विकासात तांत्रिक सुधारणा झाल्याने ग्रामीण श्रमिक हे शहरी भागाकडे स्थलांतरित होतात.

शहरीकरणाचे परिणाम म्हणजे विकसित देशात जननदर कमी राहतो व छोटे (लहान) कुटुंब ठेवण्याकडे कल असतो; तसेच शिक्षणासाठी लोक शहराकडे विविध भागांतून येत असतात; त्यामुळे राहात असलेल्या लोकसंख्येत वाढ होते. रस्ते व दळणवळण व्यवस्था विकसित झाल्यामुळे लोकांच्या सोयीत केलेली वाढ शहरीकरणामध्ये अनेक लोक एकत्र येत असल्याने त्यांचे संबंध टिकविणे महत्त्वाचे असते. त्यांचे हितसंबंध सांभाळणे, ते टिकवून ठेवणे व ते समजावून घेणे ही एक समस्या आहे.

उपभोक्त्यांच्या खर्चावर शहरीकरणाचे परिणाम विकसित देशात तीन मार्गाने होतात; ते म्हणजे -

अ) शहरीकरणातील श्रमिकांच्या कामाची विभागणी कामाचे स्वरूप, कौशल्यावर (specialisation) आधारित होते. जसे फळप्रक्रिया, टेलरिंग, वेशभूषा तसेच इमारत बांधणी व घरदुरुस्ती इत्यादी व्यवसायाचे स्वरूप आधुनिक शहराच्या ठिकाणी दिसून येऊ लागले.

ब) आधुनिक शहरात गरजांचे बदलते स्वरूप हे खर्चीक बनले; कारण लोकसंख्यावाढ आणि वाढती गर्दी यामुळे अनेक प्रश्न निर्माण झाले जसे घराचा, स्वच्छतेचा, पाणीपुरवठ्याचा, शहरातील वाहतूक इत्यादी महत्त्वाच्या।

गोष्टींच्या समस्या निर्माण झाल्या. त्याचा परिणाम शहरी जीवनातील खर्च वाढण्यावर झाला. उपभोक्त्यांच्या खर्चात विविध प्रकारे वाढ झाली.

क) शहरी जीवनाची लागलेली सवय व ती भागविण्यासाठी उपभोक्त्यांच्या खर्चात वाढ झाली.

५) **प्रभावक्षेत्रातील वाढ :** विकसित देशांमध्ये असे दिसून येते की, या देशांचा प्रभाव इतर देशांमध्ये वाढत जातो, हे इतिहासाची पार्श्वभूमी पहाता दिसून येते. अठराव्या शतकाच्या मध्यास आधुनिक शास्त्र आणि ज्ञानाच्या साहाय्याने प्रथमतः इंग्लंडमध्ये औद्योगिक क्रांती झाली आणि ती इतर युरोपीय देशांत जलद गतीने पसरली. आधुनिक आर्थिक वृद्धी ही युरोपीय देशांच्या संबंधातून आली आणि इतर देशांत पसरली.

वाहतूक व दळणवळण क्षेत्रातील क्रांतिकारक बदलांमुळे विकसित देशांना इतर देशात आपला प्रभाव निर्माण करणे शक्य होत आहे. आंतरराष्ट्रीय संबंधांचा जो राजकीय पैलू आहे तो आधुनिक काळातील वृद्धीच्या विस्ताराला कारणीभूत ठरतो, असे म्हटले जाते. कारण पूर्वी कधी नव्हते इतके तांत्रिक ज्ञानाच्या आदान-प्रदानासाठी विविध देश परस्परांवर अवलंबून राहिले आहेत व या अवलंबित्वामुळे प्रभाव क्षेत्राची वाढ अपरिहार्यपणे होत आहे. मागसलेले तसेच विकसनशील देश तांत्रिक ज्ञान, कच्चा माल, यंत्रसामग्री इत्यादी बाबी मिळविण्यासाठी विकसित देशांवर अवलंबून आहेत.

६) **श्रम, वस्तू आणि भांडवलाचा आंतरराष्ट्रीय प्रवाह :** प्रा. कुझनेट्स यांनी असे दाखवून दिले आहे की, विकसित देशातून श्रम, वस्तू व भांडवलाचे स्थलांतर झाले आहे.

१९व्या आणि २०व्या शतकात युरोपातील लोक उत्तर कोरिया, अमेरिका, आशिया, आफ्रिका, ऑस्ट्रेलिया, न्यूझिलंड, ब्राझिल इत्यादी देशात स्थलांतरित झाले. कुशल श्रमाचा प्रवाह विकसित देशातून विकसनशील देशाकडे सुरू झाला.

विकसित देशातील प्रगत उत्पादनतंत्रामुळे आणि दळणवळणाच्या साधनांमधील सुधारणांमुळे तेथील वस्तूंचा प्रवाह इतर देशांकडे सुरू झाला आणि त्याच काळात विदेशी व्यापारात महत्त्वपूर्ण रीतीने वाढ घडून आली; कारण त्या काळातील मुक्त व्यापाराच्या धोरणांमुळे या गोष्टीला चालना मिळाली. राष्ट्रा-राष्ट्रातील वाढते परस्परावलंबित्व हे आंतरराष्ट्रीय आणि वस्तूंच्या वाढत्या प्रवाहांचे कारण आहे.

भांडवलाच्या बाबतीतही या काळात मोठ्या प्रमाणावर भांडवल इतरत्र जाऊ लागले. व्यापार वाढला तसे वस्तूंचे प्रवाह वाढले. एकोणिसाव्या शतकाच्या मध्यापासून पहिल्या महायुद्धापर्यंत ब्रिटन, फ्रान्स आणि जर्मनी या देशांचा भांडवल प्रवाह दर १८७४ ते १९१४ सालापर्यंत १९१३ च्या किमतीनुसार ०.५ ते १.१ बिलियन डॉलर्स इतका होता.

या देशांची परकीय गुंतवणूक ४.९ ते ३५.३ बिलियन डॉलर्सपर्यंत वाढली. १९१३ सालाच्या किमतीनुसार भांडवलवाढीचा दर त्या शतकातील ६४ टक्के एवढा होता. त्याला राजकीय आणि आर्थिक आधार होता.

मागासलेल्या देशांकडे भांडवलाची कमतरता असल्याने विकसित देशांकडून भांडवलाचा प्रवाह विकसनशील देशांकडे राजकीय आणि आर्थिक आधाराने घडून आला.

निष्कर्ष : अशा प्रकारे प्रा. सायमन कुझनेट्स यांनी विकसित देशाची कारणमीमांसा केली आहे. लोकसंख्या, श्रमिकांच्या संख्येतील स्थिरता, उच्च दरडोई उत्पन्नातील वाढ, श्रमिकांच्या दरडोई उत्पादकतेत वाढ, दरडोई उपभोगात वाढ, आधुनिक तंत्राचा वापर, उत्पादन संस्थेचे बदलते स्वरूप, संस्थाच्या वैशिष्ट्यपूर्ण परिणामांमुळे होणारे बदल, देशातील वस्तूंना विदेशी बाजारपेठ या बाबी विकसित देशांच्या बाबतीत दिसून येतात असे नाही तर त्याबरोबर वास्तव दरडोई उत्पन्न वाढते आणि ते मुख्यतः उच्च राहणीमानाचे निर्देशक आहेत.

याशिवाय सद्यस्थितीनुसार विकसित देशांची वैशिष्ट्ये पुढीलप्रमाणे दिसून येतात.

१) **उच्च दरडोई उत्पन्न :** विकसित देशात दरवर्षी दरडोई उत्पन्न जास्त असते. दरडोई उत्पन्न जास्त असल्याने देशाच्या आर्थिक मूल्याला चालना मिळते. त्यामुळे दारिद्र्याच्या प्रमाणात मात करता येते.

२) **सुरक्षिततेची हमी :** विकसित देशात सुरक्षिततेच्या बाबतीत विकसनशील देशांच्या तुलनेत अधिक हमी दिली जाते. आधुनिक तंत्रज्ञानासह, सुरक्षा सुविधा आणि शस्त्रे तंत्रज्ञानसुद्धा अधिक चांगले विकसित केले आहेत. विकसित देशांतील आधुनिक तंत्रज्ञानाचा दुष्परिणामसुद्धा दिसून येत आहेत.

३) **आरोग्याची हमी :** सुनिश्चित सुरक्षेबरोबर विकसित देशात आरोग्याची हमीसुद्धा दिलेली असते. निरनिराळ्या प्रकारच्या आरोग्यसुविधा दिल्या जातात, जसे रुग्णालय व त्यामधील कर्मचारी प्रशिक्षित आणि विश्वासार्ह असतात. त्यामुळे मृत्यूचे प्रमाण कमी होताना दिसून येते. तेथील लोकसंख्येचे आयुर्मान जास्त

असते. याशिवाय पुरेशा आरोग्य सुविधासह देशातील लोकसंख्या विकासावरही नियंत्रण ठेवता येते.

४) **बेरोजगारीचा दर कमी :** विकसित देशात बेरोजगारीचे प्रमाण तुलनेने कमी आहे. कारण प्रत्येक नागरिकाला नोकरी मिळू शकते.

५) **विज्ञान आणि तंत्रज्ञानात प्रभुत्व :** विकसित देशातील रहिवासी विज्ञान व तंत्रज्ञानात प्रभुत्व मिळवितात ज्यातून औद्योगिक 'लटकन दिवे' (Industrial Pendant lights) बाजारात आणले गेले. त्यांच्या दैनंदिन जीवनात, त्यांनी आपले दैनिक जीवन सुलभ करण्यासाठी अत्याधुनिक तंत्रज्ञान आणि आधुनिक साधनांचा वापर केला आहे.

६) **निर्यातीची पातळी आयातीपेक्षा जास्त :** विकसित देशांमधील निर्यातीची पातळी उच्च पातळीवरील मानवी संसाधने आणि तंत्रज्ञानामुळे आयात करण्याच्या पातळीपेक्षा उच्च आहे.

विकसित देशांच्या उदाहरणांमध्ये अमेरिका, जर्मनी, इंग्लंड, जपान इत्यादी देशांचा समावेश आहे.

अशा रितीने विकसित देशांची वैशिष्ट्ये दिसून येतात आणि त्यातूनच आर्थिक विकास होताना दिसून येतो.

२.४ विकसनशील देशांची वैशिष्ट्ये (Characteristics of Less Developed Countries or Developing Countries)

विकसनशील देशांच्या व्याख्यांवरून त्यांचे सर्वसामान्य स्वरूप दिसून येते. परंतु हे स्वरूप समजून घेण्यासाठी वैशिष्ट्ये विचारात घेणे महत्त्वाचे ठरते.

अलीकडच्या काळात 'अल्पविकसित देश' आणि 'विकसनशील देश' असा फरक केला जात नाही. जगातील सर्व देशांची वर्गवारी 'विकसित देश' आणि 'विकसनशील देश' या गटातच केली जाते. दुसऱ्या महायुद्धानंतर अनेक देश स्वतंत्र झाले, हे सर्व देश अल्पविकसित म्हणून ओळखले जाऊ लागले. विकसनशील देश ठरविताना एखादा घटक विचारात घेऊन चालत नाही. एका देशात आढळणारे घटक दुसऱ्या देशात असतीलच असे सांगता येत नाही. अशा स्थितीत अल्पविकसित अर्थव्यवस्थेची वैशिष्ट्ये सांगणे कठीण आहे. परंतु अल्पविकसित अर्थव्यवस्थेमध्ये भिन्नता असली तरी काही बाबतीत साम्य आढळते. विकसनशील अर्थव्यवस्थेची प्रो. हार्वे लायबेन्स्टाइन यांनी चार गटांत विभागणी केली आहे. आर्थिक, लोकसंख्याविषयक, सामाजिक-सांस्कृतिक, तंत्रज्ञानविषयक अशी वैशिष्ट्ये, आणि इतर अशी पाच वैशिष्ट्ये सांगता येतात. या वैशिष्ट्यांचे सविस्तर विश्लेषण पुढीलप्रमाणे आहेत-

२.४.१ आर्थिक वैशिष्ट्ये (Economic Characteristics)

विकसनशील देशाच्या आर्थिक वैशिष्ट्यांमध्ये काही वैशिष्ट्ये ही सर्वसामान्य स्वरूपाची असून काही शेतीशी निगडित आहेत. सर्वसामान्य वैशिष्ट्यांमध्ये दरडोई अल्प उत्पन्न, बचतीचे प्रमाण अल्प, दरडोई भांडवलाचे अल्प प्रमाण, रोजगारात प्राथमिक क्षेत्राचे महत्त्व, प्राथमिक क्षेत्राची निर्यात अधिक, औद्योगिकरणाचा वेग कमी, निर्यात कमी, बेकारी इत्यादी वैशिष्ट्यांचा समावेश होतो. शेतीची मूलभूत वैशिष्ट्ये म्हणजे अकिफायतशीर धारण क्षेत्रे, शेतकऱ्यांचा कर्जबाजारीपणा, शेतीची उत्पादकता कमी, जमिनीचे विभाजन इत्यादी वैशिष्ट्यांचा यामध्ये समावेश होतो. त्यातील काही वैशिष्ट्ये पुढीलप्रमाणे सांगता येतात –

१) **प्राथमिक उत्पादनावर भर :** विकसनशील देशात सर्वांत जास्त लोकसंख्या उपजीविकेसाठी शेतीवर आधारित असते. शेतीचा राष्ट्रीय उत्पन्नातील सहभाग अतिशय कमी असतो तसेच विकसित देशाच्या तुलनेत शेतीची उत्पादकता कमी असते, तर प्रगत देशात शेती क्षेत्रात कमी लोक गुंतलेले असतात. अल्पविकसित देशात भांडवल गुंतवणूक अतिशय कमी प्रमाणात केली जाते. अल्पविकसित देशात शेती परंपरागत पद्धतीने केली जाते. तसेच अपुरे भांडवल, पर्जन्यावरील अवलंबित्व, कर्जबाजारीपणा, नापिकी इत्यादी अनेक कारणांमुळे शेती मागासलेली असते. तसेच देशाच्या निर्यातीत प्राथमिक उत्पादनांचा अधिक समावेश असतो. औद्योगिकरणाचे प्रमाण कमी असल्यामुळे उत्पादनाची निर्यात कमी प्रमाणात राहते. थोडक्यात, विकसनशील देशाचे औद्योगिकरण हे शेती व प्राथमिक क्षेत्राच्या उत्पादनावर आधारित असते. उदा. भारतीय उद्योगामध्ये साखर उद्योग, सुती वस्त्रोद्योग, तेल व वनस्पती उद्योग इत्यादींना महत्त्वाचे स्थान असून त्यांना कच्चा माल पुरविण्याचे काम प्राथमिक क्षेत्रच करते. या अर्थानेसुद्धा विकसनशील अर्थव्यवस्था प्राथमिक उत्पादनावर आधारित आहे.

२) **आर्थिक मागासलेपणा :** विकसनशील देशात श्रमाची कार्यक्षमता आणि दर्जा कमी असलेला दिसतो. अनेकदा भौगोलिक परिस्थितीमुळे कार्यक्षमता कमी दिसून येते. श्रमिकांना चौरस आहार मिळत नाही. इतर करमणुकीच्या साधनाअभावी ते व्यसनाधीन असतात. भाषा, चालीरिती, धर्म इत्यादींमुळे श्रमिकांची गतिक्षमता कमी दिसून येते. कुशल श्रमाचासुद्धा अभाव दिसून येतो. साधनसामग्री असते परंतु कुशल संघटकांचा अभाव दिसून येतो; त्यामुळे तो देश लवकर प्रगती करू शकत नाही.

अनेक ठिकाणी महत्तम लाभ मिळविण्यासाठी प्रेरित करणारी परिस्थितीच नसते. तसेच व्यक्तीचा दर्जा ठरविताना आर्थिकेतर गोष्टी जास्त महत्त्वाच्या मानल्या जातात. अशा दैववादीपणामुळे प्रयत्नांना दुय्यम स्थान दिले जाते. अशा सर्व घटकांमुळे देश आर्थिकदृष्ट्या मागासलेला दिसून येतो.

३) **अविकसित संसाधने :** प्रत्येक देशात नैसर्गिक साधनसामग्री कमी-अधिक प्रमाणात दिसून येते. काही देशात ती अधिक तर काही देशात ती कमी दिसून येते. अर्थातच तेथे संसाधनांचा शोध लागलेला नसतो तो भविष्यात उलब्ध होऊ शकतो. विकसनशील अर्थव्यवस्थेत साधने उपलब्ध असतात; परंतु पर्याप्त वापर होत नाही त्यांचा अपूर्ण वापर होतो. या अर्थाने ती अविकसित असतात. भांडवलाची कमतरता, आवश्यक तंत्रज्ञानाचा अभाव, अल्पविकसितपणा इत्यादी कारणाने संसाधने तशीच पडून असतात. काहींचा अपूर्ण वापर होतो म्हणजेच अविकसित संसाधने हे विकसनशील देशाचे वैशिष्ट्य दिसून येते.

४) **भांडवल निर्मितीचा अल्प दर :** विकसनशील देशात भांडवलाची कमतरता असते. भांडवल निर्मितीचा दर अतिशय कमी असतो. भांडवल निर्मितीचा दर बचतीवर अवलंबून असतो. विकसनशील देशात गरिबी, आर्थिक विषमता, दारिद्र्य इत्यादींमुळे लोकांचे उत्पन्न कमी असते. त्यांच्यातील उपभोगावरच अधिक खर्च होतो, त्यामुळे त्यांची बचत फारशी होऊ शकत नाही. परिणामी, भांडवलाचा दर कमी राहिल्याने उत्पादन कमी, त्यामुळे रोजगार कमी, उत्पन्न कमी, बचत कमी व पुन्हा भांडवल कमी निर्माण होते. विकसनशील देशांमध्ये श्रीमंत वर्ग बचत करतो. सर्वाधिक बचत व गुंतवणूक याच वर्गाची असते. त्यातील अनेक लोक जमीन, मौल्यवान वस्तू, सोने इत्यादींमध्ये पैसे गुंतवणे पसंत करतात. काही लोक परदेशी बँकेत पैसे ठेवतात. श्रीमंतांच्या अशा प्रवृत्तींमुळे विकसनशील देशात भांडवलनिर्मिती वाढण्याची शक्यता असूनही ती वाढत नाही.

५) **दरडोई उत्पन्न कमी :** दरडोई उत्पन्न हा आर्थिक विकासाचा निकष मानला जातो. लोकसंख्या अधिक असल्यास स्वाभाविकच राष्ट्रीय उत्पन्न जास्तीच्या लोकसंख्येवर विभागले जाते व दरडोई उत्पन्न कमी होते. विकसित देशाच्या तुलनेत अल्पविकसित देशातील दरडोई उत्पन्न फारच कमी दिसून येते. इ.स. २०१० मध्ये काही विकसित देशातील दरडोई उत्पन्न पुढीलप्रमाणे होते-यू.एस.ए. ४७१४० डॉलर्स, जपान ४२१५० डॉलर्स, जर्मनी ४३३३०

डॉलर्स, ऑस्ट्रेलिया ४३७४० डॉलर्स इत्यादी, तर भारताचे दरडोई उत्पन्न फक्त १३४० डॉलर्स इतके होते. याच वर्षी जागतिक बँकेच्या विकास अहवालावरून अल्पउत्पन्न देशांचे उत्पन्न १००५ डॉलर्सपर्यंत मानले होते. मध्यम उत्पन्न देशांचे उत्पन्न १००६ डॉलर्स ते १२२७५ डॉलर्सपर्यंत मानले होते; तर उच्च उत्पन्नदेशांचे उत्पन्न १२२७६ डॉलर्सपेक्षा जास्त मानले होते. अल्प आणि मध्यम उत्पन्न असलेले देश हे विकसनशील मानले जातात. या देशांचे उत्पन्न खूपच कमी असते. यानुसार विकसनशील देशांचे दरडोई उत्पन्न फारच कमी असते हे वैशिष्ट्य दिसून येते. दरडोई उत्पन्नावरून सत्यस्थिती लक्षात येतेच असे नाही, जसे भारत, श्रीलंका, नेपाळ इत्यादी देशांचे दरडोई उत्पन्न खूपच कमी आहे.

६) **दारिद्र्याचे मोठे प्रमाण :** विकसनशील देशांत जे निरनिराळे विकासाच्या मार्गात अडथळे असतात, त्यांचा परिणाम म्हणजे बेकारी अति दारिद्र्य होय. विकसित देश आणि विकसनशील देशातील उत्पन्नात प्रचंड अंतर असते, ते अंतर दारिद्र्याचे सूचक असते. उत्पन्नाबरोबरच आहार, आरोग्य, मूलभूत गरजांची पूर्ती, शिक्षण इत्यादींचा विचार केल्यास निरपेक्ष दारिद्र्याची कल्पना येते. या बाबतही विकसनशील देशांची स्थिती बिकट आहे. दारिद्र्याचे प्रमाण जास्त असल्यास बचत व भांडवल संचय कमी होतो. स्थूल राष्ट्रीय उत्पादनाचा दरही कमी होतो. दारिद्र्यरेषेखाली जगणाऱ्या लोकांच्या दारिद्र्यनिवारण योजनांवर सरकारला मोठ्या प्रमाणात खर्च करावा लागतो. दारिद्र्य निर्मूलन करण्यासाठी सरकारला खर्च करणे अनिवार्य असते; त्यामुळे सातत्यपूर्ण आर्थिक विकासात अडथळे निर्माण होतात. दारिद्र्य ही समस्या जोपर्यंत दूर होत नाही तोपर्यंत खऱ्या अर्थाने विकास झाला, असे म्हणता येत नाही. विकासासाठी दारिद्र्याचे दुष्टचक्र नष्ट केले पाहिजे. त्यासाठी भांडवलाची उपलब्धता व तंत्रज्ञान उपलब्ध करून देणे गरजेचे असते. परंतु अल्पविकसित/विकसनशील देशात त्यांची उणीव असल्याने दारिद्र्याचे दुष्टचक्र दिसून येते.

७) **मोठ्या प्रमाणातील बेकारी :** विकसनशील देशात विविध प्रकारची बेकारी असते. त्यामध्ये खुली बेकारी, छुपी अथवा प्रछन्न बेकारी ही जास्त गंभीर असते. लोकसंख्या सतत वाढत असल्याने बेकारी वाढतच जाते. अल्पविकसित/विकसनशील देशात भांडवलाच्या कमतरतेमुळे बेकारी निर्माण होते. भांडवलाची कमतरता असल्याने उद्योगधंद्याची वाढ होत नाही; त्यामुळे

बेकारी वाढतच जाते. ग्रामीण भागात 'शेती' हा प्रमुख व्यवसाय असल्याने तेथे 'छुपी बेकारी' दिसून येते. अर्ध्याहून अधिक लोकसंख्या शेती व्यवसायावर अवलंबून असल्याने शेतीवर काम करणाऱ्या लोकांची संख्या आवश्यकतेपेक्षा जास्त असते; त्यामुळे 'छुपी बेकारी' निर्माण होते. लोकसंख्यावाढ, कमी भांडवल, उद्योग व सेवा क्षेत्रांची कमी वाढ, पारंपरिक शेती पद्धत, रोजगाराच्या संधीची कमतरता इत्यादी कारणांमुळे मोठ्या प्रमाणावरील बेकारी हे अल्पविकसित/विकसनशील देशांचे एक वैशिष्ट्य दिसून येते.

८) **आर्थिक विषमता :** संपत्तीच्या वाट्यातील विषमता आर्थिक विषमतेला कारणीभूत ठरते. संपत्तीचे केंद्रीकरण काही मूठभर श्रीमंतांकडे झालेले असते. अनेक लोक गरीब असतात. अल्पविकसित देशात शेती हा प्रमुख व्यवसाय असल्याने जमिनीच्या मालकीबाबत विषमता निर्माण होऊन आर्थिक विषमता जाणवते. स्वतःच्या मूलभूत गरजा भागविण्याइतपत उत्पन्नाची साधने नसल्याने आर्थिक विषमतेत भर पडते. विकसनशील देशात मोठ्या प्रमाणात बेकारी असल्याने उत्पन्नात विषमता निर्माण होऊन आर्थिक विषमता दिसून येते.

९) **बँकिंग सुविधांची कमतरता :** विकसनशील देशांत ग्रामीण भागात बँकांची सुविधा पुरेशा प्रमाणात उपलब्ध नसल्याने ग्रामीण भागातील लोकांना बँकांच्या सेवा-सुविधेचा लाभ घेता येत नाही. तसेच बँकांमध्ये बचत अथवा ठेवींच्या स्वरूपात बँकेमध्ये पैसे ठेवण्याची सुविधा उपलब्ध होत नाही. त्याऐवजी लोक सोन्यामध्ये पैसे गुंतवितात, त्यामुळे ग्रामीण गुंतवणुकीत वाढ होत नाही; तसेच ग्रामीण भागात बँका, वाहतूक व दळणवळणाच्या सुविधा पुरेशा प्रमाणात उपलब्ध नसल्याने व्यापारविषयक सुविधा उपलब्ध होत नाहीत.

१०) **औद्योगिकरणाचे कमी प्रमाण :** विकसनशील देशांत 'शेती' हा प्रमुख व्यवसाय असतो. भांडवलाचे प्रमाण कमी असते, उद्योगधंद्यांची संख्या कमी असते. उद्योगधंद्यांच्या स्थापनेसाठी भांडवलाची कमतरता आवश्यक ते तंत्रज्ञान, प्रशिक्षित कामगार इत्यादींची कमतरता दिसून येते. अल्पविकसित देशांत भांडवली वस्तू निर्माण करणाऱ्या उद्योगांची कमतरता दिसून येते. त्यामुळे औद्योगिकरणाची उणीव विकसनशील देशांत दिसून येते.

विकसनशील देशांत औद्योगिक विकास अल्प झाल्याने औद्योगिक वस्तूंची आयात मोठ्या प्रमाणावर करावी लागते, तसेच लोकसंख्या वाढीमुळे उपभोग्य

वस्तुंचीसुद्धा आयात करावी लागते. त्यामुळे निर्यातीच्या मानाने आयात जास्त होत राहते. अल्पविकसित देशात प्राथमिक वस्तूंची प्रामुख्याने निर्यात केली जाते. परंतु विकसित देशांकडील त्यांची मागणी कमी होताना दिसून येते. त्यामुळे अल्पविकसित देशांच्या आयातीचे मूल्य अधिक राहते.

२.४.२ लोकसंख्या विषयक वैशिष्ट्ये (Demographic Characteristics)

१) **शेती क्षेत्रावरील अवलंबित्व अधिक :** विकसनशील देशात शेती हा मुख्य व्यवसाय असल्याने शेतीवरील अवलंबित्वाचे प्रमाण अधिक असते. औद्योगिक क्षेत्राचा विकास फारसा झाला नसल्याने लोकसंख्येचा अतिरिक्त भार शेती व्यवसायावरच पडतो. विकसित देशांमध्ये उद्योग आणि सेवाक्षेत्राचा विकास अधिक झाल्याने शेती क्षेत्रावरील अवलंबित्व कमी झालेले असते. उद्योग व सेवाक्षेत्रात काम करणाऱ्या लोकांचे प्रमाण वाढते. परंतु अल्पविकसित देशात उद्योग व सेवाक्षेत्राची मर्यादित प्रगती होत असल्याने तेथे फार थोडे लोक काम करतात. अल्पविकसित देशात वाढत जाणाऱ्या लोकसंख्येला रोजगार उपलब्ध होत नसल्याने शेती क्षेत्रावर लोकसंख्येचा अतिरिक्त भार पडतो. त्यामुळे शेती क्षेत्रात छुपी बेकारी दिसून येते.

२) **अतिरिक्त लोकसंख्या :** विकसनशील देशात साधनसामग्रीच्या मानाने लोकसंख्या अधिक असते. अतिरिक्त लोकसंख्या देशाच्या आर्थिक विकासांवर परिणाम करते त्यासाठी लोकसंख्या वाढीचा कल आणि प्रवाह पाहावा लागतो. तसेच साधनसंपत्ती, उत्पादने व तंत्रशक्तीचासुद्धा विचार करावा लागतो. अल्पविकसित देशात अंधश्रद्धा, रूढी, परंपरा, अज्ञान, निरक्षरता इत्यादी कारणांनी लोकसंख्या अधिक वेगाने वाढते. अतिरिक्त लोकसंख्येमुळे भौतिक, आर्थिक, सामाजिक स्थितीवर परिणाम होतो व आर्थिक विकासाच्या मार्गात अडथळे निर्माण होतात. लोकांच्या उपभोग्य वस्तूंच्या निर्मितीकडे अधिक लक्ष द्यावे लागते. परिणामी, भांडवली वस्तूंचे उत्पादन कमी राहते, त्यामुळे तो देश अल्पविकसित राहतो. अल्पविकसित देशात राष्ट्रीय उत्पन्न वाढीच्या दरापेक्षा लोकसंख्या वाढीचा दर अधिक असतो.

३) **सरासरी आयुर्मान कमी :** अल्पविकसित देशात कुपोषण, अनारोग्य, बेकारी, दारिद्र्य, अवर्षणप्रवण भाग, दुष्काळ इत्यादी कारणाने सरासरी आयुर्मान कमी दिसून येते. अशा देशांचा कमी विकास झाल्याने चौरस आहार मिळत नाही. आरोग्याकडे पुरेसे लक्ष देता येत नाही. आजारकाळात औषधोपचार सुविधा मिळत नाहीत. तसेच दारिद्र्य, बेकारीमुळे राहणीमान निष्कृष्ट दर्जाचे राहते त्यामुळे विकसनशील देशात सरारारी आयुर्मान कमी दिसून येते.

४) **राहणीमानाच्या समस्या :** विकसनशील देशात वाढत्या लोकसंख्येमुळे दारिद्र्य, बेकारी या समस्या मोठ्या प्रमाणात निर्माण झाल्या. दारिद्र्यरेषेखालील लोक अत्यंत निकृष्ट प्रतीचे राहणीमान अनुभवते. या लोकांना कुपोषण, अनारोग्य यांना सतत तोंड द्यावे लागते. कार्यक्षम राहण्यासाठी किमान आवश्यक गरजा भागविणे आवश्यक असते. परंतु त्या गरजा देशातील अनेक लोकांना योग्य प्रकारे भागविता येत नाहीत. त्यामुळे लोकांची कार्यक्षमता वाढू शकत नाही.

५) **वाढता जन्मदर आणि घटता मृत्यूदर :** दर हजार लोकसंख्येमागे दरवर्षी किती बालके जन्माला येतात त्या प्रमाणाला 'जन्मदर' म्हणतात. दर हजार लोकसंख्येमागे दरवर्षी जेवढे लोक मृत्यू पावतात, त्या प्रमाणाला 'मृत्यूदर' म्हणतात. 'जन्मदर आणि मृत्यूदर' या दोन महत्त्वाच्या घटकांवर देशाच्या 'लोकसंख्यावाढीचा दर' अवलंबून असतो. अल्पविकसित/विकसनशील देशांत प्रथम जन्मदर आणि मृत्यूदर दोन्हीही जास्त असतात; त्यामुळे लोकसंख्या अतिरिक्त वाढत नाही. परंतु देशाचा जसा विकास होतो, तसा तेथील लोकांच्या जीवनमानात बदल होतो. त्यामुळे मृत्यूदर घटतो मात्र जन्मदर फारसा घटत नाही, आणि लोकसंख्या अधिक वाढते. तसेच हवामान, सार्वत्रिक विवाहपद्धती, लवकर विवाह, बहुपत्नीत्व, निरक्षरता, दारिद्र्य, अंधश्रद्धा, निकृष्ट राहणीमान, कुटुंब नियोजनाला पुरेसा प्रतिसाद न देणे इत्यादी कारणांमुळे जन्मदर उच्च दिसून येतो. तर मृत्यूदर घटण्याची कारणे म्हणजे शिक्षण प्रसार, आरोग्य विषयक सुविधा, असाध्य रोगांवर नियंत्रण, वाहतूक, दळणवळण सोयीत वाढ, सकस आहार, सामाजिक सुधारणा, दवाखाने, हॉस्पिटलमध्ये होत जाणारी वाढ, औषधोपचार इत्यादी आहेत. थोडक्यात, अल्पविकसित देशात जन्मदर उच्च राहतो व मृत्यूदर घटतो हे एक वैशिष्ट्य अल्पविकसित देशाचे आहे, असे सांगता येते.

६) **सामाजिक सुविधांवर ताण :** विकसनशील देशात अतिरिक्त लोकसंख्येमुळे प्राथमिक शिक्षण, बाल आरोग्य, मातृसेवा या मूलभूत सेवांची प्रचंड गरज असते. शासनाला नियोजित सुधारणांवर खर्च करण्याऐवजी या मूलभूत सेवांवरच जास्त खर्च करावा लागतो तसेच औषधोपचार, सार्वजनिक आरोग्य, शिक्षण इत्यादींवरील खर्चसुद्धा वाढतो. वाढत्या लोकसंख्येने स्रोतांचा प्रचंड वापर केल्यामुळे परिस्थितीवर त्याचे गंभीर परिणाम होतात.

७) **ग्रामीण लोकसंख्या :** विकसनशील देशांत ग्रामीण भागात लोकसंख्येचे

मुख्यतः केंद्रीकरण झालेले असते, कारण शहरांचा फारसा विकास झालेला नसतो. एकूण लोकसंख्येच्या ७० ते ९० टक्के लोक ग्रामीण भागात राहतात, कारण त्यांचा शेती हा प्रमुख व्यवसाय असतो. एकूण लोकसंख्येमध्ये ग्रामीण भागात राहणाऱ्या लोकांचे प्रमाण अधिक असते. विकसित देशांत शहरांचा विकास अधिक झाल्याने शहरीभागात राहणाऱ्या लोकांचे प्रमाण अधिक असते. अल्पविकसित देशात तंत्रज्ञानाचा अभाव आणि भांडवलाच्या कमतरतेमुळे उद्योग व सेवाक्षेत्राचा विकास झालेला नसतो; त्यामुळे ग्रामीण भागातील लोकांचे शहरीभागाकडे होणारे स्थलांतर अत्यंत कमी असते. उदरनिर्वाहाचे दुसरे साधन उपलब्ध नसल्याने वाढती लोकसंख्या शेतीकडेच वळते. इंग्लंड आणि अमेरिकेसारख्या विकसित देशात शहरी भागात अनुक्रमे ९०, ७६ टक्के एवढे प्रमाण असते; तर भारतात सध्या ३१ टक्के लोक शहरी भागात राहतात; म्हणजेच एकूण ग्रामीण लोकांचे प्रमाण जास्त आणि शहरी लोकांचे प्रमाण अल्प, अशी अल्पविकसित/विकसनशील देशांचे वैशिष्ट्य दिसून येतात.

८) **लोकसंख्येची गुणवत्ता कमी :** अल्पविकसित देशांमध्ये लोकसंख्येची गुणवत्ता, साक्षरतेचे अल्पप्रमाण, अज्ञान, तांत्रिक प्रशिक्षणाचा अभाव, पौष्टिक अन्नाचा अभाव, निकृष्ट राहणीमान, भांडवलाची कमी उपलब्धता, गरिबी इत्यादी घटकांमुळे लोकसंख्येची गुणवत्ता अल्प राहते. अल्पविकसित देशात कॅलरीजची कमतरता ही खरी समस्या आहे. पुरेशा कॅलरीजचा आहार मिळत नसल्याने लोकांची कार्यक्षमता कमी राहून गुणवत्ता कमी दिसून येते. आवश्यक त्या कॅलरीज प्रतिव्यक्ती मिळत नसल्याने त्यांचे राहणीमान निकृष्ट राहते, त्याचा परिणाम आरोग्यावर होऊन लोकसंख्येची गुणवत्ता कमी राहते.

९) **अकुशल श्रमिक व कमी उत्पादकता :** विकसनशील देशात कुशल श्रमिकांचा अभाव दिसून येतो कारण कौशल्य निर्माण करणारी शिक्षण पद्धती त्या देशात नसते, असली तरी ती अपुरी असते. देशात विकास जसा होत जातो तशी कुशल श्रमिकांची मागणी वाढते, परंतु अशी स्थिती अल्पविकसित देशांत दिसून येत नाही. अकुशल श्रमिकांची संख्या अधिक दिसून येते. त्यामुळे अल्पविकसित देशांत श्रमाची उत्पादकता कमी दिसून येते. थोडक्यात, प्रशिक्षण, कौशल्य निर्माण करणाऱ्या शिक्षणाचा अभाव त्यामुळे श्रमिकांची उत्पादकता कमी राहते.

तसेच नवप्रवर्तन, धाडसी वृत्ती, संयोजकांचा अभाव इत्यादींचा अभाव असल्याने विकासाची गती अल्पविकसित देशात वाढत नाही. अल्पविकसित देशात संयोजकांचा अभाव दिसून येतो.

२.४.३ तंत्रज्ञानविषयक वैशिष्ट्ये (Technological Characteristics)

विकसनशील देशात जुनाट तंत्रज्ञान, दळणवळणाच्या अपुऱ्या सुविधा, रोगराईचे प्रमाण अधिक, अस्वच्छ वातावरण, अकुशल श्रमिक, प्रशिक्षणाच्या साधनांचा अभाव इत्यादी घटक दिसून येतात.

या तंत्रज्ञान विषयक घटकांचे विश्लेषण पुढीलप्रमाणे आहेत –

१) **कालबाह्य आणि जुनाट उत्पादन तंत्र :** विकसनशील देशात कालबाह्य उत्पादनतंत्राचा वापर करण्याकडे कल असतो आणि तशाच पद्धतीची साधनसामग्री वापरली जाते. तसेच काही कारणाने जुनाट तंत्रज्ञानाचा वापर करावा लागतो. विकसित देशात आणि अल्पविकसित देशात वापरले जाणारे उत्पादन तंत्र यामध्ये खूप मोठा फरक दिसून येतो. अल्पविकसित देशातील कालबाह्य आणि जुनाट उत्पादन तंत्रामुळे उत्पादकता खूपच अल्प राहते. त्यांना आधुनिक तंत्रज्ञान भांडवलाच्या कमतरेमुळे वापरणे शक्य होत नाही. तसेच कुशल तंत्रज्ञ, प्रशिक्षित कामगार यांचा अभाव दिसून येतो. तांत्रिक शिक्षणाच्या सुविधा नसल्यामुळे आधुनिक तंत्रज्ञान त्यांना आत्मसात करता येत नाही. परिणामी, श्रमिकांची उत्पादकता कमी राहते.

२) **वाहतूक व दळणवळणाच्या अपुऱ्या सुविधा :** वाहतूक व दळणवळणाच्या अपुऱ्या सुविधा मुख्यतः ग्रामीण भागात दिसून येतात. आर्थिक विकासासाठी ग्रामीण रस्ते शहरी भागाला पक्क्या रस्त्याच्या साहाय्याने जोडणे आवश्यक असते. तसेच बाजारपेठेच्या ठिकाणाला जोडणारे रस्ते आवश्यक असतात. परंतु भांडवलाच्या अभावी अल्पविकसित देशात रस्त्याची सुविधा अपुरी असते. विकसित देशांच्या तुलनेत वाहतूक व दळणवळणाच्या सुविधा कमी प्रमाणात दिसून येतात. तसेच वाहतूक व्यवस्थेत नागरिकांचेसुद्धा सहकार्य महत्त्वाचे असते. अपुऱ्या शिक्षणामुळे ते सहकार्य अशा देशात मिळत नाही. त्यामुळे दळणवळण व्यवस्थेसंदर्भात विकसनशील देशात निराशाजनक स्थिती दिसून येते.

३) **तांत्रिक शिक्षण आणि प्रशिक्षणाचा अभाव :** विकसनशील देशात अथवा विकसनशील देशात शिक्षण देणाऱ्या संस्थांची संख्या अल्प असते. सरकारी पातळीवरून शिक्षणाच्या सुविधा अपुऱ्या असतात. त्यामुळे शिक्षणाबरोबरच

तांत्रिक शिक्षण आणि प्रशिक्षणाच्या सुविधांचा अभाव दिसून येतो. सामाजिक जागृती आणि भांडवलाच्या अभावामुळे तांत्रिक शिक्षण देणाऱ्या संस्था आणि प्रशिक्षणाच्या सुविधा अल्प प्रमाणात दिसून येतात; तर विकसित देशात शिक्षण व प्रशिक्षणावर भर दिला जात असल्याने तेथे पुरुषांच्या बरोबर स्त्रियांनासुद्धा तांत्रिक शिक्षण व प्रशिक्षण मोठ्या प्रमाणात उपलब्ध होते. म्हणजेच विकसनशील देशात तांत्रिक शिक्षण आणि प्रशिक्षणाचे प्रमाण खूपच अल्प असते, हे वैशिष्ट्य सांगता येते.

२.४.४ सामाजिक–सांस्कृतिक वैशिष्ट्ये (Socio-Cultural Characteristics)

विकसनशील देशांमध्ये बहुतेक लोक रूढीवाढी असतात. त्यांच्यामध्ये शिक्षणाचा प्रसार फारसा झालेला नसतो. समाजात स्त्रियांचे स्थान खालावलेले असते. मजुरी करणाऱ्यात अल्पवयीन मुलांचे प्रमाण अधिक असते तर एकूण लोकसंख्येत मध्यम वर्ग कमी असतो. विकसित देशांच्या तुलनेत अल्पविकसित देशात सामाजिक, सांस्कृतिक वैशिष्ट्ये वेगळी असतात. ती पुढीलप्रमाणे आहेत –

१) **अंधविश्वास, रूढी–परंपरा व चालीरिती :** विकसनशील देशांत लोकांचा अंधविश्वास, रूढी–परंपरा, धार्मिक रीती यांवर पूर्ण विश्वास असतो. समारोह, प्रदर्शन, उत्सव इत्यादींसाठी मोठा खर्च केला जातो. धार्मिक रूढी, परंपरा, चालीरिती यासाठी समाज मोठा खर्च करतो. त्यामुळे अल्पविकसित देशांत बचतीचे प्रमाण कमी असते. परिणामी, विकासाची गती कमी राहते. जर चालीरिती, रूढी, परंपरा यामधील खर्चात घट केल्यास बचत वाढून, गुंतवणूक वाढून उत्पादनात वाढ होईल व आर्थिक विकास घडून येईल. म्हणून संयुक्त राष्ट्रसंघाने असे स्पष्ट केले की, जुन्या समजुती, पुरातन व कालबाह्य संस्था, जात, धर्म, वर्ण इत्यादीमध्ये बदल अपरिहार्य आहे. परंतु हा बदल लोकांना विश्वासात घेऊन संथपणे केलेला असावा. त्यामध्ये सामाजिक कल्याण हाच हेतू असावा. तसेच मायर व बाल्डविन यांनी असे म्हटले आहे की, 'जेथे आर्थिक विकासाच्या मार्गात धार्मिक अडथळे असतात, तेथे धार्मिक गोष्टींना कमी महत्त्व देणे किंवा त्यांचे स्वरूप बदलविणेच श्रेयस्कर ठरते.'

२) **निरक्षरता :** विकसनशील अथवा विकसनशील देशांत शिक्षणाचा प्रसार पुरेसा झालेला नसतो. लोकांना शिक्षणाचे महत्त्व समजलेले नसते. स्त्रियांच्यामध्ये निरक्षरतेचे प्रमाण अधिक असते. गरिबी, दारिद्र्य, बेकारी इत्यादींमुळे शिक्षणावर खर्च केला जात नाही. शिक्षणाचा प्रसार करणाऱ्या संस्था कमी असतात;

तसेच सरकार शिक्षणावर अधिक खर्च करत नाही. शिक्षणाच्या सोयी-सुविधा पुरेशा उपलब्ध नसल्याने निरक्षरतेचे प्रमाण अधिक दिसून येते.

३) **विविध वर्गात समाजाची विभागणी :** समाज विविध वर्गांत विभागलेला दिसून येतो. प्रत्येक समाज आपल्या जात, धर्म, वर्गाकडे लक्ष देतो. समाजातील विविध वर्गात सतत संघर्ष होत असतो. त्यामुळे या सर्वांचा आर्थिक विकासावर परिणाम होतो. प्रत्येक वर्ग स्वतःच्या अस्तित्वाकडे, हक्काकडे व हितसंबंधाकडे आर्थिक लक्ष देतो; त्यामुळे आर्थिक व सामाजिक विकासाकडे दुर्लक्ष होते. समाजाची विविध वर्गांत विभागणी हे एक अल्पविकसित देशाचे वैशिष्ट्य सांगता येते.

४) **स्त्रियांना दर्जा कमी :** अनेक विकसनशील देशात पुरुषांच्या बरोबरीने स्त्रियांना दर्जा दिला जात नाही; त्यामुळे 'स्त्रियांना सामाजिक दर्जा कमी' हे एक अल्पविकसित देशाचे वैशिष्ट्य मानावे लागते. अल्पविकसित देशात निरक्षरता, अंधश्रद्धा यांचे प्रमाण अधिक असल्याने स्त्रियांकडे पाहण्याचा दृष्टिकोन वेगळा दिसून येतो. कुटुंबात स्त्रियांना महत्त्व दिले जाते परंतु ते एका मर्यादेपर्यंत असते. पुरुषांनी काय कामे करावीत व स्त्रियांनी काय कामे करावीत, हे अप्रत्यक्ष ठरलेले असल्याचे दिसून येते. त्यामुळे स्त्रियांना समाजात काम करताना मर्यादा येतात. परंतु जसजसा अल्पविकसित देशांचा विकास होतो, तसतसा स्त्रियांच्याकडील पाहण्याचा दृष्टिकोन बदलत असल्याचे दिसून येते. त्यामुळे सामाजिक, आर्थिक विकास हा घटक महत्त्वाचा मानला जातो, जेणेकरून स्त्री-पुरुष समानता निर्माण होऊ शकते. अनेक विकसनशील देशांत घरापुरतीच मर्यादित कामे केल्याचे दिसून येते; तसेच नोकरी, व्यवसाय यामध्ये स्त्रियांचे प्रमाण अत्यल्प असल्याचे आणि देशाची निम्मी श्रमशक्ती वाया जाते असे दिसून येते. विकसित देशाला पुरुष आणि स्त्रिया बरोबरीने उत्पादन कामात मदत करतात. तसेच शिक्षण, नोकऱ्या यामध्येसुद्धा त्यांचा सहभाग अधिक असतो.

५) **कर्तव्य व हक्काबाबत कमी ज्ञान :** निरक्षरतेचे प्रमाण कमी असल्याने अल्पविकसित देशांत कर्तव्य व हक्काबाबत अधिक माहिती नसते. हक्क आणि कर्तव्याची माहिती नसल्याने ते स्वतःचा विकास करू शकत नाहीत. त्यामुळे समाजाचा व देशाचा विकास वेगाने होत नाही. शासकीय पातळीवर मानवी हक्कांबाबत बदलाचा उपयोग करून घेता येत नाही हे एक वैशिष्ट्य विकसनशील देशात दिसून येते.

६) **सामाजिक मूल्य कमी होतात :** विकसनशील देशात लोकसंख्या अधिक वाढत असल्याने सामाजिक, नैतिक मूल्यांचा ऱ्हास होतो; जसे चोऱ्यामाऱ्या, लुटमार, जाळपोळ, खून, दरोडे इत्यादींसारख्या अपप्रवृत्ती वाढतात. त्यामुळे सामाजिक स्वास्थ्य धोक्यात येते; तर शिक्षण, आरोग्य, सुरक्षितता, सामाजिक कल्याणकारी योजना इत्यादी सुविधा निर्माण करण्यावर मोठा खर्च होतो. त्यामुळे आर्थिक विकासावर खर्च करण्यासाठी पैसा कमी पडतो व त्याचा आर्थिक विकासावर विपरीत परिणाम होतो.

७) **नोकरदार वर्ग कमी :** विकसनशील देशात उद्योगात वाढ झालेली नसते; तसेच शहरीकरण अतिशय कमी प्रमाणात झालेले असते. शिक्षणाचे प्रमाण अतिशय कमी असल्याने निरक्षरतेचे प्रमाण अधिक असते. कृषीक्षेत्रांत अधिक लोक काम करतात. या सर्वांच्या परिणामांमुळे नोकरदार वर्ग/मध्यमवर्ग संख्यात्मकदृष्ट्या कमी असतो. म्हणून विकसनशील देशांत नोकरदार वर्गांची संख्या कमी दिसून येते हे एक वैशिष्ट्य सांगता येते.

२.४.५ इतर वैशिष्ट्ये (Other Characteristics)

१) **प्रदूषण व अस्वच्छ वातावरण :** विकसनशील देशात अतिरिक्त लोकसंख्या, अस्वच्छ वातावरण, प्रदूषण, सांडपाण्याच्या व्यवस्थेचा अभाव इत्यादी कारणाने देशात रोगराईचे प्रमाण अधिक असते. अस्वच्छ वातावरणामुळे लोकांच्या कार्यक्षमेवर प्रतिकूल परिणाम होतो. पिण्याच्या शुद्ध पाणीपुरवठ्याची सुविधा उपलब्ध नसल्याने त्याचा आरोग्यावर परिणाम होतो. आजूबाजूला अस्वच्छता व राहण्याच्या ठिकाणी व काम करण्याच्या ठिकाणी अस्वच्छता असल्याने त्याचा लोकांच्या कार्यक्षमतेवर परिणाम होतो. निरक्षरता व राहणीमानाची अवस्था कमी प्रतीची असल्याने स्वच्छता ठेवण्याची लोकांना जाणीव नसते. त्यामुळे समाजातील वातावरण आनंददायी राहात नाही.

२) **रोगराईचे प्रमाण अधिक :** अतिरिक्त लोकसंख्या, अस्वच्छ वातावरण, प्रदूषण, सांडपाण्याची अव्यवस्था इत्यादींमुळे रोगराईचे प्रमाण अधिक असते. त्यामुळे साथीच्या रोगांचे प्रमाण अधिक असते. उदा. मलेरिया, एड्स इत्यादी विकसनशील देशांत आरोग्यविषयक सोयीसुविधा अपुऱ्या असल्याने रोगराईचे प्रमाण अधिक असते; तसेच शिक्षणाचा प्रसारही कमी प्रमाणात झाला असल्याने आरोग्यविषयक माहितीचा अभाव दिसून येतो. आरोग्याची अधिक काळजी घेतली जात नसल्याने अस्वच्छ वातावरण, सांडपाण्याची दुर्गंधी इत्यादींमुळे रोगराईचे प्रमाण अधिक असते व त्याचा लोकांच्या कार्यक्षमतेवर परिणाम

होतो व उत्पादनावर प्रतिकूल परिणाम होऊन आर्थिक विकासाचा वेग खूपच कमी राहतो.

३) **पर्यावरणामुळे दुर्लक्ष :** विकसनशील देशांत लोकांना पर्यावरणाच्या दुष्परिणामांची जाणीव नसते. वायू-प्रदूषण, जल-प्रदूषण इत्यादींबाबत जागरूकता नसते व जंगलतोडीचे प्रमाण अधिक असते. कारण जळणासाठी म्हणजे स्वतःच्या फायद्यासाठी जंगलतोड केली जाते. त्यामुळे पर्जन्यमान घटणे, भूजलपातळी खाली जाणे, जमिनीची धूप होणे इत्यादी परिणामांची त्यांना काहीही माहिती नसते. तसेच काही ठिकाणी जमिनीला अति पाणी दिले जाते, त्यामुळे जमिनीत क्षार वाढून जमिनीची प्रत खालावते, जमिनी नापीक होतात, तर औद्योगिक क्षेत्रात धुरांचे प्रदूषण, तसेच औद्योगिक क्षेत्रातील रसायनांचे पाणी नदी, नाल्यात सोडले जाते त्यामुळे जलप्रदूषण वाढते. त्याचा परिणाम पर्यावरणावर होतो. अशा दुष्परिणामांची जाणीव अल्पविकसित देशातील लोकांना नसते. पर्यावरणाचे संवर्धन कसे करावे याची माहिती नसते. माहिती असली तरी तसे घडत नाही.

२.५ उदयोन्मुख अर्थव्यवस्था म्हणून भारत (India as an Emerging Economy)

जागतिक विकास अहवालात २०१९ मध्ये अर्थव्यवस्थांचे वर्गीकरण (१) १०२६ डॉलर्सपेक्षा कमी दरडोई उत्पन्न असलेल्या अर्थव्यवस्थांना 'अल्प उत्पन्न' अर्थव्यवस्था (२) १०२६ ते १२६१५ डॉलर्स दरडोई उत्पन्न असलेल्या अर्थव्यवस्थांना 'मध्यम उत्पन्न' अर्थव्यवस्था म्हटले जाते तर १०२६ ते ३९९५ डॉलर्स उत्पन्न असलेल्यांना 'निम्न मध्यम' तर ३९९६ ते १२३७५ डॉलर्स दरडोई उत्पन्न असलेल्यांना 'उच्च मध्यम' अर्थव्यवस्था म्हणतात. १२३७५ डॉलर्सपेक्षा अधिक दरडोई उत्पन्न असेल त्यांना 'उच्च उत्पन्न' अर्थव्यवस्था म्हटले जाते. भारताचे दरडोई उत्पन्न २०२१ मध्ये २१९० डॉलर्स एवढे होते. भारताची गणना सध्या 'निम्न मध्यम उत्पन्न' देशांच्या गटात होते. भारत ही जगात सहाव्या क्रमांकाची अर्थव्यवस्था आहे. नवीन आर्थिक सुधारणा अंमलात आल्यानंतर (१९९१ नंतर) भारताचा आर्थिक विकासाचा वेग वाढला असला तरी अद्यापही अल्पविकसित आणि विकसित अर्थव्यवस्थेची वैशिष्ट्ये दिसून येतात. म्हणून भारतीय अर्थव्यवस्थेची तुलना इतर अल्पविकसित अर्थव्यवस्थेशी होऊ शकत नाही व यामुळे भारतीय अर्थव्यवस्था 'उदयोन्मुख अर्थव्यवस्था' म्हणून संबोधिली जाते.

उदयोन्मुख अर्थव्यवस्था म्हणून भारतीय अर्थव्यवस्थेची वैशिष्ट्ये पुढीलप्रमाणे सांगता येतात.

१) द्विदल अर्थव्यवस्था : भारतीय अर्थव्यवस्था द्विदल स्वरूपाची दिसून येते. एका बाजूला अर्थव्यवस्थेत विकसिततेची लक्षणे दिसून येतात; तर दुसऱ्या बाजूला अल्पविकसिततेची लक्षणे दिसून येतात. एक भाग ग्रामीण तर दुसरा भाग शहरी दिसून येतो. शहरी भागात संघटित क्षेत्र आहे. शहरी भागात आधुनिक सोयीसुविधा आहेत. उदा. बसव्यवस्था, रेल्वे, चित्रपटगृहे, नाट्यगृहे, आधुनिक इमारती, संशोधन संस्था, शाळा, महाविद्यालये, विविध कंपन्या, बाजारव्यवस्था, प्रशासनव्यवस्था, दूर संचारसेवा इत्यादी; तर ग्रामीण असंघटित भाग मागासलेला आणि परंपरागत पद्धतीने असलेला दिसून येतो. तसेच एक भाग बाजारू अर्थव्यवस्थेचा तर दुसरा निर्वाहजन्य अर्थव्यवस्थेचा दिसून येतो. म्हणजे एका बाजूला चैनीच्या वस्तू निर्माण करणारे उद्योग; अर्थात नफा मिळवणारे उद्योग तर दुसऱ्या बाजूला जीवनावश्यक वस्तू निर्माण करणारे उद्योग दिसून येतात.

द्विदल अर्थव्यवस्था सर्व क्षेत्रांत दिसून येते. कृषी क्षेत्रात काही ठिकाणी आधुनिक पद्धतीने शेती केली जाते. व्यावसायिक पद्धतीनेही शेती केली जाते तर दुसऱ्या बाजूला फार मोठा भाग परंपरागत पद्धतीने शेती करताना दिसून येतो; म्हणजेच निर्वाह पद्धतीने शेती केली जाते. परंतु संपूर्ण असंघटित क्षेत्र हे ग्रामीण भागात आहे आणि संघटित क्षेत्र शहरीभागात आहे असे समजण्याचे कारण नाही.

भारतीय अर्थव्यवस्थेत भांडवलप्रधान उत्पादनतंत्राचा वापर करून अत्याधुनिक वस्तूंचे उत्पादन करणारी अशी आधुनिक लहान बेटे निर्माण झालेली आहेत; तर दुसऱ्या बाजूस श्रमप्रधान उत्पादन तंत्राचा वापर हातमाग, सुतार, लोहार, ग्रामोद्योग, लघुउद्योग इत्यादीत होताना दिसून येतो.

२) कृषी क्षेत्राचे वर्चस्व आणि स्थित्यंतरे : भारत हा कृषिप्रधान देश आहे. १९५०-५१ मध्ये शेतीचा राष्ट्रीय उत्पन्नातील हिस्सा ५८.७ टक्के होता. तो २०१९ मध्ये (GDP त) १६ टक्के एवढा झाला. १९५१ मध्ये सुमारे ७० टक्के लोक कृषी आणि संलग्न क्षेत्रात काम करत होते. २०११-१२ मध्ये कामगार लोकसंख्येपैकी ५२.७ टक्के लोक प्राथमिक क्षेत्रात गुंतले होते. २०२०मध्ये ४१.४९ टक्के लोक प्राथमिक क्षेत्रात गुंतलेले होते. आजही हे प्रमाण कमी झालेले असले तरी ते बरेच उच्च आहे. लोकसंख्येचा मोठा वाटा कृषी व संलग्न क्षेत्रांत गुंतलेला असणे आणि कृषी क्षेत्राचे जी.डी.पी.तील प्रमाण कमी असणे हे विकसनशीलतेचे लक्षण मानले जाते.

भारतीय कृषी क्षेत्राचे स्थित्यंतर हे पारंपरिक पद्धतीऐवजी व्यावसायिक अथवा

बाजारू पद्धतीने शेती, अशा स्वरूपाचे आहे. पारंपरिक पद्धतीने शेती करण्याऐवजी आधुनिक तंत्रज्ञानाच्या आधारे शेती केली जात आहे. बाह्य सेवेऐवजी अंतर्गत सेवा; तसेच एका पिकाऐवजी अनेक पिके घेतली जाऊ लागली आहेत. शेती कसणाऱ्या अनेक पद्धतीतून विशिष्ट पद्धतीने शेती करण्याची पद्धत दिसून येत आहे. कामाच्या स्वरूपात आमूलाग्र बदल झालेले आहेत. त्यातील काही बदल म्हणजे हरितक्रांती (पिकांबाबत), श्वेतक्रांती (दूध व दुधाचे पदार्थ), नीलक्रांती (मत्स्य व्यवसाय व त्याची उत्पादने) तसेच तेलबिया, अंडी, पोल्ट्री उत्पादने, फलोत्पादने, जैविक उत्पादने इत्यादींच्या परिणामांमुळे उत्पादनात वाढ झाली आहे. पारंपरिक पद्धतीने पिकांना पाणी देण्याऐवजी आधुनिक पद्धतीने ठिंबक सिंचन, तुषारसिंचन पद्धतीचा वापर वाढत आहे. तसेच शेततळी यासारखे माध्यम वापरून पिकांना संरक्षित पाणी देण्याची पद्धत सुरू झाली. विविध बंधाऱ्यांद्वारे पाणी अडविले जाते व पिकांना उपलब्ध करून दिले जाते. त्यामुळे उत्पादनात वाढ झाली; तसेच दुधाचे उत्पादन कमी खर्चात होऊ लागले; केळी जगभर निर्यात केली जाऊ लागली. दुसरी बाब म्हणजे फळे, भाजीपाला, उसाचे उत्पादन आणि डाळीचे उत्पादन इत्यादींबाबत उत्पादनात वाढ झाली, ही एक बदलाची खूण मानली जाते. तसेच शासकीय धोरणांचासुद्धा मोठा फायदा होत आहे, जसे शेतीच्या अन्नधान्यांच्या किमती, बी-बियाणांना साहाय्य, रासायनिक खतांना दिली जाणारी सबसिडी इत्यादी तसेच शेतीच्या उत्पादन वाढीसाठी आधुनिक तंत्रज्ञानाचा वापर वाढत आहे. त्यामुळे आधुनिक संशोधनाचा उपयोग करण्यातून शेतीच्या उत्पादना वाढ होण्यास मदत होत आहे.

३) लोकसंख्येत प्रचंड वाढ : भारताची वाढती लोकसंख्या हा अर्थव्यवस्थेवरील भार असून त्यामुळे अनेक समस्या निर्माण झाल्या आहेत.

भारतात आरोग्य सेवा-सुविधा वाढल्यामुळे मृत्यूदर कमी झाला. परंतु त्या मानाने जन्मदर अपेक्षेप्रमाणे कमी होत नाही. १९४१-५० या कालावधीत लोकसंख्या वाढीचा दर १.३१ टक्के होता. परंतु १९९१-२००१ या कालावधीत तो वाढून १.९३ टक्के झाला. सध्या लोकसंख्या वाढीचा वार्षिक सरासरी दर घटून तो १.६४ टक्के झाला. जलद लोकसंख्या वाढीचे मुख्य कारण म्हणजे मृत्यूदरात मोठ्या प्रमाणात घट झाली. १९११ या काळात मृत्यूदर दर हजारी ४९ एवढा होता. तो बराच घटून २००८ मध्ये ७.४ पर्यंत कमी झाला. या तुलनेत जन्मदर १९११-२० या काळात ४९ एवढा होता, तो २०१० मध्ये २२.१ पर्यंत कमी झाला. जन्मदर घटला, परंतु ही घट मृत्यूदराच्या मानाने खूपच कमी आहे. वाढत्या लोकसंख्येचा आर्थिक विकासावर भार पडतो व वाढत्या लोकसंख्येमुळे श्रमशक्तीत वाढ होत आहे. वाढत्या लोकसंख्येमुळे

लोकांचे चांगले जीवनमान राखण्यात अडथळे निर्माण होतात. अन्न, वस्त्र, निवारा, औषधे, शिक्षण या बाबी अधिक प्रमाणात उपलब्ध करून द्याव्या लागतात. त्याचा अर्थव्यवस्थेवर ताण येतो.

१९५१ मध्ये भारताची लोकसंख्या ३६ कोटी होती. ती १९९१ मध्ये ८४.५ कोटी झाली. २०११ मध्ये १२१ कोटी झाली तर २०२१ मध्ये १३९ कोटी (अंदाजे) झाली. त्यामुळे अर्थव्यवस्थेसमोर अनेक समस्या निर्माण झालेल्या आहेत.

४) कायमस्वरूपी बेरोजगारी आणि अल्प रोजगारीचे अस्तित्व : भारतीय अर्थव्यवस्थेत वाढत्या लोकसंख्येबरोबरच श्रमिकांचा पुरवठा मोठ्या प्रमाणात वाढत आहे. वाढत्या लोकसंख्येचा उच्च दर आणि द्वितीय आणि प्रादेशिक व्यवसायांची असमतोल वाढ या बाबी कायमस्वरूपी बेरोजगारी आणि अल्प रोजगारीस जबाबदार आहेत. भारतीय उद्योगांचा विकास अल्प प्रमाणात झाल्याने शहरी भागात उघड बेकारी आणि सुशिक्षितांची बेकारी दिसून येते. शेतीच्या बाबतीत छुपी बेकारी मोठ्या प्रमाणात दिसून येते. थोडक्यात, भारताच्या शहरी भागात उघड आणि सुशिक्षितांची बेकारी तर ग्रामीण भागात छुपी बेकारी आणि अल्प रोजगारीची समस्या दिसून येते.

भारतीय नियोजन मंडळाने केलेल्या सर्वेक्षणानुसार (NSS) बेरोजगारीचा दर १९९९-०० मध्ये ७.३२ टक्के होता; तो २००४-०५ मध्ये ८.३६ टक्के पर्यंत वाढला. सन २००४-०५ मध्ये श्रमिक लोकसंख्येपैकी ३४.७४ दशलक्ष लोकसंख्या बेकार होती.

२०१८ मध्ये रोजगारदर ४५.४ टक्के होता. ILO नुसार २०२० मध्ये ५.४ टक्के बेरोजगारीचा दर आहे. तो २०१९ मध्ये ५.८ टक्के होता. तरुणांचा (१५ ते २४ वर्षामधील) बेरोजगार दर २३.८ टक्के होता. कोविड १९च्या महामारी काळात बेरोजगारी वाढलेली दिसून येते. विकसित देशात बेरोजगारी असते. परंतु ती मुख्यत्वे तात्पुरती, हंगामी व घर्षणी स्वरूपाची असते. तेजी-मंदीच्या चक्रामुळे तसेच परिणामकारक मागणीच्या अभावामुळे ती निर्माण होते. काही काळाने ती बेरोजगारी नाहीशी होते. परंतु भारतातील बेरोजगारी कायमस्वरूपी व दीर्घकाळ टिकणारी व वाढत जाणारी दिसून येते. बेकारीच्या काळात श्रमिकांची कार्यक्षमता वाया जाते; परंतु त्यांचा उपभोग मात्र चालू राहतो. त्यामुळे अशी लोकसंख्या ओझे ठरते व म्हणून बेरोजगारांना रोजगार उपलब्ध करणे महत्त्वाचे ठरते.

५) भांडवलनिर्मिती दरात धिम्या गतीने सुधारणा : भारतात भांडवलनिर्मितीचा दर कमी आहे; कारण भारतात बचतीचा दर कमी असल्याने गुंतवणूक दर कमी असतो.

तक्ता २.१ : स्थूल भांडवलनिर्मिती आणि बचत (टक्के)

देश	स्थूल भांडवलनिर्मिती		स्थूल देशांतर्गत बचत	
	१९९०	२०१२	१९९०	२०१२
१) अमेरिका	१८	१४.९*	१६	११.१*
२) इंग्लंड	२०	१४.५	१८	१२.१
३) जपान	३३	१९.९*	३४	१९.०*
४) जर्मनी	२४	१७.२	२४	२२.९
५) चीन	३५	४८.४*	३८	५२.५*
६) भारत	२४	३५.६	२३	२७.९

भारताची २०१२ ची स्थूल देशांतर्गत बचत २७.९ टक्के आहे, तर स्थूल भांडवलनिर्मिती ३५.६ टक्के आहे. ही विकासासाठी चांगली बाब आहे. विकसित देशांची तुलना करता भारतातील स्थूल भांडवलनिर्मिती अधिक आहे. प्रा. कोलिन क्लार्क यांच्या मते, देशातील लोकांचे राहणीमान टिकवून ठेवण्यासाठी ४ टक्के अतिरिक्त गुंतवणूक झाली पाहिजे (लोकसंख्या वाढीचा वार्षिक दर १ टक्का असेल तर) भारतातील लोकांचे राहणीमान टिकवून ठेवण्यासाठी भांडवलनिर्मितीचा दर १४ टक्के असला पाहिजे. आर्थिक विकासाचा दर वाढविण्यासाठी भांडवलनिर्मितीचा दरसुद्धा वाढणे आवश्यक आहे.

६) विज्ञान व तंत्रज्ञानात वाढ : अमेरिकेतील 'विज्ञान' या मासिकात असे म्हटले आहे की, जगातील पहिल्या पंधरा देशांमध्ये भारताचा आठवा क्रमांक लागतो; त्यामध्ये जगातील एकूण प्रकाशित होणाऱ्या विज्ञान, अभियांत्रिकी आणि औषधे इत्यादी संशोधनासंदर्भात सहभाग आहे. आता उच्च प्रतीच्या प्रशिक्षित वैज्ञानिकांमध्ये अमेरिकेनंतर भारताचा नंबर लागतो.

भारतात १३०० पेक्षा जास्त संशोधन संस्थांमधून संशोधानाचे काम चालू असून ते विस्तृत क्षेत्रांत विखुरलेले दिसून येते. जसे अणुऊर्जा, अवकाश, संरक्षण, विमानविद्या, कृषी, वन, आरोग्य, इलेक्ट्रॉनिक्स, जैवतंत्र इत्यादी.

संशोधनात भारताचा मुख्यत: विशिष्ट क्षेत्रात महत्त्वाचा सहभाग दिसून येतो जसे महासंगणक, सॉफ्टवेअर उद्योग इत्यादी भारतातील संशोधन समाधानकारक असले तरी अजूनही द्वंद्वात्मक तांत्रिकपणा दिसून येतो.

भारतीय शेतीत दर एकरी अल्प उत्पादकता तसेच शेती व उद्योग क्षेत्रांत

प्रतिश्रमिक अल्प उत्पादकता दिसून येते; कारण तंत्रज्ञानाची निम्नस्तरीय पातळी होय. जुने उत्पादनतंत्र वापरल्यामुळे गुणवत्ता कमी दिसून येते. स्पर्धेच्या या युगात तांत्रिक स्तर कमी असल्यामुळे त्याचा प्रतिकूल परिणाम आर्थिक विकासावर होतो. नवीन आर्थिक सुधारणा काळात भारतात अनेक व्यवसाय संस्था व उद्योगांनी नवीन तंत्रज्ञानाचा स्वीकार केल्याचे दिसून येते.

७) संपत्तीचे सदोष विभाजन : भारतात उत्पन्नाची आणि संपत्तीची विषम वाटणी झालेली दिसून येते. जागतिक बँकेच्या २०००-०१ च्या अहवालावरून वरच्या स्तरातील २० टक्के कुटुंबाचे उत्पन्न एकूण राष्ट्रीय उत्पन्नाच्या ४६.१ टक्के आहे; तर खालच्या २० टक्के लोकांचे उत्पन्न एकूण राष्ट्रीय उत्पन्नाच्या फक्त ११.६ टक्के होते. यावरून उत्पन्नातील विभागणी असमतोल असल्याचे दिसून येते.

राष्ट्रीय नमुना पाहणीनुसार आणि माहितीनुसार भारतीय ग्रामीण कुटुंबांपैकी ३९ टक्के कुटुंबे देशातील एकूण ग्रामीण मालमत्तेपैकी फक्त ५ टक्के मालमत्तेचे मालक आहेत; तर त्यांच्यापैकी ८ टक्के उच्च कुटुंबीयांच्या मालकीची ४६ टक्के मालमत्ता आहे. यावरून ग्रामीण संपत्ती वाटपातील विषमता दिसून येते. यामध्ये गिनी गुणांक जेवढा अधिक तेवढी विषमता अधिक असते. उत्पन्नाच्या विषमतेचे प्रमाण मोजण्यासाठी लॉरेंझ वक्र व त्यावरून काढलेली गिनी गुणांक यांचा वापर केला जातो. २०१८ मध्ये भारताचा गिनी निर्देशांक ४७.९० एवढा होता.

८) मानवी भांडवलाचा कमी दर्जा : भारताच्या वाढत्या लोकसंख्येमुळे मानवी श्रम मोठ्या प्रमाणात उपलब्ध आहे. शिक्षण व तांत्रिक शिक्षणाच्या सुविधांच्या अभावी मानवी भांडवलाचा दर्जा कमी राहिला आहे. २०११ च्या जनगणनेनुसार अजूनही २५.९६ टक्के लोक निरक्षर आहेत. त्यामुळे रूढी, परंपरा, अंधश्रद्धा यांचा पगडा असल्याने ते नवीन तंत्रज्ञान स्वीकारण्यास तयार होत नाहीत. २००२-०४ मध्ये स्थूल राष्ट्रीय उत्पन्नाच्या फक्त ३.३ टक्के उत्पन्न शिक्षण आणि संशोधनाच्या विकासावर खर्च केले होते; तर अमेरिकेत स्थूल राष्ट्रीय उत्पन्नाच्या ५.९ टक्के उत्पन्न शिक्षण व संशोधन यावर खर्च केले होते. २००७ मध्ये स्थूल राष्ट्रीय उत्पन्नाच्या फक्त १.१ टक्के उत्पन्न आरोग्यावर खर्च केले होते; त्यामुळे मानवी भांडवलाचा दर्जा कमी दिसून येतो.

मानवी संसाधन हे साक्षरता, अंगीकृत कौशल्ये, आरोग्य, स्वच्छता, आयुर्मान इत्यादींवर आधारित असते. परंतु या सर्व बाबतीत भारतात अपेक्षेप्रमाणे विकास न झाल्याने मानवी संसाधनाचा दर्जा निकृष्ट प्रतीचा आहे. सध्या मानवी निर्देशांक काढताना-

अ) आरोग्याचा स्तर मोजला जातो त्यामध्ये जन्माच्या वेळचे आयुर्मान हा निर्देशक वापरला जातो.

ब) शिक्षण स्तर मोजण्यासाठी या वर्षांपेक्षा अधिक वयाच्या व्यक्तींचे शिक्षण आणि १८ वर्षांपेक्षा कमी वयाच्या मुलांचे शिक्षण लक्षात घेतले जाते.

क) जीवनमानाचा दर्जा मोजण्यासाठी दरडोई स्थूल राष्ट्रीय उत्पन्न हा निर्देशक वापरला जातो.

२०१९ मध्ये मानवी विकास निर्देशांकात भारताचा १३१ वा क्रमांक होता. हा निर्देशांक ०६४५ (मध्यम) आहे.

९) मूलभूत वाढ : भारतीय अर्थव्यवस्थेतील वार्षिक वाढीचा दर गेल्या पाच दशकांपासून ४ टक्के टिकून आहे. अर्थव्यवस्थेतील अनेकविध समस्यांमुळे आर्थिक विकासाचा वेग घटला आहे; तसेच लोकसंख्या वाढीचा दर जास्त आहे. भारतीय अर्थव्यवस्था भविष्यात विकास करेल अशी शक्यता निर्माण झाली आहे.

जीडीपी २०२०-२१ च्या चौथ्या टप्प्यात १.६ टक्के होता तो २०२० मध्ये -७.३ टक्के होता. त्यामध्ये सुधारणा होऊन २०२१-२२ मध्ये तो ११.५ टक्के राहण्याची शक्यता आहे.

१०) आत्मनिर्भरता आणि कमी अवलंबित्व : भारत हा आंतरराष्ट्रीय परिस्थितीवर नियंत्रण करण्यात यशस्वी ठरला आहे. भारतातील अंतर्गत घडामोडी आणि राजकीय धोरणांमुळे ते शक्य झाले. भारतीय आर्थिक नियोजनामुळे स्वत:ची धोरणे यशस्वी करता आली. विकासासाठी मुख्यत: औद्योगिकरण, उद्योगनिहाय विभाग, औद्योगिकरणाचे विशेषीकरण इत्यादींमुळे भारत आत्मनिर्भर बनला. १९७०च्या मध्यास झालेली 'हरितक्रांती' अन्नधान्याच्या बाबतीत बरीचशी यशस्वी ठरली. भारतात बदलाच्या खुणा दिसून येऊ लागल्या आहेत. दक्षिण भागात विकसित अर्थव्यवस्था दिसू लागली आहे.

११) औद्योगिक प्रगती : भारत हा औद्योगिकदृष्ट्या प्रगत देश आहे. मागील पाच दशकात भारताचे औद्योगिक उत्पादन पाच पट वाढले. त्यामुळे भारताचा समावेश जगातील महत्त्वाच्या दहा देशांत होतो.

विदेशातील आयात देशातील वस्तुनिर्मितीमुळे कमी होत आहे आणि अभियांत्रिकी वस्तूंच्या निर्यातीचा वाटा वाढत आहे. सॉफ्टवेअर क्षेत्रातील निर्यात मोठ्या प्रमाणात होत आहे. तांत्रिक व व्यवस्थापकीय कौशल्यामुळे अत्याधुनिक उद्योगाचा विकास झाला आहे आणि म्हणून मोठ्या प्रमाणात औद्योगिक संस्कृती भारतात विकसित झाली आहे.

१२) विदेशी व्यापाराचे बदलते स्वरूप : भारताच्या परकीय व्यापारात बदलत्या संरचनेच्या भूमिकांचे स्थान महत्त्वाचे आहे. विदेशातून अन्नधान्याची आयात

व उपभोग्य वस्तूंची आयात कमी झाली आहे. भारतीय अर्थव्यवस्थेतील निर्यातीच्या रचनेत वस्तुतील परंपरावादीपणा कमी होऊन नावीन्यपूर्ण बदल झाला. त्यामुळे जास्तीत जास्त आंतरराष्ट्रीय व्यापारात भारताचा सहभाग वाढला आहे. विदेशी व्यापाराचा विचार करता जागतिक वस्तू व सेवा व्यापारात भारताचा हिस्सा २००३ मध्ये ०.९२ टक्के होता; तो २००८ मध्ये १.६४ टक्क्यांपर्यंत वाढला. भारताच्या जागतिक वस्तू निर्यातीत हिस्सा २०१३ मध्ये १.७ टक्के एवढा होता. भारत हा १९ वा आति सर्वांत मोठा वस्तू निर्यातक देश होता; भारताने २०१९-२० मध्ये ३१३ बिलीयन डॉलर्सची निर्यात केली. तर जागतिक वस्तू आयातीत भारताचा हिस्सा २०१३ मध्ये २.५ टक्के होता. भारत हा १२ वा सर्वांत मोठा आयातक देश आहे.

१३) सामाजिक आणि आर्थिक मूल्यरचनेतील प्रतिकूलता : भारतीय समाजात सामाजिक विषमता आणि सांस्कृतिक विविधता दिसून येते; तसेच भारतीय समाजात व्यक्ती, कुटुंब किंवा वर्ग हा स्वतंत्र घटक दिसून येतो. त्याला सामाजिक संघटनांमध्ये महत्त्वाचे स्थान असते. बाह्य गतिक्षमता अतिशय कमी प्रमाणात दिसून येते. लोकांचे शिक्षण झाले तरी त्यांच्यामध्ये विशिष्ट ध्येयाचा अभाव दिसतो. समाज हा वयोगट, जात, पंथ, वर्ग इत्यादींमध्ये विभागलेला दिसून येतो. प्रत्येकाची स्वतंत्र रचना दिसून येते, ती आर्थिक विकासाला अडथळा ठरते.

भारतातील मूल्यरचना हीसुद्धा महत्त्वाची आहे. भारतातील मूल्यरचना आर्थिक प्रेरणा, वस्तुनिर्मिती, स्वतंत्र आणि सार्वत्रिकपणा अशा काही धैर्य खचणाऱ्या मूल्यरचना स्वीकारल्याचे दिसून येते. भारतातील सांस्कृतिक मूल्यपद्धतीसुद्धा आर्थिक प्रेरणेला प्रतिकूल दिसून येते. त्यामुळे लोक मागासलेले राहतात.

१४) राहणीमानाचा कमी दर्जा : भारतात २५ टक्के लोकसंख्या दारिद्र्यरेषेखाली जीवन जगत आहे. जागतिक विकास अहवालावरून भारतातील ४६ टक्के लहान मुलांचे कुपोषण होते; विकसित देशात ३४०० उष्मांकाचे सेवन दररोज केले जाते. भारतात १९९९ मध्ये हेच प्रमाण २४९६ इतके होते. निवास, आरोग्य, शिक्षण इत्यादींबाबत विकसित देशांच्या तुलनेने भारतात उपलब्ध सेवा तोकड्या व निकृष्ट प्रतिच्या आहेत. या सर्वांचा परिणाम राहणीमानाचा दर्जा खालावण्यात होतो.

१५) कमी दरडोई उत्पन्न : दरडोई उत्पन्न हा आर्थिक विकासाचा एक निर्देशक मानला जातो. भारताचे राष्ट्रीय उत्पन्न वेगाने वाढत आहे. मात्र, देशाच्या लोकसंख्येत मोठी वाढ होत आहे त्यामुळे दरडोई उत्पन्न मंदगतीने वाढत आहे. भारताने आर्थिक नियोजनाचा अवलंब केल्यापासून भारताच्या दरडोई उत्पन्नात साडेतीन पटींपेक्षा अधिक वाढ झाली आहे. १९५०-५१ मध्ये भारताचे दरडोई उत्पन्न ११२७

रुपये होते. ते १९९८-९९ पर्यंत ३८९५ रुपयांपर्यंत वाढले. ते २०२१ मध्ये २१९० डॉलर्स एवढे झाले. अमेरिकेचे ६८३१० डॉलर्स, इंग्लंडचे ४६३४० डॉलर्स, फ्रान्सचे ४५००० डॉलर्स रशियाचे ११६५० डॉलर्स जपानचे ४२९३० डॉलर्स आणि चीनचे ११८०० डॉलर्स एवढे होते. कमी दरडोई त्पन्नाचा परिणाम राहणीमानावर होतो. त्यामुळे अन्य विकसित देशांच्या तुलनेने भारताचे राहणीमान कमी दर्जाचे आहे.

१६) इतर सुविधांचा विकास : भारताने विविध क्षेत्रांत महत्त्वपूर्ण प्रगती केली आहे. त्यामध्ये वाहतूक व दळणवळण, बँकिंग आणि पतपुरवठा, विमा, भांडवल बाजार, आरोग्य, शिक्षण, मुख्यत: तांत्रिक आणि व्यवस्थापकीय शिक्षणही असून शिवाय श्रमिकांच्या अंतर्गत क्षमतेत वाढ व मोठ्या प्रमाणात शिस्त निर्माण झाली.

श्रमिकांच्या कौशल्यात वाढ झाल्याने 'श्रमिक' हे उत्पादनाच्या साधनातील बदलामुळे 'सॉफ्टवेअर तज्ज्ञ' म्हणून काम करू लागले आहेत.

१७) सदोष आर्थिक संघटन : भारतात बँका व वित्तीय संस्थांचा विकास ग्रामीण भागात फारसा झालेला नाही; त्यामुळे शेतकऱ्यांना शेतीचा आणि कौटुंबिक खर्च भागविण्यासाठी सावकाराकडून अधिक व्याजदराने कर्ज घ्यावे लागत आहे. औद्योगिक विकासासाठी भांडवल बाजार विकसित झाला पाहिजे, परंतु भांडवल बाजार विकसित न झाल्यामुळे उद्योगांना भांडवल पुरवठा पुरेशा प्रमाणात होऊ शकत नाही. भारतातील निरक्षर, अल्पशिक्षित लोकसंख्या प्रचलित वित्तीय संस्थांपासून दूर राहतात. तसेच सहकारी वित्तपुरवठ्याचा अपेक्षित विकास झालेला नाही. भारतात प्रचलित आर्थिक संघटन पद्धतीत आमूलाग्र बदल घडवून आणण्याची आवश्यकता आहे. त्यासाठी कुशल व्यवस्थापकांची आवश्यकता आहे.

१८) नैसर्गिक आणि मानवी साधनसंपत्तीचा अपुरा वापर : भारतात नैसर्गिक साधनसंपत्ती उदा. खनिजसंपत्ती, जलसंपत्ती, वनसंपत्ती, नैसर्गिक वायू मोठ्या प्रमाणात आहे. तसेच, वाढत्या लोकसंख्येमुळे मानवी साधनसंपत्तीसुद्धा मोठ्या प्रमाणात उपलब्ध आहे. केवळ भांडवलाच्या टंचाईमुळे त्या साधनसंपत्तीचा पूर्णपणे वापर केला जात नाही. अकुशल प्रशासक आणि प्रामाणिक प्रशासनव्यवस्थेचा अभाव, यामुळे टंचाई असलेल्या भांडवलाचीसुद्धा मोठ्या प्रमाणात उधळपट्टी होताना दिसून येते.

अद्याप पडीक जमिनीचे मोठे प्रमाण आहे. जलसिंचन सुविधांची कमतरता आहे. देशात प्रचंड मनुष्यबळ आहे. परंतु त्याचा पुरेपूर वापर केला जात नाही. परिणामी, भारतीय अर्थव्यवस्थेच्या विकासाचा दर कमी आहे.

१९) सामाजिक बदल : भारतीय राज्यघटनेत अस्पृश्यता मानणे कायद्याने गुन्हा आहे असे नमूद केले आहे. आता अस्पृश्य किंवा दलित समाजातील लोकांच्या अधिकारात आणि प्रभावात जलद वाढ होत आहे. आणि भारतातील नियम व कायद्यांचा अल्पविकसित देशांतसुद्धा सहभाग वाढला आहे.

जागतिक विकासात उत्पादन व सेवेचा महत्त्वाचा प्रवाह भारताचा दिसून येतो. उपभोक्त्याच्या आवडीला तसेच हक्काला महत्त्व दिले जाते. शिवाय संपूर्ण जगात भारतीय उत्पादनांना व सेवा क्षेत्राला बाजारपेठ निर्माण झाली आहे.

भारताने सामाजिक, आर्थिक आणि तांत्रिक क्षेत्रांत व संस्थात्मक रचनेत सुधारणा या गोष्टी संपादित केल्या, हे विकासाचे निर्देशक आहे. भारताने आर्थिक विकासात यश मिळविले आहे. भारतीय अर्थव्यवस्थेने स्वत:चे असे स्थान निर्माण केले आहे आणि म्हणून भारतीय अर्थव्यवस्था ही उदयन्मुख अर्थव्यवस्था म्हणून विकसित होत आहे.

प्रश्न

प्र. १ एका वाक्यात उत्तरे लिहा.

१) विकसित देश म्हणजे काय?
२) विकसनशील देश म्हणजे काय?
३) उदयोन्मुख अर्थव्यवस्था म्हणजे काय?
४) विकसित देशात लोकसंख्येचा दर कसा असतो.
५) विकसनशील देशात तंत्रज्ञानाची स्थिती कशी असते.
६) विकसनशील देशात सामाजिक-सांस्कृतिक स्थिती कशी असते.

प्र. २ टिपा लिहा.

१) विकसित देश आणि विकसनशील देश
२) विकसनशील अर्थव्यवस्थेची वैशिष्ट्ये
३) उदयोन्मुख अर्थव्यवस्था - भारत

प्र. ३ थोडक्यात उत्तरे लिहा.

१) विकसित देशांची संकल्पना स्पष्ट करा.
२) विकसनशील देशांची संकल्पना स्पष्ट करा.
३) लोकसंख्या विषयक वैशिष्ट्ये स्पष्ट करा.
४) उदयोन्मुख अर्थव्यवस्था म्हणजे काय?

प्र. ४ सविस्तर उत्तरे लिहा.

१) विकसित देशांची वैशिष्ट्ये सांगा.

२) विकसनशील देशांची वैशिष्ट्ये सांगा.

३) उदयोन्मुख अर्थव्यवस्था म्हणून भारत स्पष्ट करा.

प्रकरण – ३

आर्थिक विकास प्रक्रियेतील अडथळे
(Constraints Development Process)

३.१ प्रस्तावना (Introduction)

प्रत्येक देशाची भौगोलिक, राजकीय, सांस्कृतिक, सामाजिक, आर्थिक परिस्थिती भिन्न असल्याने विकासातील अडचणींचे स्वरूपही वेगळे असते. काही देश अनेक वर्षे पारतंत्र्यात राहिल्यानंतर स्वतंत्र्य होऊन सुरुवातीच्या काळात अनेक अडथळे निर्माण झाल्याचे दिसून येते; जरी लोकशाही स्वीकारली तरी लोकशाहीचे प्रशिक्षण मिळालेले नसते. हक्क, कर्तव्य, अधिकार यांची जाणीव नसते. त्यामुळे शासनाच्या विविध कामात सहभाग दिसून येत नाही. भारताच्या बाबतीतसुद्धा असेच दिसून येते. भारतालासुद्धा स्वातंत्र्यानंतर अनेक अडचणींना तोंड द्यावे लागले. परकीयांच्या वर्चस्वामुळे जबाबदारी पार पाडण्याची वृत्ती नष्ट झाली होती. त्यामुळे लोकांच्या मनोवृत्तीत बदल होईपर्यंत विकासाच्या प्रयत्नांना यश मिळाले नाही. काही अल्पविकसित अथवा विकसनशील देशांमध्ये लोकसंख्या वेगाने वाढल्याने विकासात अडथळे निर्माण झाले. विकसित देश आणि अल्पविकसित अथवा विकसनशील देश यांच्यामध्ये

विकासाच्या बाबतीत भिन्नता निर्माण झाली. देशाच्या आर्थिक विकासावर नैसर्गिक साधनसामग्रीची उपलब्धता, लोकसंख्या, भांडवलनिर्मिती, श्रमिकांची कौशल्ये, तांत्रिक प्रगती, कार्यक्षमता, प्रशासन, इत्यादी घटकांचा प्रभाव असतो. विकसित देशात भांडवल मोठ्या प्रमाणावर उपलब्ध असते तर अल्पविकसित अथवा विकसनशील देशात भांडवलाची टंचाई असते. परिणामी, आर्थिक विकासाच्या प्रक्रियेत मर्यादा दिसून येते.

३.२ दारिद्र्याचे दुष्टचक्र (Vicious Circle of Poverty)

'दारिद्र्य' हे एक वास्तव असून ती एक आर्थिक व सामाजिक घटना आहे. ज्या व्यक्तीस मूलभूत गरजांची पूर्तता करता येत नाही, ती व्यक्ती 'दरिद्री' समजली जाते. अन्न, वस्त्र, निवारा, आरोग्य विषयक सुविधा व शिक्षण यांच्या पूर्ततेसाठी उत्पन्नाची कमतरता असते. जे लोक आपल्या दैनंदिन राहणीमानाची किमान पातळी गाठू शकत नाहीत, किंवा मूलभूत गरजांची पूर्तता करू शकत नाहीत; त्यांना 'गरीब किंवा दारिद्र्यातील लोक' म्हटले जाते. तिसऱ्या जगातील देश आणि दक्षिण व दक्षिण पूर्व आशिया आणि आफ्रिका खंडातील देश दारिद्र्याच्या दुष्टचक्रात अडकले आहेत. त्या देशातील दरडोई उत्पन्न अनेक वर्षांपासून स्थिर असल्याचे दिसून येते. तसेच निकृष्ट प्रतीचे जीवन बहुसंख्य लोक जगतात. भारताच्या संदर्भात विचार करता ब्रिटिशकाळात भारताचा विकास झाला नाही. त्याचे अनेक विचारवंतांनी तसे दाखले दिलेले आहेत, उदा. आर.सी. दत्त आणि दादाभाई नौरोजी इत्यादी. दारिद्र्य या संकल्पनेबाबत जीवनाची किमान पातळी कोणती, त्या किमान पातळीवर जीवन जगण्यासाठी दरडोई किमान किती उत्पन्न आवश्यक आहे; यामध्ये तज्ज्ञांमध्ये एकमत असल्याचे दिसून येत नाही. परंतु दारिद्र्य ही संकल्पना निरपेक्ष आणि सापेक्ष अशा दृष्टिकोनातून विचारात घेतली जाते.

१) **निरपेक्ष दारिद्र्य (Acsolute Poverty) :** जगण्यासाठी अन्न, वस्त्र, निवारा या किमान गरजांची पूर्तता करणाऱ्या वस्तू व सेवांची किमान मात्रा नसणे हे निरपेक्ष दारिद्र्याचे लक्षण मानले जाते. ज्या वेळी दारिद्र्याची मोजणी करण्यासाठी कुठल्यातरी 'निरपेक्ष मानकाचा' वापर केला जातो, त्याला निरपेक्ष दारिद्र्य म्हटले जाते.

भारताच्या नियोजन मंडळाने ग्रामीण भागातील व्यक्तींसाठी दरडोई दैनिक २४०० कॅलरीज (उष्मांक) व शहरी भागातील व्यक्तींसाठी २१०० कॅलरीज देणाऱ्या अन्नाची उपलब्धता होत नाही, त्या व्यक्ती दारिद्र्यरेषेखाली आहेत असे मानले आहे.

२) **सापेक्ष दारिद्र्य :** सापेक्ष दारिद्र्य निश्चित करण्यासाठी देशाच्या लोकसंख्येची निरनिराळ्या उत्पन्न गटांत विभागणी केली जाते व उच्च, मध्यम व निम्न स्तरातील उत्पन्न गट असणाऱ्या गटांची एकमेकांशी तुलना केली जाते. देशातील लोकांची विविध उत्पन्न गटांत विभागणी केली जाते. उच्च उत्पन्न गटातील ५ ते १० टक्के लोकसंख्येच्या राहणीमानाची तुलना तळाच्या उत्पन्न गटातील ५ ते १० टक्के लोकांच्या राहणीमानाशी केली जाते. वरच्या उत्पन्न गटातील लोकसंख्येपेक्षा तळातील उत्पन्न गटातील लोकसंख्या सापेक्षपणे दारिद्र्यात आहेत, असे मानले जाते. प्रो. रॉनर नर्क्स यांनी दारिद्र्याचे दुष्टचक्र व त्यातील चक्रीय व संचयी प्रक्रिया स्पष्ट केली. त्यांच्या मते, 'गरीब माणसाला खाण्यासाठी पुरेसे अन्न मिळत नाही. अपुऱ्या आहारामुळे त्याच्या प्रकृती व कार्यक्षमतेवर परिणाम होतो. कमी कार्यक्षमतेमुळे ती पुरेसे अन्न मिळवू शकत नाही व त्यामुळे पुन्हा गरीबच राहतो.' अशा प्रकारे दारिद्र्याचे दुष्टचक्र ही एक चक्रीय व संचयी अथवा वाढत जाणारी प्रक्रिया आहे; त्यामुळे परिस्थिती दिवसेंदिवस अधिक बिघडत जाते. तो देश दारिद्र्यात अडकतो.

मागणी आणि पुरवठ्याच्या साहाय्याने दारिद्र्याचे दुष्टचक्र स्पष्टीकरण पुढीलप्रमाणे दिसून येते. –

मागणी बाजू : अल्पविकसित देशात अथवा अविकसित देशात शेती व उद्योगक्षेत्रांचा विकास झालेला नसतो. त्यामुळे त्यांची उत्पादनक्षमता कमी असते. प्राथमिक क्षेत्रात म्हणजेच कृषी क्षेत्रात मोठ्या प्रमाणात रोजगार प्राप्त होतो. परंतु कृषी क्षेत्र मागासलेले राहिल्याने राष्ट्रीय उत्पन्न कमी राहते. परिणामी, दरडोई उत्पन्न कमी राहून उत्पादन झालेल्या वस्तू व सेवांना मागणी कमी राहते. मागणी कमी राहिल्याने उत्पादनासाठी व गुंतवणुकीसाठी प्रेरणा निर्माण होत नाही. कृषी उत्पादन वाढविण्यासाठी हरितक्रांती व औद्योगिकरण होण्यासाठी गुंतवणुकीची मोठ्या प्रमाणात गरज असते. परंतु भांडवलाची टंचाई निर्माण होऊन उत्पादन व उत्पादकता कमी राहून दारिद्र्यात वाढ होते.

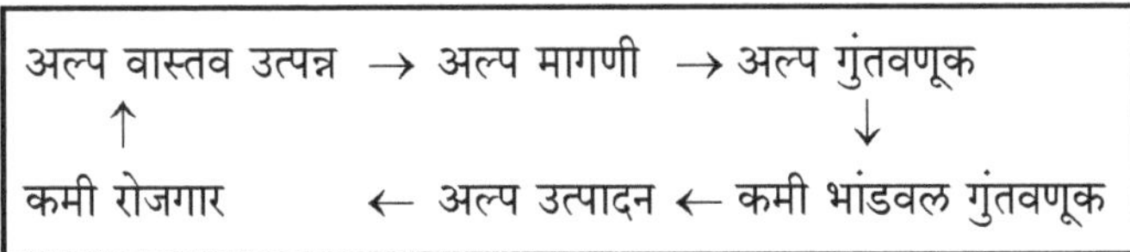

पुरवठ्याची बाजू : अविकसित देशात उत्पादकता अतिशय कमी असते. त्यामुळे शेतीचे उत्पादन अतिशय कमी होते. अशा देशांची अर्थव्यवस्था

कृषीप्रधान असल्याने त्या देशाचे राष्ट्रीय उत्पन्नसुद्धा कमी असते. उद्योग विकसित झालेले नसतात. त्यांचीसुद्धा उत्पादकता अल्प असते त्यामुळे अविकसित देशात लोकांची बचत करण्याची शक्ती आणि बचतीची इच्छा या घटकांवर बचत अवलंबून असते. अल्प दरडोई उत्पन्न असल्याने बचत कमी राहते. परिणामी, गुंतवणूकसुद्धा कमी राहते व एकूण उत्पादन कमी राहते. पुरवठासुद्धा कमी राहतो. याचा अर्थ उत्पादन कमी व उत्पादकतासुद्धा कमी राहून दारिद्र्याचे दुष्टचक्र निर्माण होते; म्हणून नर्क्स यांच्या मते, अल्प उत्पादकता व त्या परिणामी वास्तव उत्पन्न पातळी कमी राहते, हे दोन्हीही चक्रातून दिसून येते.

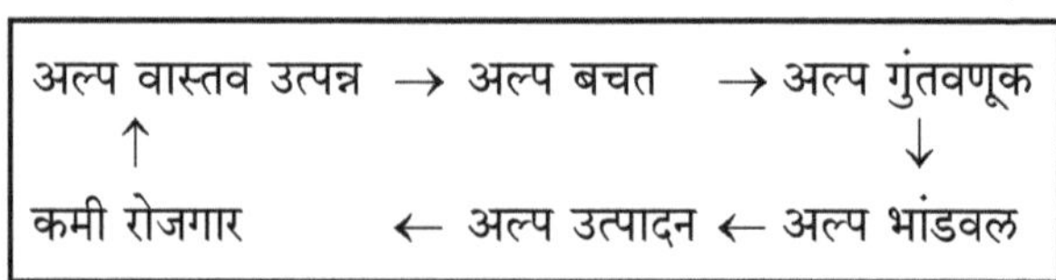

मागणी आणि पुरवठा या दोन्हीही बाबींचा दारिद्र्याच्या दुष्टचक्रात आर्थिक विकासावर प्रतिकूल परिणाम होतो.

दारिद्र्याचे दुष्टचक्र निर्माण होण्याची कारणे

दारिद्र्याचे दुष्टचक्र पुढील कारणांमुळे निर्माण होते –

१) **अतिरिक्त लोकसंख्या :** देशातील एकूण लोकसंख्येवर दरडोई उत्पन्न अवलंबून असते. एकूण राष्ट्रीय उत्पन्नास लोकसंख्येने भागल्यास 'दरडोई उत्पन्न' मिळते. लोकसंख्या जास्त असल्यास राष्ट्रीय उत्पन्न अतिरिक्त असणाऱ्या लोकसंख्येने विभागले जाते; त्यामुळे दरडोई उत्पन्न कमी होते. अतिरिक्त लोकसंख्येमुळे जीवनावश्यक वस्तूंची टंचाई निर्माण होते. राहणीमानाचा दर्जा खालावतो. त्यामुळे अधिक दारिद्र्य निर्माण होते.

२) **बचतीचे प्रमाण कमी :** गरीब देशांमध्ये दरडोई उत्पन्न अतिशय कमी असल्यामुळे बचत करण्याची त्या देशाची क्षमता खूपच कमी असते.

३) **भांडवल निर्मितीचा दर कमी :** कोणत्याही देशाचा विकास भांडवल निर्मितीवर अवलंबून असतो. अप्रगत देशात भांडवल टंचाईमुळे श्रमप्रधान तंत्राचा अवलंब केला जातो. परिणामी, उत्पादनावाढीचा वेग कमी असतो. तसेच बहुसंख्य लोकांचे उत्पन्न कमी असल्याने बचत कमी राहून भांडवल निर्मिती कमी राहते त्यामुळे गुंतवणूक कमी राहून उत्पन्न व रोजगार कमी असे दुष्टचक्र गरीब देशात दिसून येते.

४) **उत्पादकता कमी :** अतिरिक्त लोकसंख्या, भांडवल निर्मितीचा अल्पदर, जलसिंचनाचे कमी प्रमाण, त्यामुळे उत्पादकता अतिशय कमी असते. शेती व उद्योगाची उत्पादकता अतिशय कमी दिसून येते. विकासकामांकडे दुर्लक्ष झाल्याने त्याचा परिणाम उत्पादकतेवर होतो.

५) **नैसर्गिक साधनसामग्रीचा अपुरा वापर :** नैसर्गिक साधनसंपत्तीत खनिजे, जंगले, जलसंपत्ती, ऊर्जा, भूमी इत्यादींचा समावेश होतो. माणसाचे जीवनमान साधनसंपत्तीच्या उत्पादन क्षमतेवर अवलंबून असते. अल्प विकसित देशात अथवा अविकसित देशात भांडवलाची कमतरता, नवीन तंत्रज्ञानाचा अभाव तसेच इतर अनेक कारणांनी नैसर्गिक साधन संपत्तीचा व उत्पादन साधनांचा पुरेपूर वापर होत नाही. परिणामी, उत्पादनात मोठ्या प्रमाणात वाढ होत नाही. त्यामुळे दरडोई अल्प उत्पन्न राहून दारिद्र्याचा प्रश्न बिकट बनतो.

६) **मानवी व्यक्तिमत्त्व :** मानसशास्त्रज्ञांनी दारिद्र्याचा मानवी व्यक्तिमत्त्व व मानवी स्वभावाशी संबंध जोडला आहे. उदा. स्थानिक स्थितीचा अभाव, बदलाबदल तटस्थता, समजून घेण्याची कमी कुवत, बुद्धिप्रामाण्यवादाची अक्षमता यातून दारिद्र्य निर्माण होते. स्वतःच्या उत्कर्षाचा दृष्टिकोन नसणारे नकारात्मक दृष्टिकोनाचे लोक दरिद्री राहतात. अल्पविकसित अथवा अविकसित देशात ही स्थिती दिसून येते.

७) **निरक्षरता :** दारिद्र्यात जीवन जगणाऱ्या लोकांमध्ये निरक्षरतेचे प्रमाण अधिक असते. निरक्षर लोकांची कार्यक्षमता साक्षर लोकांपेक्षा कमी असते. कौशल्याचा अभाव, शिक्षणाचा अभाव, प्रशिक्षणाचा अभाव इत्यादींमुळे ते विकासापासून दूर राहतात. त्यामुळे अल्प विकसित देशात दारिद्र्याचे प्रमाण अधिक दिसून येते.

८) **सामाजिक घटक :** सामाजिक कारणेसुद्धा दारिद्र्यास कारणीभूत ठरतात. उदा. धार्मिक रूढी, परंपरा, चालीरिती इत्यादींमुळे अनेक लोक अनावश्यक व अनुत्पादक खर्च करतात; त्यामुळे कर्जबाजारीपणा वाढतो. निरक्षरता, अडाणीपणा, जातीयवाद, नशिबावर विसंबून राहण्याची प्रवृत्ती इत्यादींमुळे लोक नवीन विचार, उपक्रमशीलता यापासून दूर राहतात. त्यामुळे दारिद्र्य वाढण्यास मदत होते.

९) **दारिद्र्याचे दुष्टचक्र :** अविकसित देशात कुटुंबाच्या दारिद्र्यास दरिद्रताही कारणीभूत ठरते. दरिद्री व्यक्तीस उत्पन्नाचे साधन कमी असते किंवा नसते. त्याची पतक्षमता कमी असते, त्यामुळे तो बँका अथवा पतसंस्थांकडून कर्ज

घेऊ शकत नाही. सावकाराकडून अशी कर्जे घेतल्यास त्यात पिळवणूक व आर्थिक शोषण होते. दारिद्र्यातून पुन्हा दारिद्र्याकडे असे दुष्टचक्र सुरू राहते. यासाठी शासनाकडून त्याला आर्थिक साहाय्य व मदत मिळणे आवश्यक असते.

१०) **अपूर्णता** : अल्पविकसित अथवा विकसनशील देशात अन्न, वस्त्र, निवारा या मूलभूत गरजा तसे त्या अनुषंगाने येणाऱ्या शैक्षणिक, बौद्धिक व सांस्कृतिक गरजांची पूर्तता न झाल्याने दारिद्र्यातील लोकसंख्या वाढताना दिसून येते.

११) **अपूर्ण विक्री व्यवस्था :** विक्री व्यवस्थेच्या अभावी तसेच पूर्ण स्पर्धेऐवजी अपूर्ण स्पर्धा निर्माण होते. विक्रीवरील नियंत्रणे, जाचक अटी, नियम इत्यादींमुळे स्पर्धेला अडथळा निर्माण होतो. त्याचा उत्पादनावर प्रतिकूल परिणाम होतो. तसेच कमी मागणीमुळे उत्पादन कमी राहते व बाजारांचा विकास होत नाही आणि सार्वत्रिक दारिद्र्य निर्माण होते.

१२) **नवीन आर्थिक धोरण :** खाजगीकरण, उदारीकरण व जागतिकीकरण या नवीन आर्थिक धोरणांमुळे बेकारी वाढून दारिद्र्य रेषेखालील लोकसंख्या वाढली आहे.

दारिद्र्याच्या दुष्टचक्राचे परिणाम

नर्क्स यांच्या मते, 'गरीब देशांची दारिद्र्यातून सुटका होणे अवघड असते. त्यामुळे अर्थव्यवस्था अनेक वर्षे दारिद्र्यातच अडकून पडतात.' त्यांच्या मते, 'एखाद्या देशाची गरिबी त्या देशाच्या दारिद्र्यास कारणीभूत ठरते.' परंतु काही विचारवंतांनी दारिद्र्य कमी करण्यासाठी सरकारने केलेल्या उपाययोजनांमुळे दारिद्र्य कमी होते हे स्पष्ट केले आहे.

पी.टी.बॉवर यांच्या मते, 'नर्क्सने दारिद्र्याबद्दल व्यक्त केलेले विचार प्रत्यक्षात फारच कमी प्रमाणात दिसून येतात.'

३.३ भांडवलाचे अडथळे (Capital Constraints)

भांडवलाची टंचाई हे अल्पविकसित अथवा विकसनशील देशातील आर्थिक विकासातील महत्त्वाची समस्या मानली जाते. भांडवलनिर्मितीचे प्रमुख स्रोत म्हणजे 'बचत'. परंतु गरीब देशात बचत कमी होते आणि जी बचत होते तिचा अयोग्य वापर होतो त्यामुळे भांडवलाचा पुरवठा कमी राहतो. भांडवलाची कमतरता असते तेथे भांडवलाची दरडोई मात्रा कमी असते. या देशात भांडवलाचा एकूण साठाच कमी असतो असे नव्हे तर भांडवल निर्मितीचा वेगसुद्धा कमी असतो. क्लार्क यांच्या मते,

‘देशाच्या लोकसंख्येत जर एक टक्क्याने वाढ होत असेल तर वर्तमान लोकसंख्येच्या राहणीमानाचा स्तर टिकवून ठेवण्यासाठी प्रतिवर्ष ४ टक्के गुंतवणूक करायला हवी.’ प्रत्यक्षात अनेक देशात हा गुंतवणुकीचा दर दिसून येत नाही. भांडवल निर्मिती कमी म्हणजे उत्पादन कमी; त्यामुळे कमी रोजगार, कमी उत्पन्न, कमी बचत व पुन्हा कमी भांडवल अशी स्थिती निर्माण होते. विकसनशील देशात भांडवलाची कमतरता असण्याचे कारण तेथील दारिद्र्य व आर्थिक विषमता हे आहे. बहुसंख्य लोकांचे उत्पन्न इतके कमी असते की, ते उपभोगावर खर्च झाल्याने फारशी बचत करू शकत नाहीत. त्यांच्या उत्पन्नात जरी वाढ झाली तरी अनुकरण परिणामांमुळे अथवा ड्युसेनबेरी परिणामांमुळे जास्तीचे उत्पन्न चैनीच्या अथवा सुखसोयींच्या वस्तूंवर खर्च केले जाते. जो त्या देशात श्रीमंत वर्ग असतो तो बचत करू शकतो. बहुतांश बचत व गुंतवणूक या वर्गाची असते. परंतु अनेक लोक जमीन, सोने, मौल्यवान वस्तू, परकीय वस्तू, यामध्ये पैसे गुंतवतात; तर काही लोक परदेशातील बँकेत पैसे ठेवतात. अशा प्रवृत्तीमुळे अप्रगत देशात भांडवल निर्मिती वाढण्याची शक्यता असूनही प्रत्यक्षात ते साध्य होत नाही. सध्या अनेक आंतरराष्ट्रीय संस्था विकसनशील देशांना अर्थसाहाय्य करतात. तसेच अनेक देश स्वतःच्या देशात गुंतवणूक वाढवण्यासाठी परकीय कंपन्या, सरकार यांना भांडवल गुंतवणूक करण्यास प्रेरित करताना दिसून येतात.

उत्पादनाचे श्रम, भूमी, भांडवल व संयोजक हे चार घटक असून त्यातील भांडवल हा उत्पादनासाठी महत्त्वाचा आवश्यक घटक आहे. माणसाने निर्माण केलेला व उत्पादनासाठी वापरलेला संपत्तीचा भाग म्हणजे ‘भांडवल’ होय. भांडवलनिर्मितीतील व्यक्ती आपल्या उत्पन्नाचा काही भाग उपभोगासाठी खर्च करते आणि उर्वरित भाग बचत करते. या बचतीतूनच भांडवलनिर्मिती होते. देशाच्या आर्थिक विकासासाठी भांडवल महत्त्वाचे असते आणि म्हणून प्राथमिक, द्वितीय व तृतीय क्षेत्राचा विकास करण्यासाठी भांडवल महत्त्वाचे ठरते. मग ते शेतीच्या आधुनिकतेसाठी असो, उद्योगांच्या, व्यवसायासाठीच्या प्रगतीसाठी असो अथवा रस्ते, बँकिंग, विद्युतनिर्मितीसाठी असो. यासाठी भांडवल महत्त्वाचे ठरते. भारताने १९९१ मध्ये नवीन आर्थिक धोरण स्वीकारून उदारीकरणाचे धोरण स्वीकारले त्यामुळे भांडवल गुंतवणुकीचा मार्ग खुला झाला.

भांडवल टंचाईची कारणे : अल्पविकसित अथवा विकसनशील देशांना भांडवल टंचाईला सामोरे जावे लागते. अल्पविकसित देशात भांडवल निर्मितीचा दर खूपच कमी असतो; तर विकसित देशात भांडवल निर्मितीचा दर अधिक असतो. अल्पविकसित अथवा अप्रगत देशात भांडवल टंचाई असण्याची कारणे पुढीलप्रमाणे आहेत –

१) **कमी बचत :** भांडवल निर्मितीचा एक मार्ग म्हणजे बचत होय. परंतु गरीब देशात बचत कमी होते आणि जी होते तिचा अयोग्य वापर होतो. त्यामुळे भांडवलाचा पुरवठा कमी राहतो. देशातील बचत व परकीय मदत हे भांडवल निर्मितीचे मार्ग असले तरी देशातील लोकांची बचत महत्त्वाची मानली जाते. देशातील लोक आपल्या उत्पन्नातून जी बचत करतात ती खाजगी बचत असते. देशातील अल्प उत्पन्न वर्गातील लोकांचे उत्पन्न उपभोगावर खर्च होते. मध्यम वर्गाची चलनविस्ताराच्या/भाववाढीच्या काळात बचतक्षमता कमी कमी होत जाते. म्हणजे, विकसनशील देशातील श्रीमंतवर्गाचीच बचत लक्षणीय असते. परंतु अनुभवावरून असे दिसून आले की, हा वर्गसुद्धा आपल्या क्षमतेइतकी बचत करत नाही आणि केली तरी ती प्रभावीपणे गुंतविली जात नाही. त्यामुळे भांडवलाचा साठा आवश्यतेइतका वाढत नाही.

२) **प्रदर्शन परिणाम :** श्रीमंत व्यक्तींना आपले बरेचसे उत्पन्न उपभोग्य टिकाऊ वस्तू आणि चैनीच्या वस्तूंवर खर्च करण्याची इच्छा असते. 'ड्युसेबेरी परिणामा'मुळे त्यांना परकीय वस्तूंचे आकर्षण असते त्यावर खूप मोठा पैसा खर्च केला जातो. परंतु या वर्गाची इतकी श्रीमंती असते की, खूप खर्च करूनसुद्धा उत्पन्न शिल्लक राहते. परंतु ही बचत प्रेरणांच्या अभावी गुंतवली जातेच असे नाही. त्याऐवजी घरे, सोने, परकीय बँकांमध्ये पैसा गुंतविला जातो. नर्क्स यांच्या मते, 'गरीब देशातील शहरी लोकांमध्ये विकसित देशातील लोकांच्या जीवनपद्धतीबाबत खूप आकर्षण असते; त्यामुळे ते उपभोगाचे विकसित देशातील लोकांचे अनुकरण करतात.' थोडक्यात, प्रदर्शन परिणामात आपण श्रीमंत आहोत त्यापेक्षा आपण इतरांपेक्षा श्रीमंत आहोत हे दाखविण्याची पद्धत असते.

३) **कमी उत्पादकता :** गरीब देशात मागासलेले तंत्रज्ञान वापरले जाते. त्यामुळे त्यांच्या उत्पादनात हळूहळू वाढ होते. परंतु लोकसंख्या वाढीचा वेग अधिक असल्याने दरडोई उत्पन्न कमी राहते. त्यातून जीवनावश्यक गरजा अनेक लोकांना पूर्ण करता येत नाहीत, त्यामुळे त्यांची बचतक्षमता कमीच राहते.

४) **कमी मागणी :** गरीब देशात अथवा अल्पविकसित देशात लोकांचे वास्तव उत्पन्न कमी असल्याने मागणीची पातळीसुद्धा कमी असते. त्यामुळे उत्पादनासाठी प्रेरणा कमी राहते आणि लोकांचे उत्पन्न कमी राहून बचत कमी होते व भांडवल निर्मिती कमी होते.

५) **अतिरिक्त लोकसंख्या :** अतिरिक्त लोकसंख्येमुळे लोकसंख्येच्या गरजा

पूर्ण होण्यासाठी उत्पन्नाचा मोठा भाग उपभोगावर खर्च होतो; त्यामुळे भांडवल निर्मिती कमी होते. अतिरिक्त लोकसंख्येमुळे दारिद्र्य व बेकारी निर्माण होते. त्यामुळे दरडोई उत्पन्नात घट होते; तसेच लोकांचा राहणीमानाचा दर्जा निकृष्ट राहतो. परिणामी, कार्यक्षमता व उत्पादनात घट होते. भारतात सध्या १.६ टक्क्याने लोकसंख्येत भर पडते.

६) **मागासलेले तंत्रज्ञान :** गरीब अथवा अल्प विकसित देशात मागासलेल्या तंत्राचा अधिक वापर होत असल्याने उत्पादनाचा खर्च अधिक असतो; त्यामुळे नफ्याचे प्रमाण कमी असते. नफ्याचे प्रमाण कमी असल्याने उत्पादनसुद्धा कमी असते. हे उत्पादन महाग असल्याने त्याला परदेशातून मागणी येत नाही. त्यामुळे गुंतवणूक कमी होते तसेच भांडवल निर्मिती कमी होते.

७) **सार्वजनिक क्षेत्रातील तोटा :** सार्वजनिक क्षेत्रामध्ये सतत तोटा होत असल्याने सरकारला त्यासाठी आर्थिक तरतूद करावी लागते. त्यामुळे अशा उद्योगातून भांडवल निर्मिती होत नाही. त्यासाठी सरकार निर्गुंतवणूक धोरण राबवत आहे. थोडक्यात, सार्वजनिक क्षेत्रातील अनेक उपक्रम तोट्यात असल्याने भांडवल निर्मिती होऊ शकत नाही.

८) **वेतनदर कमी :** अल्पविकसित देशात श्रमिकांचे वेतनाचे दर खूपच कमी असल्याने ते बचत करू शकत नाहीत. त्यामुळे भांडवल निर्मिती कमी होऊन भांडवलाची टंचाई निर्माण होते.

९) **तुटीचे अधिक प्रमाण :** विविध क्षेत्रांच्या विकासासाठी सरकार तुटीचा अर्थभरणा करते. ही तूट भरून काढण्यासाठी नवीन चलनाची निर्मिती करावी लागते. त्यामुळे पैशांच्या पुरवठ्यात वाढ होते व चलनविस्तार निर्माण होतो. वस्तू व सेवांच्या किमती वाढतात. परिणामी, लोकांचा उपभोग खर्च वाढतो व बचत कमी होते आणि यातून भांडवल निर्मिती कमी होते.

१०) **अप्रगत नाणेबाजार व भांडवलबाजार :** अल्पविकसित देशात नाणेबाजार व भांडवल बाजाराची प्रगती झालेली नसते. त्यामुळे बचतीचा गुंतवणुकीसाठी पुरेशा प्रमाणात वापर होत नाही. विकसित देशात नाणेबाजार व भांडवलबाजार प्रगत असतो. 'भांडवल बाजारात' दीर्घ मुदतीच्या कर्जांचे व्यवहार होतात तर 'नाणेबाजारात' अल्पमुदतीच्या कर्जांचे व्यवहार होतात. भारतात कृषीक्षेत्रात खूप मोठ्या प्रमाणात भूसंघटित क्षेत्राकडून कर्जपुरवठा होतो. तो बऱ्याचदा अनुत्पादक कारणासाठीच होतो. त्यामुळे उत्पादकतेत वाढ न होता बचत प्रवृत्ती कमी होते व भांडवल टंचाई निर्माण होते.

११) **अ)** लोकांचा गुंतवणुकीत सहभाग कमी असल्याने भांडवलनिर्मिती अधिक होत नाही. तसेच वित्तीय संस्था विखुरलेल्या स्वरूपात असल्याने बचत कमी होताना दिसून येते.

ब) देशातील अंतर्गत प्रदेशांचा व विभागांचा विकास कमी झालेला असतो. तसेच करांचे दर जास्त असल्यामुळे लोक बचत व गुंतवणूक करण्यास उत्सुक नसतात व गुंतवणुकीची प्रेरणा कमी होते.

क) देशातील अंतर्गत रचनात्मक तसेच पायाभूत सुविधेच्या कमतरतेमुळे लोक उत्पादन कार्यात गुंतवणूक करण्यास उत्सुक नसतात; त्यामुळे भांडवल निर्मिती कमी होते.

ड) देशातील अस्थिर राजकीय परिस्थितीमुळे अर्थव्यवस्थेत गुंतवणुकीचे धोरण यशस्वी होत नाही; तसेच श्रमाच्या गतिशीलतेच्या मार्गात अनेक अडथळे निर्माण होतात. भांडवल व उद्योजन या घटकांचे गतिशीलतेतही अडथळे येतात. परिणामी, घटकांचा पुरवठा अलवचिक बनतो. त्यामुळे उत्पादन खर्च वाढून गुंतवणूक करणारे लोक त्यापासून दूर जातात.

उपाययोजना : भांडवलटंचाई दूर करून भांडवल संचय करणे आर्थिक विकासासाठी गरजेचे असते. अल्पविकसित अथवा विकसनशील देशात भांडवल निर्मितीसाठी अनेक उपाययोजना कराव्या लागतात.

१) **तांत्रिक विकास :** अत्याधुनिक तंत्रज्ञानामुळे आर्थिक विकास होतो. तांत्रिक विकासामुळे शेती व उद्योगात नवीन यंत्रे व आधुनिक उत्पादनतंत्र यांचा वापर करणे शक्य होईल व त्यामुळे श्रमिकांची उत्पादकता वाढेल व भांडवल निर्मितीला पोषक वातावरण निर्माण होईल. विकसनशील देशांनी नवीन उत्पादनतंत्राचा अशा प्रकारे वापर करावा की, ज्यामुळे श्रमिकांची उत्पादकता वाढेल त्याबरोबरच श्रमिक बेकार होणार नाहीत. तसेच जर नवीन उत्पादनतंत्र जुन्या तंत्रापेक्षा अतिशय वेगळे असेल तर श्रमिकांना नवीन तंत्राशी जुळवून घेणे कठीण जाईल ज्यामुळे बेकारी वाढण्याची शक्यता असते.

२) **ऐच्छिक बचत :** लेविस यांच्या मते, 'विकासाच्या मुख्य समस्येचे उत्तर हे अर्थव्यवस्थेत पाच टक्क्यांपासून बारा टक्क्यांपर्यंत बचत करणे यातच आहे. जर बचत जास्त झाली तर भांडवलनिर्मिती होऊन उत्पादकता वाढेल व वास्तव उत्पन्नात भर पडेल. वास्तव उत्पन्न वाढल्याने पुन्हा बचत करणे शक्य होईल. अर्थव्यवस्थेत बचतीस व गुंतवणुकीसाठी प्रेरणा निर्माण होणे आवश्यक आहे.

३) **सार्वजनिक कर्ज :** सरकारला खर्च करण्यासाठी उत्पन्नाचे विविध स्रोत असतात. जसे कर, सार्वजनिक उपक्रमांचे उत्पन्न इत्यादी परंतु जेव्हा हे उत्पन्न अपुरे पडते तेव्हा सार्वजनिक कर्ज काढले जाते. कर्जरोखे विक्रीला काढले जातात. लोक आपल्याजवळील पैसा कर्जरोख्यात गुंतवितात; त्यामुळे सरकारला भांडवल उपलब्ध होते.

४) **अधिक्यरूपी श्रमशक्तीचा भांडवल निर्मितीसाठी वापर :** विकसनशील देशात श्रमशक्ती भरपूर असते व ती स्वस्त दरात उपलब्ध असते. बहुसंख्य श्रमिक शेतात गुंतलेले असतात. शेतीमध्ये अनावश्यक श्रमिकांचा भरणा असतो. त्याला 'छुपी बेकारी' किंवा 'सुप्त बेकारी' असे म्हटले जाते. जर या आधिक्यरूप शक्तीचा इतर उत्पादक कार्याकडे वापर केला तर उत्पादनात निश्चित भर पडेल व भांडवल संचयात वाढ होईल. तसेच शेतीक्षेत्रातून श्रमिक काढून घेतल्यास शेतीच्या उत्पादनातही वाढ होईल. त्यासाठी भांडवल निर्माण करणाऱ्या संस्था निर्माण कराव्या लागतील, असे रॉजर नर्क्स यांचे मत होते.

५) **साठविलेला पैसा बाहेर काढणे :** विकसनशील देशात वास्तव उत्पन्न कमी असल्याने बचतीचे प्रमाण कमी असते. त्याबरोबरच जी थोडीफार बचत होते तिचा बराचसा भाग साठविला जातो. उदा. मौल्यवान धातू, सोने, चांदी इत्यादीमध्ये तसेच दागिने करणे, जमीन विकत घेणे, फ्लॅट घेणे इत्यादींमध्ये पैसे साठविण्याची प्रवृत्ती दिसून येते. सोन्याला दिले जाणारे महत्त्व आजही दिसून येते. त्याला सामाजिक कारणे असली तरी लोकांना जर उत्पादक गुंतवणूक आकर्षक वाटली तर अशा रीतीने पैसा साठविला जाणार नाही. परंतु उत्पादक गुंतवणुकीला पोषक वातावरण नसल्याने या देशात आजही ही पद्धत अनेक देशात आहे. त्यामुळे उपलब्ध होऊ शकणारे भांडवल मिळू शकत नाही.

दुसरे एक कारण म्हणजे मौल्यवान धातूने साठविलेला पैसा केव्हाही रोख स्वरूपात बदलता येतो. तसेच त्या धातूचे मूल्य सहसा कमी होत नाही; तसेच चलनाचे मूल्य अस्थिर असते. या विचाराने लोक स्वतःजवळील पैसा साठविण्यास प्रवृत्त होतात. भारताने मार्च २०१५ मध्ये २५० टन सोने आयात केले. यासाठी साठविलेला पैसा बाहेर काढण्यासाठी वेगवेगळ्या मार्गाने हा प्रश्न हाताळणे आवश्यक आहे. त्यासाठी प्रथम लोकांच्या प्रवृत्तीत बदल करणे आवश्यक आहे. जागतिक क्षेत्रांतसुद्धा सोन्याचे महत्त्व कमी करण्याचा प्रयत्न होत आहे. त्याबरोबरच देशांतर्गत महत्त्व कमी होणे आवश्यक आहे

जर लोकांना गुंतवणूक व विकास यांचे महत्त्व पटले तर हा पैसा बाहेर निघू शकेल. त्यासाठी सरकारने आकर्षण म्हणून जास्त व्याजाचा दर द्यावा. तसेच चलनाच्या मूल्याच्या स्थिरतेबाबत लोकांना खात्री पटणे आवश्यक आहे. सोन्यासारख्या धातूत पैसे गुंतवणूक न केल्यास काहीही तोटा होत नाही, असे लोकांना दिसून आल्यास लोक स्वेच्छेने जवळील पैसा गुंतवतील. असा प्रयत्न झाला तर साठविलेला पैसा बाहेर येऊन भांडवल म्हणून त्याचा वापर होईल.

६) **उपलब्ध भांडवलाचा महत्तम वापर :** विकसनशील देशात अनेक क्षेत्रांत भांडवलाची क्षमता फार कमी प्रमाणात वापरली जाते. ती जर पूर्ण क्षमतेने वापरली तर दुर्मीळ असे भांडवल वाचविले जाऊ शकते. ज्याप्रमाणे श्रमिकांमध्ये छुपी बेकारी असते. तशीच भूमी, भांडवल, संघटन या घटकांच्या बाबतीतसुद्धा आढळते. संघटकांच्या कार्यक्षमतेचा पुरेपूर वापर होत नाही. उद्योगामध्ये अनेक यंत्रे, त्यांच्या क्षमतेपेक्षा कमी चालविली जातात. सुपीक जमिनीचा ६ ते ८ इंचाचा वरील थर उत्पादनाच्या कार्यासाठी वापरला जातो. ही सर्व छुपी बेकारीचीच उदाहरणे आहेत. त्यासाठी उद्योगांची जास्तीत जास्त क्षमता वापरली पाहिजे. श्रमिकांच्या कौशल्यात प्रशिक्षणाद्वारे वाढ केली पाहिजे. व्यवस्थापकीय कौशल्यात वाढ करणे आवश्यक आहे; तरच भांडवलाचा महत्तम वापर होईल. उदा. जपानने मोठ्या भांडवलाची बचत केली. १८८३ ते ९२ या काळात २.५० भांडवली गुणांक होता तो १८९३-१९०२ या काळात १.२९ इतका कमी झाला. म्हणजेच भांडवलाच्या साहाय्याने नवीन गुंतवणूक न करता उत्पादनात मोठी वाढ करणे जपानला शक्य झाले. अशा प्रकारे दुर्मीळ भांडवल पुढील काळासाठी उपयोगासाठी वापरता येते.

७) **लोकसंख्येवर नियंत्रण :** अल्पविकसित अथवा विकसनशील देशात लोकसंख्या विस्फोटाचीच स्थिती दिसून येते त्यासाठी लोकसंख्या नियंत्रणाचे उपाय करणे आवश्यक आहे. तरच उत्पादनात वाढ होऊन, बचत निर्माण होऊन भांडवल संचय होईल. लोकसंख्या पोषणावरील खर्च कमी होईल व भांडवलसंचय वाढेल.

८) **चलनविस्तार :** केन्स, डॉब, रॉबर्टसन, रोस्टो इत्यादी अर्थशास्त्रज्ञांनी चलनविस्तारातून आर्थिक विकास होतो हे स्पष्ट केले. किंमत पातळीत मर्यादित वाढ झाली तर नफ्याचे प्रमाण वाढून गुंतवणुकीला चालना मिळते. 'काही देशात उड्डाणवस्थेत चलनविस्ताराची महत्त्वाची भूमिका होती' असे रोस्टोचे

मत होते. आज अनेक विकसनशील देश या साधनाचा वापर करीत आहेत परंतु हे खात्रीलायक साधन म्हणता येत नाही.

९) **सार्वजनिक क्षेत्रातील उपक्रमांची कार्यक्षमता वाढविणे :** जे सार्वजनिक उद्योग व महामंडळे तोट्यात आहेत त्यांची कार्यक्षमता वाढविणे महत्त्वाचे आहे. त्यासाठी कामगारांना आधुनिक पद्धतीचे प्रशिक्षण देणे, व्यवस्थापनात कामगारांचा सहभाग वाढविणे, सार्वजनिक क्षेत्राची स्पर्धाक्षमता वाढविणे तसे झाल्यास भांडवलसंचयाला मदत होईल.

१०) **परकीय खाजगी गुंतवणूक :** जेव्हा देशातील साधने अपुरी पडतात तेव्हा परकीय गुंतवणुकीला अर्थव्यवस्थेत महत्त्वाचे स्थान असते. परकीय खाजगी गुंतवणूक निर्यात क्षेत्राकडे आकर्षित केल्यास परकीय मदतीचा फायदा मिळून निर्यातीशी संबंधित उद्योग विकसित झाले तर देशाची निर्यात वाढून, वाढलेल्या निर्यातीचे उत्पन्न अर्थव्यवस्थेच्या इतर क्षेत्रांच्या विकासासाठी आवश्यक अशी यंत्रे व कच्चा माल आयात करण्यासाठी वापरता येईल. जर विकसनशील देशात राजकीय व आर्थिक स्थैर्य असेल तर परकीय भांडवल जास्त आकर्षित होईल.

अशा रीतीने भांडवलसंचय हा आर्थिक विकासातील महत्त्वाचा घटक आहे. केन्स यांनी असे स्पष्ट केले की, भांडवल संचय वाढविण्यासाठी यंत्रे, संयंत्रे इत्यादी साठ्यात वाढ करावी लागते. भांडवलसंचय वाढला तरच उत्पादनात वाढ होऊन रोजगारात वाढ होईल त्यासाठी भांडवलाची टंचाई दूर करणे महत्त्वाचे आहे.

३.४ तंत्रज्ञानविषयक अडथळे (Technology Constraints)

विकसनशील देशातील श्रमिकांची कार्यक्षमता कमी, नैसर्गिक साधनांचा वापर कमी होणे याचे कारण म्हणजे तेथील तांत्रिक प्रगतीचा स्तर कमी असतो. तंत्र याचा अर्थ 'कार्य उत्पादनाची पद्धत' होय. मागासलेल्या देशात उत्पादनाची पद्धत किंवा तंत्र वापरले जाते ते जुनाट, कालबाह्य व आधुनिक साधनांचे वापर न करणारे असते. उत्पादनासाठी श्रमप्रधान व भांडवलप्रधान तंत्राचा वापर केला जातो.

अ) **श्रमप्रधान तंत्र :** ज्या देशात लोकसंख्या अधिक आहे, तेथे श्रमप्रधान तंत्राचा वापर केला जातो. श्रमिकांना रोजगार उपलब्ध होतो. ग्रामोद्योग, लघुद्योग, कुटीरोद्योग या तंत्राचा वापर केला जातो.

ब) **भांडवलप्रधान तंत्र :** मोठ्या उद्योगात विविध प्रकारच्या क्रिया-प्रक्रिया यंत्रांवर केल्या जातात. त्यामुळे तेथे भांडवल प्रधान तंत्राचा वापर केला जातो. भांडवल प्रधान तंत्रात जास्तीतजास्त भांडवल व कमीतकमी श्रमिकांचा वापर

केला जातो. भांडवल प्रधान तंत्रामुळे उत्पादन खर्च कमी होतो. गुणवत्ता टिकून राहते. तसेच उत्पादनाचा वेग वाढतो. परंतु विकसनशील देशात या तंत्राचा वापर काही उद्योगांमध्येच केला जातो.

पारंपरिक तसेच आधुनिक तंत्रज्ञान असेसुद्धा दोन प्रकार दिसून येतात. अल्पविकसित देशात पारंपरिक अथवा जुने तंत्रज्ञान वापरले जाते. त्यामुळे त्यांची उत्पादकता कमी दिसून येते.

प्रगत तंत्रज्ञानामुळे कार्यक्षमता वाढते. साधनांची तेवढीच मात्रा वापरून जास्त उत्पादन करणे शक्य होते. वस्तूचा खर्च कमी होऊन किंमत कमी होते व विक्री वाढते. भारतात शेतीत अनेक तांत्रिक सुधारणा घडून आल्या. लाकडी नांगराऐवजी लोखंडी नांगर त्यानंतर ट्रॅक्टर यांचा वापर होऊ लागला. प्रगत तंत्रज्ञानात हाताने काम करण्याऐवजी यंत्राच्या आधारे काम करणे योग्य ठरते.

प्रगत तंत्रज्ञानाचे अथवा आधुनिक तंत्रज्ञानाचे फायदे पुढीलप्रमाणे सांगता येतील. –

१) **भांडवलाची बचत :** आधुनिक तंत्रज्ञानामुळे निरनिराळ्या साधनांची मुख्यतः भांडवलाची बचत होते. नवीन तंत्रज्ञान एकदा गुंतवणूक केली की, भविष्यकाळात गुंतवणूक करण्याची गरज नसते. त्यामुळे भांडवलाचा संभाव्य वापर कमी होतो म्हणजेच भांडवलाची बचत होते.

२) **नवनवीन शोध :** प्रगत तंत्रज्ञानामुळे उपलब्ध संसाधनांचा/साधनसामग्रीचा अधिक उपयोग करता येतो. शोधली न गेलेली संसाधने विकासासाठी उपलब्ध होतात. खनिजतेले, खनिजे शोधणे शक्य होते. आधुनिक तंत्राच्या साहाय्याने भारताने खनिजतेलाचे साठे शोधून काढले त्यामुळे भारताची उत्पादनक्षमता वाढली.

३) **कार्यक्षमतेत वाढ/खर्चात घट व विक्रीत वाढ :** उत्पादनाच्या तंत्रात सुधारणा झाल्यामुळे कार्यक्षमतेत वाढ होते. साधनांची तेवढीच मात्रा वापरून जास्त उत्पादन करणे शक्य होते. पूर्वी इतक्याच उत्पादनासाठी कमी साधने लागतात. त्यामुळे खर्च कमी होऊन कमी किमतीला वस्तू विकता येते. त्यामुळे वस्तूंची विक्री अधिक होते.

४) **औद्योगिकरण :** भारताला स्वातंत्र्य मिळाले तेव्हा कापडगिरण्या, साखर कारखाने, पोलादाचा कारखाना अशा थोड्याच कारखान्यांचा विकास झाला होता. वाढत्या तंत्रज्ञानाच्या आधारे भारताची उद्योगरचना पूर्णपणे बदलली. पूर्वी आयात कराव्या लागणाऱ्या अनेक वस्तू आता आपल्या देशातच निर्माण

केल्या जातात. तर त्यातील काही वस्तूंची निर्यातसुद्धा केल्या जातात. भांडवली वस्तू, उपभोग्य वस्तू, मध्यमवस्तू या तिनही क्षेत्रात आता आपले उत्पादन प्रचंड वाढले आहे. या बदलामागे प्रगत तंत्रज्ञानाची भूमिका महत्त्वाची आहे.

५) **कृषीक्षेत्राचा विकास :** आधुनिक तंत्रामुळे कृषीक्षेत्रात अनेक सुधारणा घडून आल्या आहेत. शेतीतील कामे ट्रॅक्टरसारख्या यंत्रांच्या साहाय्याने करता येऊ लागली. शेतमाल वाहतुकीची साधने उपलब्ध झाली. लांब अंतराच्या बाजारपेठेपर्यंत शेतमाल जाऊ लागला. शेतमाल साठविण्यासाठी गोदामांची सोय उपलब्ध झाली. भारतात हरितक्रांतीच्या स्वरूपात नवीन तंत्रज्ञानाचा शेतीत वापर सुरू झाला. त्यामुळे अन्नधान्यात मोठ्या प्रमाणात वाढ झाली.

६) **उत्पादनात वाढ :** आधुनिक तंत्रज्ञानामुळे प्राथमिक, द्वितीय व तृतीयक्षेत्राचा विकास वेगाने होऊ लागला आहे. अनेक प्रकारच्या वस्तू देशातच निर्माण होऊ लागल्या. लोकांच्या गरजा पूर्ण होऊ लागल्या; स्वावलंबनात वाढ झाली.

७) **अधिकाधिक वापर :** आधुनिक तंत्रज्ञानामुळे उपलब्ध साधनांचा अधिकाधिक वापर होऊ लागला. उद्योगांची क्षमता पूर्णपणे वापरली गेली. त्यामुळे दुर्मीळ साधनांचा अपव्यय कमी झाला.

आधुनिक तंत्रज्ञान वापरातील अडथळे

अल्पविकसित अथवा विकसनशील देशात प्रगत अथवा आधुनिक तंत्रज्ञान वापरात अडथळे निर्माण होतात ते पुढीलप्रमाणे -

अ) अल्पविकसित देशात शेतीक्षेत्रावर अधिक लोक उपजीविकेसाठी अवलंबून असतात. तेथे छुपी बेकारी दिसून येते. परंतु आधुनिक तंत्राचा वापर केल्यास बेकारीत वाढ होते.

ब) शेतीमध्ये कोरडवाहू क्षेत्रात नवीन तंत्र वापरावर मर्यादा येतात.

क) अल्पविकसित देश विकसित देशातून जुनी यंत्रसामग्री खरेदी करतात. त्यामुळे आंतरराष्ट्रीय स्पर्धेत ते स्पर्धा करू शकत नाहीत.

ड) विकसनशील देशात श्रमिकसंख्या अधिक असते. तेथे भांडवलाची टंचाई असल्याने आधुनिक तंत्रज्ञान वापरावर मर्यादा येते.

इ) कामगार संघटना आधुनिक तंत्र वापरण्याला विरोध करतात कारण आधुनिक तंत्रामुळे बेकारी वाढेल. त्यामुळे त्यांचा त्याला विरोध असतो.

ई) अल्प विकसित देशात आधुनिक तंत्रज्ञानाच्या बाबत शिक्षणाच्या व प्रशिक्षणाच्या सुविधा अपुऱ्या असतात.

अशा रीतीने कालबाह्य तंत्रज्ञान हा अल्पविकसित देशातील आर्थिक विकासातील अडथळा असतो. अल्पविकसित देशात तंत्रज्ञान फारसे प्रगत नसल्यामुळे अद्यापही आधुनिक तंत्रज्ञान परदेशातून आयात केला जाते.

३.५ सामाजिक–सांस्कृतिक अडथळे (Socio-Cultural Constraints)

अल्पविकसित देशात सामाजिक रचना पिढ्यान्‌पिढ्या रुळलेली असते. ती नवीन बदलांना विरोध करत असते. बुचानन व एलिस यांच्या मते, परंपरांनी जखडलेल्या समाजात व्यक्तीची जात, धार्मिक विश्वास, सामाजिक दर्जा यामधून श्रमिक म्हणून त्याची क्षमता वेगळी काढणे आणि ती उपयोगात आणणे अतिशय कठीण असते. तसेच समाजातील दर्जाविषयक समजुती, श्रमाकडे पाहण्याचा दृष्टिकोन, धार्मिक अंधविश्वास व दैववादी वृत्ती इत्यादी माणसाच्या मनात इतके रुजलेले असते की, या अडथळ्यामुळे आर्थिक विकासाच्या मार्गात अनेक अडथळे निर्माण होतात. एक वेळ भांडवलाची कमतरता दूर करता येईल. अथवा नैसर्गिक साधनांचा शोध घेता येईल. परंतु लोकांचे समज व समाजातील वातावरण बदलणे अतिशय कठीण असते.
आर्थिक विकासातील मर्यादा पुढीलप्रमाणे स्पष्ट करता येतात –

१) **धार्मिकता :** धार्मिक अंधविश्वास आणि दैववादी वृत्ती इत्यादींमुळे आर्थिक विकासात अडथळे निर्माण होतात. अल्पविकसित देशांमध्ये लोक रूढीवादी असतात. त्यांच्यामध्ये शिक्षणाचा प्रसार झालेला नसतो. धर्मामुळे लोक दैववादी बनल्याने त्यांच्या मनामध्ये विज्ञानाला कमी स्थान दिले गेले. परिणामी, समाजात विज्ञानवादी समाजाची निर्मिती झाली नाही. धर्मामुळे भौगोलिक गतीक्षमतेवर प्रतिकूल परिणाम झाला. अल्पसंख्य धर्मांनी संतती नियमनांना विरोध केल्याने भारतासारख्या देशाला लोकसंख्या नियंत्रण प्रभावीपणे राबविता आले नाही. तसेच धार्मिक विधी व समारंभाला मोठ्या प्रमाणात खर्च होत असल्याने अल्पविकसित देश भांडवलसंचय करू शकले नाहीत. सध्या आर्थिक प्रश्नांची जागा धार्मिक आवाहनांनी घेतल्याचे दिसून येते. मुख्य प्रश्न बाजूला ठेवून धार्मिक भावना पेटविण्याला राजकीय पक्षांनी अधिक महत्त्व दिले. त्यामुळे त्याचा आर्थिक विकासावर परिणाम होतो. अविकसित आणि अल्पविकसित देशात धर्म आर्थिक विकासाच्या प्रक्रियेत अडथळा बनला आहे. त्यामुळे समाजात गट निर्माण झाले आहेत. सामाजिक सलोखा बिघडण्याला धर्म कारणीभूत ठरू लागले आहेत. थोडक्यात, धर्माचा उपयोग काही स्वार्थी लोक स्वतःच्या फायद्यासाठी करू लागले आहेत.

२) **जातियता :** जातीव्यवस्थेमुळे व्यावसायिक गतिशीलता कमी झाली. जातीची

व्याख्या 'जी जात नाही ती जात' अशी केली जाते. जातीव्यवस्थेमुळे पारंपरिक व्यवसाय जोपासले गेले. भौगोलिक व व्यावसायिक गतिशीलता कमी झाली. जाती व्यवस्थेमुळे स्त्री शिक्षणाकडे दुर्लक्ष झालेले अनेक लोक विकासापासून दूर राहिले. शिक्षण व औद्योगिकरणामुळे जातीव्यवस्थेची तीव्रता कमी झाली, परंतु ती पूर्णपणे नष्ट झाली नाही. त्यामुळे जातियता ही आर्थिक विकासातील आजही अडथळा ठरली आहे.

३) **कामाकडे पाहण्याचा दृष्टिकोन :** आर्थिक विकासावर कामाकडे पाहण्याच्या दृष्टिकोनाचासुद्धा परिणाम होतो. नकारात्मक दृष्टिकोन असेल तर उत्पादनात वाढ होत नाही. जर सकारात्मक दृष्टिकोन असेल तर उत्पादनात वाढ होते. जाती व धर्मामुळे श्रमाच्या प्रतिष्ठेला धक्का बसत असल्याचे दिसून येते. मध्यम अथवा पांढरपेशा वर्गाला समाजात महत्त्व प्राप्त झाल्याचे दिसून येते. शारीरिक श्रमांपेक्षा मध्यम वर्गाला अधिक आर्थिक मोबदला मिळतो.

काही देशांनी अल्प काळात खूप मोठी प्रगती केली कारण त्यांचा कामाकडे पाहण्याचा सकारात्मक दृष्टिकोन हाच त्यातून दिसून येतो. उदा. इस्राइल या देशाची पर्जन्यस्थिती भारतापेक्षा बिकट होती. परंतु या देशाने शेतीचा कायापालट करून दाखविला. संपूर्ण देश सिंचनाखाली आणला. भारत मात्र अजूनही सिंचनाबाबत खूपच मागे आहे.

४) **संयुक्त कुटुंब पद्धती :** अल्पविकसित देशात 'संयुक्त कुटुंब' पद्धत अस्तित्वात होती. संयुक्त कुटुंबपद्धतीत नोकरी निमित्ताने शहरात राहावे लागत असल्याने अथवा नोकरीनिमित्त बाहेरगावी राहावे लागत असल्याने संयुक्त कुटुंब पद्धतीचा ऱ्हास होत जाऊन विभक्त कुटुंबपद्धती अस्तित्वात आली. एकत्र कुटुंबपद्धतीचे आर्थिक विकासावर दुष्परिणाम झाल्याचे दिसून येते.

एकत्र कुटुंबपद्धतीत कुटुंबाचा प्रमुख हा सर्व निर्णय घेतो. निर्णयप्रक्रियेत इतर सदस्यांचा सहभाग नसल्याने इतर सदस्यांची निर्णयक्षमता निर्माण होत नाही. तसेच एकत्र कुटुंब पद्धतीत जन्मदर उच्च राहून लोकसंख्येत वाढ होते. कुटुंबातील व्यक्तींच्या पालनपोषणाची जबाबदारी कुटुंब प्रमुखावरच असल्याने मुलांच्या संख्येत होणाऱ्या वाढीची, कुटुंबातील इतर व्यक्तींना त्याची फारशी काळजी नसते. त्यामुळे जन्मदर उच्च राहतो.

एकत्र कुटुंब पद्धतीच्या कौटुंबिक प्रेमामुळे कुटुंबातील व्यक्ती लांब अंतरावर नोकरीसाठी जात नाहीत. त्यामुळे ग्रामीण भागातून शहराकडे जाणाऱ्यांची संख्या खूपच कमी राहते. अशा रीतीने एकत्र कुटुंबाचे काही दुष्परिणाम असल्याने आर्थिक

विकासात अडथळा निर्माण होतो. परंतु अल्पविकसित देशात एकत्र कुटुंब पद्धती आजही लोकप्रिय असल्याचे दिसून येते.

अशा रीतीने सांस्कृतिक घटकांचा आर्थिक विकासावर प्रत्यक्ष परिणाम होत नसला तरी अप्रत्यक्ष परिणाम होताना दिसून येतो.

३.६ राजकीय व प्रशासकीय अडथळे (Political and Administrative Constraints)

जर राजकीय आणि प्रशासकीय रचना दुर्बल असेल तर आर्थिक विकासाच्या प्रक्रियेत अडचणी निर्माण होतात; तसेच राजकीय व्यवस्थेने योग्य वेळी योग्य त्या पद्धतीने निर्णय घेतले नाहीत, तर प्रशासन व्यवस्थेकडून त्या निर्णयांची अंमलबजावणी ताबडतोब होत नाही. जर देशात राजकीय स्थिरता असेल तर आर्थिक विकासाला पोषक वातावरण निर्माण होते.

आर्थिक विकासासाठी प्रशासनयंत्रणा कार्यक्षम असणे आवश्यक असते. इंग्लंड, अमेरिका, फ्रान्स या देशात मुक्त वातावरण, स्थैर्य व कार्यक्षमता तसेच दृढ संकेताचे पालन झाल्यामुळे त्यांचा विकास जलद आणि शाश्वत झाला. याउलट, या घटकांच्या अभावी इटली हा देश मागे पडला. योजना कितीही चांगल्या असल्या तरी त्यांची अंमलबजावणी करणारी यंत्रणा प्रामाणिक व कार्यक्षम नसेल तर त्या योजना कागदावरच राहतात. कार्यक्षम यंत्रणा आर्थिक विकासासाठी महत्त्वाची मानली जाते.

अ) राजकीय अडथळे : आर्थिक विकासातील राजकीय अडथळे पुढीलप्रमाणे –

१) अनेक अल्पविकसित देशातील सरकारे आजही अस्थिर आहेत. जेव्हा सरकार अस्थिर असते तेव्हा सार्वजनिक निवडणुकांना केव्हाही सामोरे जावे लागते. त्यामुळे खूप मोठा खर्च करावा लागतो. तसेच निवडणुकींच्या काळामध्ये काळापैसा चलनात येऊन अर्थव्यवस्थेतील पैसा वाढतो व भाववाढीला सामोरे जावे लागते. त्यामुळे समाजाचे नैतिक अधःपतन होते.

२) सत्ताधारी लोक एका ठरावीक वर्गाचे संरक्षण करत असतील तर आर्थिक शोषण व विषमता निर्माण होते व राजकीय अस्थिरता वाढते, असे इंडोनेशिया मेक्सिको देशात दिसून येते. तेथे श्रीमंतांनाच अधिक लाभ झाल्याचे दिसून येते.

३) अल्पविकसित देशात अनेक सत्ताधारी राजकीय पक्षात आर्थिक विकास राबविण्याची क्षमता नसते; तसेच त्यांची तशी इच्छाशक्तीसुद्धा नसते.

४) विकसनशील देशात सत्तेवर येण्यासाठी धर्माचा आधार घेतला जातो. आर्थिक

प्रश्नांऐवजी लोकांचे लक्ष इतर गोष्टींकडे वळविले जाते जसे पाकिस्तान हा देश भारत-पाकिस्तान संबंधांचा वारंवार वापर करताना दिसून येतो.

५) काही मध्य पूर्वदेशात मूलतत्त्ववादी सरकारांचे आर्थिक विकासाबाबतचे धोरण फसवे होते. त्यांनी धार्मिक धोरणे स्वीकारली व आर्थिक विकासाकडे दुर्लक्ष केले. त्याचा आर्थिक विकासावर प्रतिकूल परिणाम झाला.

६) लोकशाही देशात निवडणुका जिंकण्यासाठी भांडवलदार, व्यापारी यांच्याकडून मोठ्या प्रमाणात पैसा गोळा केला जातो. त्यामुळे त्यांचे वर्चस्व राहते. परिणामी, भांडवलदारधार्जिणे सरकार निर्माण होते व भांडवलदारांच्या हिताचे निर्णय घेतले जातात. त्यामुळे आर्थिक विकासाला अडथळा निर्माण होतो.

ब) प्रशासकीय अडथळे : आर्थिक विकासात प्रशासकीय अडथळे पुढीलप्रमाणे सांगता येतात -

१) आशिया व आफ्रिका खंडातील अनेक देशावर ब्रिटिशांचे राज्य होते. त्यामुळे त्या देशातील 'प्रशासन व्यवस्था' ब्रिटिशकाळातीलच दिसून येते. ब्रिटिशांनी स्वतःच्या फायद्यासाठी ही प्रशासन यंत्रणा तयार केली होती. त्यामध्ये अजूनही सुधारणा झाल्याचे दिसून येत नाही.

२) सध्या अनेक देशात प्रशासनात भ्रष्टाचार पसरल्याचे दिसून येत आहे. परिणामी, सार्वजनिक क्षेत्रातील कामे वेळेवर होत नाहीत. शिवाय ती दर्जाहीन असल्याचे दिसून येते. त्यामुळे आर्थिक विकासात अडथळे निर्माण होताना दिसून येतात.

३) प्रशासकीय यंत्रणेतील दिरंगाईमुळे कामे वेळेवर होत नाहीत, असे अनुभवावरून दिसून येते.

४) सार्वजनिक क्षेत्रातील अनेक उपक्रमांत तोटा होताना दिसून येतो. भारतासारख्या अल्पविकसित देशात तोट्यात चालणारे उपक्रमांचे खाजगीकरण करण्याचे सरकारने धोरण स्वीकारलेले आहे. भ्रष्टाचार, अकार्यक्षमता, सरकारचा हस्तक्षेप इत्यादी कारणाने अनेक सार्वजनिक उपक्रम तोट्यात जाताना दिसून येतात.

५) देशांतर्गत नोकरशाहीचे वर्चस्व अद्यापही दिसून येते. सरकारने जरी उदार आर्थिक धोरण स्वीकारले तरी भारत व अल्पविकसित देशात अशी स्थिती दिसून येते. परिणामी, देशाच्या आर्थिक विकासावर त्याचा परिणाम होताना दिसून येतो.

आर्थिक विकासासाठी प्रशासकीय यंत्रणेत खूपच सुधारणांची गरज आहे. परवाना पद्धती, कररचना, आयात-निर्यात धोरणे इत्यादीमध्ये लवचिकता येणे गरजेचे आहे. एका कामासाठी अनेकदा हेलपाटे मारूनही कामे होत नाहीत. यासाठी प्रशासन व्यवस्थेत बदल केला पाहिजे; तरच आर्थिक विकासाला चालना मिळेल.

३.७ बाह्य अडथळे (External Bottlenecks)

विकसनशील देशांचा तसेच विकसित देशांचा आयात-निर्यातीच्या माध्यमातून परकीय देशांशी संबंध येतो. तसेच खुल्या आर्थिक धोरणामुळे अनेक देशांचा एकमेकांशी संबंध येतो; त्याचा आर्थिक विकासावर परिणाम होतो.

आर्थिक विकासाबरोबर बाह्य अडथळे पुढीलप्रमाणे सांगता येतात -

१) **निर्यातीचे प्रत्याधावी परिणाम :** विकसनशील देशांना आंतरराष्ट्रीय व्यापाराच्या अटी बऱ्याचदा प्रतिकूल ठरतात. कारण विकासाच्या सुरुवातीस आवश्यक ती यंत्रसामग्री, तंत्रज्ञान या देशात उपलब्ध नसते. त्यासाठी त्यांची आयात केली जाते. त्याची किंमत निर्यात करून चुकवावी लागते. हे देश शेतीतील कच्चा माल आणि खनिजे यांची निर्यात करतात. या निर्यातीचे मूल्य कमी असते. ही निर्यात एका मर्यादेपेक्षा जास्त वाढविता येत नाही. या कारणाने आयात जास्त व निर्यात कमी अशी स्थिती निर्माण होते. त्यामुळे विकसनशील देशांची स्थिती अधिक गंभीर होते.

चलन विस्ताराच्या काळात निर्यात उत्पन्न वाढलेले दिसत असले तरी बऱ्याचदा ते अनावश्यक आयातीवर खर्च केले जाते; कारण 'ड्यूसन बेरी परिणाम' व्यक्तीपुरताच मर्यादित नसून देशा-देशांतही लागू होतो तर मंदीच्या काळात विकसित देशांच्या पक्क्या मालाच्या किमतीच्या तुलनेत अल्पविकसित देशातील प्राथमिक उत्पादनांच्या किमतीत जास्त वेगाने घट होते. आणि निर्यातीची मात्रा व उत्पन्न घटत जाते. परंतु आयात कमी करणे सहज शक्य नसते; त्यामुळे व्यापारातील तूट मोठ्या प्रमाणात वाढते. या संदर्भात प्रा. गुनार मिर्डाल यांनी असे मत स्पष्ट केले की, अप्रगत देशातील निर्यात वाढूनही तिचे प्रत्याधावी परिणाम इतके तीव्र असतात की, देशाची स्थैतिकता तशीच राहते.

२) **प्रतिकूल आर्थिक संबंध :** विकसित देशाचे हितसंबंध विकसनशील देशांना नेहमीच प्रतिकूल राहिलेले दिसून येतात. जागतिक व्यापार संघटनेतील देश शेतीक्षेत्रातील अनुदानाबाबत अमेरिकेसारखा देश, व्यापार संघटनेच्या अटीचे पालन न करता आपल्या देशातील शेतकऱ्यांना ग्रिन बॉक्स, ब्लू बॉक्स इत्यादींच्या रूपाने साहाय्य करताना दिसून येतो. परंतु विकसनशील देशांना मात्र अटींचे पालन करण्यास दबाव तंत्राचा वापर केला जातो. तसेच पाकिस्तान हा देश दहशतवादाला साहाय्य करीत असूनही स्वतःच्या हितसंबंधासाठी अमेरिका पाकिस्तानला आर्थिक साहाय्य करत आहे.

३) **परकीय गुंतवणुकीचे परिणाम :** सध्या परकीय गुंतवणूक ही आर्थिक विकासासाठी महत्त्वाची बाब ठरली आहे. परंतु हे परकीय भांडवल अशा क्षेत्रात गुंतविले जाते की, त्याचा लाभ जास्तीत जास्त लोकांना मिळू शकेल; म्हणजेच ही गुंतवणूक निर्यातक्षम उत्पादनात केली जाते. त्या गुंतवणुकीचा विस्तारक परिणाम इतर क्षेत्रांवर होणे आवश्यक असते. परंतु विपनीच्या अपूर्णतेमुळे तसा परिणाम घडून येत नाही परिणामतः अर्थव्यवस्थेला द्विदल स्वरूप प्राप्त होते.

तसेच गुंतवणुकीवरील नफा देशातच गुंतविण्याऐवजी मूळ देशात नेण्याची प्रवृत्ती दिसून येते आणि जर यावर बंधने घातली तर गुंतवणुकीची प्रेरणा कमी होते. अल्पविकसित देशाला अशा प्रवृत्तीमुळे मोठ्या बचतीपासून वंचित रहावे लागते.

४) **वित्तीय संस्थांचा हस्तक्षेप :** आंतरराष्ट्रीय वित्तीय संस्था जसे जागतिक बँक, आंतरराष्ट्रीय नाणेनिधी यांच्याकडून व्यापारातील तूट भरून काढण्यासाठी विकसनशील अथवा अल्पविकसित देशांना कर्जे घ्यावी लागतात. या संस्था कर्जे घेताना जाचक अटी घालतात. त्यामुळे कर्जे घेणाऱ्या देशांना आपल्या धोरणात बदल करावा लागतो. जसे भारताने १९९१ मध्ये नवीन आर्थिक धोरण स्वीकारले ते जागतिक बँक व नाणेनिधीच्या दबावामुळे स्वीकारले असे म्हटले जाते.

५) **खुला व्यापाराचे धोरण :** ॲडम स्मिथ, रिकार्डो यासारख्या सनातनवादी अर्थशास्त्रज्ञांनी खुला व्यापार धोरणाचा स्वीकार केला. परंतु या धोरणाचा फायदा विकसित देशांना अधिक झाला. अल्पविकसित देश प्राथमिक वस्तूंचे उत्पादन करून त्यांची निर्यात करतात. या उत्पादनांची मागणी अलवचिक असल्याने त्यांच्या निर्यातीत मर्यादितच वाढ झाली. डंकेल प्रस्ताव, जागतिक व्यापार संघटना यामुळे अल्पविकसित देशांपेक्षा विकसित देशांना अधिक फायदा झाला. विकसनशील देशांचा आर्थिक विकासावर मात्र अनिष्ट परिणाम झाला.

६) **बहुराष्ट्रीय कंपन्याचे परिणाम :** उदारीकरण व जागतिकीकरण यामुळे परकीय गुंतवणूक बहुराष्ट्रीय कंपन्यांनी भारतासारख्या देशात गुंतविण्याला सुरुवात केली. या बहुराष्ट्रीय कंपन्या भांडवल प्रधान तंत्राचा वापर करतात. तसेच विकसनशील देशात प्रदुषण निर्माण होताना दिसून येते. या कंपन्या उपभोग्य वस्तूंच्याऐवजी चैनीच्या वस्तूंचे उत्पादन घेतात. परिणामी, देशातील लोकांची

जीवनावश्यक वस्तूंची मागणी पूर्ण होत नाही. नफा मिळविणे हेच त्यांचे ध्येय असते. अशा कंपन्यांमुळे देशात फारसा रोजगार वाढत नाही.

७) **आर्थिक शोषण :** अविकसित देशातील संसाधनांचे विकसित देशांनी शोषण केल्याने त्यांच्या आर्थिक विकासावर अनिष्ट परिणाम झाला. ब्रिटिश काळात भारताला तसा अनुभव आला. आजही पेटंटच्यारूपाने विकसनशील देशातील नैसर्गिक साधनसामग्रीचे शोषण होण्याची भीती व्यक्त केली जाते.

अशा रीतीने आर्थिक विकासात दारिद्र्याचे दुष्टचक्र, भांडवलाची टंचाई, सामाजिक-सांस्कृतिक अडथळे, राजकीय-प्रशासकीय अडथळे व बाह्य अडथळे दूर करणे हे अल्पविकसित, विकसनशील देशांपुढील खूप मोठे आव्हान आहे. 'इच्छा तेथे मार्ग' या न्यायाने शिक्षण, तंत्रज्ञानविकास, निश्चय, देशप्रेम, लोकांचा सहभाग, चांगले नेतृत्व याद्वारे असे आव्हानात्मक अडथळे पार करणे आवश्यक आहे.

प्रश्न

प्र. १ एका वाक्यात उत्तरे लिहा.

१) दारिद्र्याचे दुष्टचक्र म्हणजे काय?
२) भांडवलाचे अडथळे म्हणजे काय?
३) तंत्रज्ञनाविषयक अडथळे म्हणजे काय?
४) सामाजिक अडथळे कोणते?
५) सांस्कृतिक अडथळे म्हणजे काय?
६) प्रशासकीय अडथळे म्हणजे काय?
७) बाह्य अडथळे कोणते?

प्र. २ टिपा लिहा.

१) दारिद्र्याचे दुष्टचक्र
२) आर्थिक विकास प्रक्रियेत भांडवलाचे अडथळे
३) तंत्रज्ञानविषयक अडथळे
४) सामाजिक-सांस्कृतिक अडथळे
५) बाह्य अडथळे स्पष्ट करा.

प्र. ३ थोडक्यात उत्तरे लिहा.

१) दारिद्र्याचे दुष्टचक्र स्पष्ट करा.

२) आर्थिक विकास प्रक्रियेतील तंत्रज्ञानाचे अडथळे थोडक्यात सांगा.

३) सामाजिक व सांस्कृतिक अडथळे स्पष्ट करा.

४) बाह्य अडथळे स्पष्ट करा.

५) प्रशासकीय अडथळे थोडक्यात सांगा.

प्र. ४ सविस्तर उत्तरे लिहा.

१) आर्थिक विकास प्रक्रियेतील तंत्रज्ञानविषयक व भांडवलाचे अडथळे स्पष्ट करा.

२) सामाजिक व सांस्कृतिक अडथळे स्पष्ट करा.

३) राजकीय व प्रशासकीय अडथळे स्पष्ट करा.

४) बाह्य अडथळे स्पष्ट करा.

प्रकरण – ४

मानवी संसाधने आणि आर्थिक विकास

(Human Resources and Economic Development)

४.१ प्रस्तावना (Introduction)

जगाच्या अर्थव्यवस्थांचा अभ्यास केला असता असे दिसते की, प्रत्येक देशाच्या आर्थिक विकासात त्या त्या देशातील नैसर्गिक संसाधने व मानवी संसाधन यांचा महत्त्वपूर्ण संबंध तर आहेच शिवाय आर्थिक विकासाचा जो डोलारा दिसून येतो तो उभा करण्यासाठी त्या त्या देशातील मानवी संसाधन अर्थात मनुष्यबळ हे कारणीभूत ठरलेले आहे. असे म्हटले जाते की मानवी संसाधनाचा विकास अथवा नाविन्यता हीच त्या देशाच्या आर्थिक विकासाची महत्त्वपूर्ण बाजू असते. नेहमीच देशातील लोकसंख्येच्या बाबतीत अनेक बाजूने अभ्यास करता, लोकसंख्यावाढ ही विकासास

तारक आहे की मारक आहे, यावर चर्चा होते. काही देशामध्ये वाढत्या लोकसंख्येला देशाच्या आर्थिक विकासातील अडसर अगर अडथळा समजला जातो. परंतु तसे नसून त्या देशाच्या गरजा काय आहेत, त्या देशात नैसर्गिक संसाधने व मानवनिर्मित संसाधने कशी आहेत, सरकारची भूमिका काय आहे या सर्व गोष्टींचा त्या देशाच्या आर्थिक विकासावर परिणाम होत असतो. यातून असेही स्पष्ट करता येते की मनुष्यबळ हे देशाच्या जडणघडणीत, विकासात आर्थिक स्थैर्यामध्ये, आंतरराष्ट्रीय दबाव, आंतरराष्ट्रीय पत याबाबत महत्त्वपूर्णच असते.

४.२ आर्थिक विकास प्रक्रियेत मानवी संसाधनाची भूमिका (Role of Human Resources in Economic Development)

आर्थिक विकास ही निरंतर चालणारी एक प्रक्रिया आहे. आर्थिक विकासाच्या प्रक्रियेत अनेक घटकांचा महत्त्वपूर्ण सहभाग, भूमिका असते. प्रत्येक घटक आपली भूमिका पार पाडून आर्थिक विकास प्रक्रियेला पुढे घेऊन जाणे, गतिमान करणे, आवश्यक त्या दिशेला वळविणे अपेक्षित बदल घडवून आणणे ही कामे करून आपले महत्त्व दाखवून देत असतो. बऱ्याच वेळा एक घटकांचा दुसऱ्या घटकांवर परिणाम होत असतो. एका उत्पादन घटकाच्या कमतरतेमुळे दुसरे उत्पादन घटक हे प्रभावहिन होत असतात तरीही प्रभावामुळे आर्थिक विकासाला हातभार लागतो. उत्पादन अगर विकास प्रक्रियेत देशातील लोकसंख्या (मनुष्यबळ) हे देशातील उत्पादनाच्या निष्क्रीय घटकांना सक्रीय बनवण्याचे नव्हे तर गतिमान करण्याचे काम करते म्हणून मानवी संसाधनाला अत्यंत महत्त्वाचे स्थान आहे.

प्रसिद्ध अर्थशास्त्रज्ञ ॲडमस्मिथ याने तर मानवी संसाधन विकास महत्त्वाचा आहे, असे प्रतिपादन केले होते. त्यांच्या नंतरही अनेक अर्थशास्त्रज्ञांनी यास सहमती व्यक्त केली होती. येथे असेही नमूद केले होते की, देशाचा आर्थिक विकास हा जसा त्या देशाच्या लोकसंख्येवर अवलंबून असतो त्यापेक्षा महत्त्वाचा भाग म्हणजे त्यांची गुणवत्ता ही त्याहीपेक्षा मोठी आहे. आर्थिक विकासात मानवी संसाधन हे साधन असले तरी 'मानवी संसाधन विकास' हा महत्त्वाचा घटक आहे.

१९९२च्या संयुक्त राष्ट्राच्या जागतिक लोकसंख्या अहवालावरून असे स्पष्ट होते की, शालेय शिक्षण तीन वर्ष एकत्रितपणे झाल्यास 'देशाचा आर्थिक विकास २७ टक्क्यांनी वाढतो तर सहा वर्ष शिक्षणात वाढ झाल्यास वार्षिक वाढीचा दर ३९ टक्क्यांनी वाढतो. जागतिक बँकेने ८० देशांचा अभ्यास केल्यानंतर हे निष्कर्ष दिसून आलेले आहेत. यावरून मनुष्यबळ/मानवी संसाधन विकासाचे महत्त्व लक्षात येते.

साधारणपणे मानवी भांडवल अथवा संसाधन विकास म्हणजे 'लोकांच्या

ज्ञानात वाढ करणे, लोकांची काम करण्याची क्षमता वाढवणे, कौशल्य विकास करणे तसेच त्यास नावीन्याची जोड देवून उत्पादनाचा वेग वाढवणे होय.' यामुळे देशाची उत्पादन क्षमता, राष्ट्रीय उत्पादन तर वाढतेच शिवाय समाज हा साक्षर होऊन तो विकासासाठी अनुकूल होतो. बिल गेटसच्या विचारानुसार '२१ व्या शतकात आर्थिक विकासाची मुहूर्तमेढ रोवताना मानवी संसाधन सहभाग, तंत्रज्ञान जलद आर्थिक विकास याला कोणीच नाकारू शकत नाही असे स्पष्ट केले होते.' २०१७ च्या जागतिक आर्थिक मंचने (World Economic Forum) मानवी भांडवल अथवा संसाधन अहवाल (Human Capital Report) तयार केला त्यात १३० देशामध्ये भारताचा क्रमांक १०३ वर आहे. तर सर्वांत शेवटी १३० वर येमेन हा देश आहे. जागतिक मानवी भांडवल निर्देशांकात २०१७ च्या अहवालानुसार प्रथम ०५ (पाच) देशामध्ये नॉर्वे, फिनलॅंड, स्वित्झलॅंड, अमेरिका, डेन्मार्क या देशांचा समावेश होतो.

मानवी विकास निर्देशांकामध्ये संसाधने याबाबतीत विचार करता, शिक्षण व आरोग्य हे दोन घटक महत्त्वाचे मानले आहेत. मानवी संसाधने स्वरूपाचा विचार करता, पुढील मुद्दे लक्षात येतात.

१) व्यक्तिगत मानवी संसाधन महत्त्वाचे आहे. यात कामगाराच्या ज्या क्षमता असतात त्या समाविष्ट असतात. व्यक्तीला दिलेले शिक्षण, प्रशिक्षण हे त्यास एकाच कामात वापरता येते जे अनेक ठिकाणी एका वेळेस वापरता येत नाही. यास व्यक्तिगत मानवी संसाधन असे संबोधले जाते.

२) सामाजिक स्वरूपाचे मानवी संसाधन : मानवाने काही नावीन्यपूर्ण कौशल्य निर्माण केली, तर ती सर्व समाजास वापरता येतात आणि ती सामाजिक बनतात ज्याचे लाभदेखील सामाजिकच असतात.

वरीलप्रमाणे मानवी भांडवल अथवा संसाधन हे अत्यंत महत्त्वपूर्ण असून त्याची भूमिका पुढीलप्रमाणे आहे.

१) उत्पादनवाढीसाठी महत्त्वाची भूमिका : प्रत्येक देशातील मानवी संसाधन हे त्याच्या दर्जानुसार उत्पादनाच्या प्रक्रियेत सहभागी होऊन एकंदर देशाच्या उत्पादनास हातभार लावत असते. 'उत्पादन' हे देशातील लोकांना रोजगार निर्मितीचे प्रमुख साधन असते. त्यामुळे अर्थव्यवस्थेचे चक्र फिरून अर्थव्यवस्था गतिमान होते.

२) उत्पादनक्षमतेत वाढ करण्यास मदत : मानवी संसाधन हे देशातील नैसर्गिक उपलब्ध साधनसामग्री व मानवनिर्मित साधनसामग्री यांच्या मदतीने उत्पादन वाढीसाठी मदत करत असते. निष्कीय घटकांना सक्रीय बनवण्याचे काम मानवी भांडवलाच्या साहाय्याने केले जाते, म्हणून उत्पादन वाढीच्या व

उत्पादन घटकांना एकत्र करण्याच्या कामी मानवी संसाधनाची भूमिका महत्त्वपूर्ण असते.

३) **आर्थिक बदलाचे साधन म्हणून भूमिका :** 'मानवी संसाधन विकास' याची आधुनिक काळात अतिशय महत्त्वाची प्रक्रिया मांडली जाते. मानवी श्रम अर्थात, मनुष्यबळ संपदा विकास ही प्रक्रिया संपूर्ण जगाने मान्य केली आहे. औद्योगिक क्रांतीनंतर नवीन नवीन यंत्रे आणि तंत्रांचे शोध लागल्यामुळे उद्योगप्रक्रिया गतिमान करण्याचे काम कामगार करत असतो. श्रमिकांना मोबदला मिळतो, उत्पादन वाढते याबरोबरच मानवी संसाधन विकासा अंतर्गत विकास घडून येतो. शिवाय आर्थिक बदल मोठ्या प्रमाणात घडून येतो. म्हणून असे म्हटले जाते की, आर्थिक बदलाचे साधन म्हणून मानवी भांडवलाची भूमिका महत्त्वाची आहे.

४) **विकासात सातत्य ठेवण्यासाठी महत्त्वाची भूमिका :** मानवी संसाधन ही एक देशाची साधनसंपत्ती आहे. चिरकाळ विकास होण्यासाठी नवनवीन साधने उपलब्ध करून देणे गरजेचे असते. अशा साधनांचा वापर काटकसरीने केला पाहिजे ज्यामुळे विकासात सातत्य राहू शकते.

५) **अनेक शोध, संशोधन यातून नाविन्यता निर्माण होऊ शकते. :** मानवी संसाधनाला एक विशिष्ट दिशेकडे वळवून आर्थिक विकासाची प्रक्रिया पूर्ण करणे महत्त्वाचे असते. मनुष्यबळ हे शिक्षित व प्रशिक्षित होत असतानाच त्यास नवनवीन कल्पना, नवीन उत्पादन पद्धती याबाबत ज्ञान वाढत राहील. शिक्षण प्रशिक्षणाने या क्षेत्रामध्ये नवीन शोध व उत्पादनात नावीन्यता निर्माण होते. उत्पादन खर्चात त्यामुळे घट व उत्पादनात वाढ ही प्रक्रिया झाल्याने आर्थिक विकास घडवून आणण्यास मनुष्यबळला महत्त्वाचे स्थान आहे.

६) **राष्ट्रीय उत्पन्नात वाढ घडवून आणण्यासाठी :** मानवी संसाधन वापरामुळे व उत्पादनातील सहभागामुळे उत्पादन वाढ, (मजुरी वाढ) वेतन वाढ झाल्याने साहजिकच राष्ट्रीय उत्पादनामध्ये व उत्पन्नामध्ये वाढ घडवून आणण्यासाठी मानवी संसाधनाची भूमिका महत्त्वाची ठरते.

७) **श्रमाचा पुरवठा म्हणून महत्त्व :** देशातील उपलब्ध मनुष्यबळ/मानवी संसाधनातूनच अनेक उत्पादनाच्या प्रक्रियेसाठी श्रमाचा पुरवठा होतो व त्यातून उत्पादनाची प्रक्रिया आणि अर्थव्यवस्था सुयोग्य पद्धतीने गतीमान राहू शकते. श्रमाच्या पुरवठ्यामुळे अतिरिक्त उत्पादन घटक उपयोगात येतात, त्यामुळे पडून असलेली साधनसामग्री वापरात येते.

८) **प्रत्येक देशाचे मानवी संसाधन हे एक आंतरराष्ट्रीय पातळीवर प्रतिष्ठेचे सूचक व गमक असते :** प्रत्येक अर्थव्यवस्थेतील मानवी संसाधन त्या देशात अस्तित्वात असणाऱ्या साधनांना गतिमान करून देशाच्या आर्थिक विकासास हातभार लावते. त्यामुळे देश अनेक बाबतीत स्वयंपूर्ण बनतो आणि त्याची आंतरराष्ट्रीय पातळीवर प्रतिष्ठा निर्माण होते.

वरीलप्रमाणे 'मानवी संसाधनाची' भूमिका ही प्रत्येक अर्थव्यवस्थेला गती देणे, चालना देणे ही आहे. मिळालेल्या आकडेवारीच्या आधारावर आपला विकास साध्य करणे, कमतरता असलेल्या क्षेत्रात त्याला पूरक व पर्यायी उपाययोजना करणे ही त्या त्या देशाच्या सरकारांची भूमिका असते, ज्यामुळे देशाचा विकास होऊन देश एका विशिष्ठ विकासाच्या पातळीवर जातो.

४.३ मानवी विकास निर्देशांक आणि भारत (Human Development Index and India)

मानवी विकास निर्देशांक हा त्या त्या राष्ट्राच्या प्रतिष्ठा, विकास, उत्पादन, राष्ट्रीय उत्पन्न या दृष्टीकोनातून महत्त्वाचा आहे. आर्थिक विकासाचे मोजमाप करण्यासाठी पूर्वी स्थूल राष्ट्रीय उत्पादन (G.N.P.) या निकषाचा आधार घेतला जात होता. परंतु बदलत्या काळाबरोबर, विकासाच्या नवीन प्रारूप व मोजमापाचा आधार घेण्याच्या संकल्पनेतून अलीकडील काळात व्यापक विस्तारीत निर्देशांक तयार करून आर्थिक विकासाचे मोजमाप केले जात आहे. त्यातूनच मानवी विकास निर्देशांकाची संकल्पना संयुक्त राष्ट्रसंघाच्या कार्यक्रमाद्वारे (UNDP) मांडण्यात आली. संयुक्त राष्ट्रसंघाने १९९० मध्ये 'पहिला मानवी विकास निर्देशांक अहवाल' प्रकाशित केला. मानवी विकास निर्देशांकाची संकल्पना ही सर्वप्रथम नोबेल पारितोषक विजेते प्रो. अमर्त्य सेन आणि प्रो. महबूब-उल-हक यांनी विकसित केली. मानवी विकास निर्देशांकाबरोबर त्यास जोडून इतरही काही निर्देशांक मांडले आहेत. त्या आधारे देशाच्या आर्थिक विकासासंदर्भात असलेला वेग, स्थिती ही लक्षात घेऊन भविष्यकालीन नियोजन, धोरण व रणनिती ठरवण्याचे काम प्रत्येक देशाचे सरकार करत असते.

मानवी विकास निर्देशांक आणि राष्ट्रीय उत्पन्नाबरोबरच शिक्षण, आरोग्य व आहार याचाही अभ्यास केला जातो. यामध्ये सन २०१९च्या आकडेवारी आणि रिपोर्टनुसार भारत हा मध्यम मानव विकास निर्देशांकातील १८९ देशापैकी १३१ व्या गुणानुक्रमावर (Rank) आहे.

साधारणपणे १९९० सालापासूनच्या अभ्यास करता आणि भारताचा मानव विकास निर्देशाक स्तर, गुणानुक्रम यांचा विचार करता, १९९० मध्ये ०.४२९ वरून

सन २०१९ मध्ये ०.६४५ या पातळीच्या स्तरावर भारताला येता आले. तसेच एकूण राष्ट्रीय उत्पादनामध्ये १९९० सालापासून सन २०१९ पर्यंत जवळजवळ २७३.९ टक्क्यानी वाढ झाली आहे.

मानव विकास स्तराचा विचार करता महिला व मुलींच्या शिक्षणामध्ये वाढ, महिलांचे आर्थिक सशक्तीकरण, घराघरामध्ये युवतींना सशक्त बनवण्याचे व गरिबी कमी करण्याची उद्दिष्टे साध्य झाली आहेत.

पुढील तक्ता क्रमांक ०४.१ मध्ये जगातील काही निवडक देश व त्यांच्या तुलनेत भारताची स्थिती कशी आहे हे स्पष्ट करण्याचा प्रयत्न केला आहे.

तक्ता क्रमांक ४.१

मानव विकास निर्देशांक (काही निवडक देश) (सन २०१९)

देश	गुणानुक्रमांक	मानव विकास निर्देशांक
नॉर्वे	१	०.९५७
आर्यलॅंड	२	०.९५५
स्वित्झलॅंड	२	०.९५५
हॉगकॉग	४	०.९४९
आईसलॅंड	४	०.९४९
जर्मनी	६	०.९४७
स्विडन	७	०.९४५
ऑस्ट्रेलिया	८	०.९४४
नेदरलॅंड	८	०.९४४
डेन्मार्क	१०	०.९४०
भारत	१३१	०.६४५
बांग्लादेश	१३३	०.६३२
चीन	६५	०.७६१
जपान	१९	०.९१९
पाकिस्तान	१५४	०.५५७
द. आफ्रिका	११४	०.७०९
कॅनडा	१६	०.९२९

Source - Human Development Report office - 2020 existed with Datawrapper.

मानवी विकास निर्देशांक आणि भारत

मानवी विकास निर्देशांकाचा विचार करता २०१९ च्या संयुक्त राष्ट्रसंघ कार्यक्रमा अंतर्गत मानवी विकास अहवाल प्रकाशित करण्यात आला. त्यास अनुसरून अभ्यास केला असता, जागतीक स्थरावर भारताचा स्तर म्हणजेच गुणानुक्रम (Rank) १३१ इतका आहे. मानव विकास निर्देशांक ०.६४५ म्हणजेच ०.५ ते ०.७ या गटात अर्थात मध्यम मानव विकास असलेल्या गटात मोडते. याच तुलनेत नॉर्वे ०.९५७ (प्रथम) गुणानुक्रमावर असून द्वितीय स्थानी आर्यलँड व स्वित्झलँड हे आहे, व ०.९५५ इतका त्यांचा मानव विकास निर्देशांक आहे. यानंतर आईसलँड व हॉगकाँग चौथ्या स्थानी असून ०.९४९ एवढा त्यांचा मानव विकास निर्देशांक आहे. त्याखालोखाल जर्मनी ०.९४७, स्वीडन ०.९४५, ऑस्ट्रेलिया ०.९४४, नेदरलँड ०.९४४, डेन्मार्क ०.९४० असे दहा देश हे उच्च मानवी विकास निर्देशांकामध्ये दिसून येतात. तसेच भारताशेजारील बांग्लादेशाचा १३३ गुणानुक्रमांक असून त्याचा मानवी विकास निर्देशांक ०.६३२ इतका आहे. पाकिस्तानाचा गुणानुक्रमांक १५४ व मानवी विकास निर्देशांक ०.५५७ असून तो भारतापेक्षा मानवी विकास निर्देशांकामागे असल्याचे दिसते. दक्षिण आफ्रिका ११४ गुणानुक्रमांकावर व ०.७०९ मानव विकास निर्देशांकावर आहे. सदर सर्व आकडेवारी ही संयुक्त राष्ट्र संघ, मानव विकास अहवाल कार्यालय २०२० नुसार देण्यात आली आहे. याशिवाय इतर काही देशांची माहिती तक्ता क्रमांक ४.१ मध्ये देण्यात आली आहे.

मानवी विकास निर्देशंकाची रचना (Structure of Human Development Index)

मानवी विकास निर्देशांक तयार करताना प्रमुख तीन (०३) निर्देशक विचारात घेतले जातात.

A - दिर्घायुष्य Longevity

B - ज्ञान Knowledge

C - जीवनमान Standard of Living

वरील तीन घटकांचा विचार करता त्यांचा उपयोग हा

१) **दीर्घायुष्य (Longevity) :** दिर्घायुष्य हे आयुष्यमानाच्या साहाय्याने मोजले जाते. यामध्ये सरासरी आर्युमान हे २५ वर्ष ते ६५ वर्ष कमाल व किमान निश्चित केलेले आहे. या सर्वांच्या आधारे मानव विकास निर्देशांकाचे मोजमाप केले जाते.

२) **ज्ञान (Knowledge) :** ज्ञान हे शैक्षणिक कौशल्य किंवा प्रौढ साक्षर प्रमाण

किंवा प्राथमिक, माध्यमिक, उच्च माध्यमिक शिक्षण प्रमाणाच्या साहाय्याने मोजले जाते. यामध्ये प्रौढ साक्षर प्रमाण ० टक्के ते १०० टक्के निश्चित केले आहे. तसेच एकत्रित नावनोंदणी गुणोत्तर ० ते १०० टक्के मानला जातो. या सर्वांचा विचार करून तसेच, ज्ञान क्षेत्र व त्या अंतर्गत येणारे सर्व घटक यांचा विचार करून मानव विकास निर्देशांक तयार केला जातो.

३) **जीवनमान निर्देशांक (Standard of Living) :** हा वास्तव स्थूल राष्ट्रीय उत्पन्नाच्या साहाय्याने किंवा पैशातील खरेदी शक्ती समता (Purchasing Power Purity. PPP) या आधारे मोजला जातो. प्रत्येक देशात व्यक्ती व समाजाची खरेदी शक्ती कशी आहे व त्याआधारे वेगवेगळ्या देशात काय फरक आहे, तसेच देशातील असलेला फरक यांचाही विचार केला जातो. मानव विकास निर्देशांकावरून लोकसंख्येची गुणवत्ता समजते. मानव विकास निर्देशांक साध्या सरासरी पद्धतीने काढला जातो. त्यासाठी पुढील सूत्र वापरले जाते.

$$\text{निर्देशांक} = \frac{\text{प्रत्यक्ष मूल्य} - \text{किमान मूल्य}}{\text{कमाल मूल्य} - \text{किमान मूल्य}}$$

साधारणपणे या सूत्राच्या आधारे

१) **उच्च मानव विकास गट :** ज्या देशाचा मानव विकास निर्देशांक ०.०८ पेक्षा अधिक आहे.

२) **मध्यम मानव विकास गट :** ज्या देशाचा मानव विकास निर्देशांक ०.०५ ते ०.०८ इतका आहे.

३) **अल्प मानव विकास गट :** ज्या देशाचा निर्देशांक ०.०५ पेक्षा कमी आहे असा देशांचा गट

वरील ०३ मानव विकास गटांच्या आधारे कोणता देश कोणत्या मानविकास निर्देशांक गटात येतो याचे स्पष्टीकरण दिले जाते. त्यामुळे प्रत्येक देशाला आपली स्थिती कोठे, कशी व त्यासाठी काय करावे लागेल याचे मार्गदर्शन, दिशा घेणे व प्रयत्न करणे शक्य होते.

४.४ जीवनमान भौतीक गुणवत्ता संकल्पना (Concepts of Physical Quality of Life Index)

प्रत्येक देशामध्ये 'जीवनमान भौतीक गुणवत्ता संकल्पना' विचारात घेणे महत्त्वाचे आहे. ही संकल्पना सर्वप्रथम प्रसिद्ध अर्थशास्त्रज्ञ मॉरिस डेव्हीड (Morris Devid) यांनी १९७९ मध्ये मांडली. याचे मापन ० ते १०० या स्केलमध्ये केले जाते.

त्यासाठी ०३ (तीन) निर्देशांकांना समान भारांक (Weight) देवून मोजमाप केले जाते. या मापनामध्ये ०३ घटक महत्त्वाचे मानले जातात.

१) बालमृत्यू - आयुर्मान वर्षामध्ये मापन केले जाते.
२) जीवन अपेक्षा
३) मूलभूत साक्षरता

यावरील तीन घटकांचा मापनामध्ये समावेश करण्याची गरज असते, कारण राष्ट्रीय उत्पन्नाच्या तुलनेत राष्ट्रीय उत्पन्नावर एकट्या कल्याणाचा प्रभाव पडत नाही. त्यावर शिक्षण, आरोग्य, पर्यावरण याचाही परिणाम होतो आणि म्हणून वरील तीन घटकांचा विचार केला जातो.

साधारणपणे प्रत्येक अर्थव्यवस्थेत अस्तित्वात असलेली लोकसंख्या ही आपले जीवन जगत असते. हे जीवन जगत असताना त्यांचे जीवन कसे आहे हे समजण्यासाठी वेगवेगळ्या संकल्पनाचा अभ्यास केला जातो व त्याआधारे जीवनमान पातळी, जीवनमान भौतीक गुणवत्ता कशी आहे याचे मापन केले जाते. यामध्ये (१) लिंगभाव विकास निर्देशांक (२) लिंगभाव समानता निर्देशांक आणि (३) बहुआयामी दारिद्र्य निर्देशांक तसेच इतरही काही घटकांचा अभ्यास केला जातो.

४.४.१ लिंगभाव विकास निर्देशांक (Gender Development Index)

लिंगभाव संबंधित विकास निर्देशांक हा लिंगभाव समानतेचे मापन करण्यासाठी तयार केलेला निर्देशांक आहे. मानवी विकास अहवालात २४ जुलै २०१४ रोजी प्रथमच हा नवीन 'लिंगभाव विकास निर्देशांक' मांडला गेला. हा निर्देशांक मानव विकासातील लिंगभाव आधारीत अंतर (फरक) दर्शविणाऱ्या निकषांच्या आधारावर मोजला जातो. लिंगभाव संबंधित विकास निर्देशांक आयुमर्यादा, शिक्षण आणि उत्पन्न यामध्ये असलेल्या फरकाच्या आधारे विचारात घेतला जातो. लिंगभाव संबंधित विकास निर्देशांकाच्या बाबतीतील; जगातील काही देशांशी भारताची तुलना करता, भारत हा फार खालच्या क्रमांकावर आहे. विविध पातळीवर मोजमाप करताना मानवी विकास निर्देशांकाप्रमाणेच लिंगभाव संबंधित विकास निर्देशांक हा सारखेच निर्देशांक वापरून सारख्याच मोजमापातील संपादनाचे मापन करतो. परंतु तो प्रत्यक्षात स्त्री-पुरुषांच्या सहभागातील असमानता विचारात घेतो.

लिंगभाव विकास निर्देशांक या रिपोर्टची गणना साधारण १६७ देशासाठी केली जाते. यामध्ये महिला या पुरुषांच्या तुलनेत किती मागे आहेत, याचा अभ्यास किंवा त्यांची गणना केली जाते. या दोन्ही घटकांमधील फरक मोजण्यासाठी लिंगभाव विकास निर्देशांकाचा प्रामुख्याने आधार घेतला जातो.

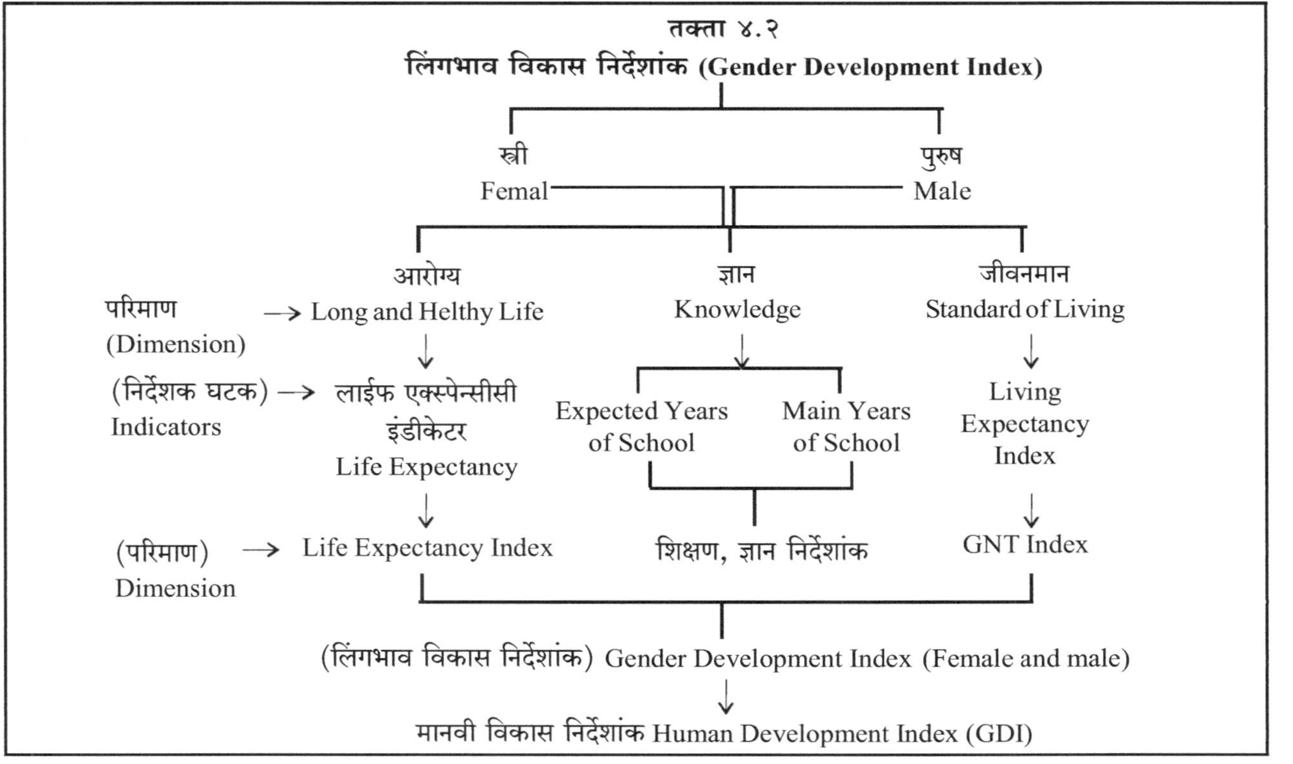
तक्ता ४.२
लिंगभाव विकास निर्देशांक (Gender Development Index)
स्त्री
Femal
पुरुष
Male
आरोग्य
ज्ञान
जीवनमान
परिमाण
(Dimension)
Long and Helthy Life
Knowledge
Standard of Living
(निर्देशक घटक)
Indicators
लाईफ एक्स्पेन्सीसी
इंडीकेटर
Life Expectancy
Expected Years
of School
Main Years
of School
Living
Expectancy
Index
(परिमाण)
Dimension
Life Expectancy Index
शिक्षण, ज्ञान निर्देशांक
GNT Index
(लिंगभाव विकास निर्देशांक) Gender Development Index (Female and male)
मानवी विकास निर्देशांक Human Development Index (GDI)

तक्ता क्रमांक ४.३

लिंगभाव विकास निर्देशांक व गुणानुक्रमांक (Rank)
(सन २०१९ ची GII गुणानुक्रमांक)
पहिले १० देश

देश	GII रँक	GII मूल्य
स्वित्झलँड	१	०.०२५
नॉर्वे	२	०.०३८
फिनलँड	३	०.०३९
नेदरलँड	४	०.०४३
डेन्मार्क	४	०.०४३
स्वीडन	६	०.०४५
बेलीअम	६	०.०४५
फ्रास	८	०.०४९
आईसलँड	९	०.०५८
स्लोव्हेनिया	१०	०.०६३
दक्षिण कोरीया	०७	०.०४७

संदर्भ - UNDP Human Development Report 2019.

तक्ता क्रमांक – ४.४

लिंगभाव विकास निर्देशांक
सर्वांत कमी गुणानुक्रमांक असलेले देश (सन २०१८)

देश	GII रँक	GII मूल्य
येमेन	१६२	०.८३४
अफगाणिस्तान	१४३	०.५७५
नायजर	१५४	०.६४७
कांगो	१५६	०.६५५
लाईबेरिया	१५५	०.६५१
सेंट्रल आफ्रिकन रिपब्लीक	१५९	०.६८२

देश	GII रॅंक	GII मूल्य
माली	१५८	०.६७६
सिएरा लिओन	१५३	०.६४४
मॉरिटानिया	१५०	०.६२०
भारत	१२३	०.४८८

संदर्भ : UNDP, Human Development Report 2019

४.४.२ लैंगीक असमानता निर्देशांक (Gender Inequality Index)

लैंगिक असमानता निर्देशांकाची सन २०१० पासून सुरुवात करण्यात आली. लैंगिक असमानतेमुळे एखाद्या देशातील कर्तृत्वाचे नुकसान मोजण्यासाठी हा निर्देशांक उपयोगात आणला जातो. लिंगभाव आधारित विकास निर्देशांकामधील उणीवा दूर करण्यासाठी 'लैंगिक असमानता निर्देशांक' ही संकल्पना पुढे आली आहे.

लैंगिक असमानतेमुळे मानवी विकासाचे मोठ्या प्रमाणात नुकसान होते. लैंगिक असमानता निर्देशांकाचा विचार करता, जागतिक आर्थिक संघ World Economic Forury (WEF) याने २००६ सर्व प्रथम हा लैंगिक असमानता निर्देशांक मांडला होता. आज १५३ देशामध्ये याचे मोजमाप केले जाते. लैंगिक असमानता निर्देशांक मोजताना ज्या क्षेत्रामध्ये असमानता (Gap) आहे ती पुढीलप्रमाणे आहे.

अ) आरोग्य
ब) शिक्षण
क) अर्थव्यवस्था
ड) राजकारण
इ) सांस्कृतिक घटक

वरील घटक विचारात घेऊन जागतिक स्तरावर त्याचे मापन केले जाते. त्यामध्ये सर्वाधिक १ (एक) हा स्कोर (Score) असून कमी हा 0 (Zero) (Score) स्कोर असा आहे हे पुढील तक्ता क्रमांक ४.३ मध्ये पहिले उच्च स्तर १० देश यांचे मापन दिले आहे तर तक्ता ४.४ कमी गुणानुक्रम असलेले देश देण्यात आले आहेत.

१९९० नंतर स्त्रिया व मुली यांनी मोठी प्रगती केली आहे. त्यांनी अनेक क्षेत्रात गरुड भरारी घेतली आहे. तरीही महिलांना लैंगिक समानता मिळू शकली नाही. महिला व मुलींची होणारी गैरसोय हे असमानतेचे मुख्य कारण आहे. अनेक स्त्रिया व मुलींमध्ये आरोग्य, शिक्षण, राजकीय प्रतिनिधीत्व, कामगार क्षेत्र इत्यादींमध्ये भेदभाव

केला जातो. त्यांच्या क्षमतांचा विकास व त्यांच्या स्व निवडीच्या स्वातंत्र्यावर आजही मर्यादा आहेत.

लैंगिक असमानता ही तीन बाबींमध्ये असमानतेचे मापन करते.

१) पुनरुत्पादक/निरोगी आरोग्यासाठी

२) माता मृत्यू प्रमाण

३) पौंगडावस्थेतील जन्म दर, याद्वारे मोजले जाते.

यामध्ये साधारण प्रौढ महिला आणि २५ वर्ष वय यापेक्षा जास्त वयांच्या व्यक्तींचे प्रमाणमापन केले जाते.

तक्ता क्रमांक ४.५

जागतिक लैंगीक असमानता निर्देशांक
(Global Gender Gap Index 2020)

	देश	
१	आइसलँड	०.८७७
२	नॉर्वे	०.८४२
३	फिनलँड	०.८३२
४	स्वीडन	०.८२०
५	निकारगुक्षा	०.८०४
६	न्युझीलंड	०.७९९
७	आर्यलँड	०.७९८
८	स्पेन	०.७९५
९	रवांडा	०.७९१
१०	जर्मनी	०.७८७
२१	U.K	०.७६७
५०	बाग्लादेश	०.७२६
५३	युनायटेड स्टेटस (United State (U.S)	०.७२४
८१	रशियन फेडरेशन	०.७०६
९२	ब्राझील	०.६९१
१०१	नेपाळ	०.६८०
१०२	श्रीलंका	०.६८०

	देश	
१०६	चीन	०.६७६
११२	भारत	०.६६८
१२१	जपान	०.६५२
१५१	पाकिस्तान	०.५६४
१५३	येमेन	०.४९४

Source - World Economic Fourm (WEF) 2020

जागतिक आर्थिक मंच वरील

तक्ता क्रमांक ४.५ मध्ये जगातील लिंग भाव असमानता निर्देशांकाचा विचार करून जगातील पहिल्या १० देशांची आकडेवारी दिलेली आहे. हे सर्व देश भारतापेक्षा वरच्या स्थानावर आहेत. स्वित्झलँड हा प्रथम गुणक्रमांकावर आहे, तर भारत हा १२३ गुणानुक्रमांक (Rank) वर आहे.

तसेच तक्ता ४.२ मध्ये लिंगभाव विकास निर्देशांक (Gender Development Index) दिलेला आहे त्याचा स्त्री-पुरुष यांच्या बाबत घटक एकच असून त्यांचे मापन करून तो कसा काढला जातो, याची रचना दर्शविण्यात आली आहे. तसेच तक्ता क्रमांक ४.५ मध्ये जागतिक लिंग असमानता निर्देशांक सन २०२०चा गुणानुक्रम दाखवला आहे. यामध्ये भारत ११२ स्थानावर आहे. २००६ मध्ये भारत ९८ व्या स्थानावर होता. त्यानंतर १०८ व्या स्थानावर व आता ११२ व्या स्थानावर आहे. चीन १०६, श्रीलंका १०२ नेपाळ १०१ व बांग्लादेश ५०व्या स्थानावर आहे.

याशिवाय काही महत्त्वाच्या घटकांचा विचार करता, हा फरक किंवा अंतर खूप मोठे दिसून येते.

१) **राजकारण :** जगभरातील संसदेच्या ३५,१२७ जागापैकी केवळ २५ टक्के जागांवर महिला आहेत त्यापैकी ३३४३ म्हणजे २१ टक्के या संसदेमध्ये मंत्री आहेत. त्यामुळे असे म्हटले जाते की, लैंगिक असमानता ही मानवी विकासासाठी मोठा अडथळा आहे.

४.४.३ बहुआयामी दारिद्र्य निर्देशांक (Multidimensional Poverty Index)

बहुआयामी दारिद्र्य निर्देशांक हा संयुक्त राष्ट्र विकास कार्यक्रमाअंतर्गत तसेच ऑक्सफर्ड दारिद्र्य व मानव विकास पुढाकार (OPHI) यांनी मांडला आहे. ही आकेडीवारी एकूण ७५ देशांतील दारिद्र्य स्थितीचा अभ्यास करून देण्यात आली

आहे. सन २०२०च्या आकडेवारीच्या आधारे असे दिसून आले की १.३ अब्ज लोक आजही बहुआयमी दारिद्र्यामध्ये जीवन जगत आहेत. यामध्ये आरोग्य, शिक्षण आणि राहणीमान याबरोबर एकूण १० घटक विचारात घेऊन अभ्यास केला असून यामध्ये जवळजवळ ८०% पेक्षा जास्त घटक वंचित आहेत किंवा सोयी सुविधांपासून दूर आहेत.

सन २०२० च्या आकडेवारीचा विचार करता सन २०१९ च्या तुलनेत सन २०२० मध्ये ७५ देशापैकी ६५ देशांनी आपले दारिद्र्य पातळी कमी करण्याचा प्रयत्न करून दारिद्र्यामध्ये घट केली आहे. बहुआयामी दारिद्र्य निर्देशांक गणना करताना खालीलप्रमाणे घटक व त्यांच्या आधारे गुणानुक्रमांक देऊन मापन केले जाते या प्रत्येक घटकांना वेगवेगळे गुण (weight) दिले आहे ते पुढीलप्रमाणे आहेत.

१) **आरोग्य (Health) :** यासाठी एकंदर १/३ भार यामध्ये बालमृत्यूप्रमाण Child Morotality, पोषण Nutrition यासाठी दोन्ही घटकांचा मिळून प्रत्येकी १/६ भारांक दिला आहे.

२) **शिक्षण (Education) :** या घटकांसाठी एकूण १/३ इतका भारांक दिला असून त्यातील शालेय शिक्षणाची वर्षे (years of schooling) व शाळेतील उपस्थिती (School attendance) या दोन्ही घटकांस प्रत्येकी १/६ भारांश दिला आहे.

३) **राहणीमान (Living of standard) :** यामध्ये एकूण सहा घटक आहेत, यांना एकूण १/३ इतका भारांश दिला आहे प्रतिघटक १/८ इतका भारांश (weight) दिलेले आहे.

यामध्ये इंधन (cookingfuel), स्वच्छता (Sanitation), पिण्याचे पाणी (Drinking water), घरांची स्थिती (Housing), वीज वापर (Electricity) व साधने, मालमत्ता, संपत्ती (Assets) या ०६ (सहा) घटकांचा आधार घेण्यात आला आहे.

वरील एकूण १ + २ + ३ असे सर्व मिळून २ + २ + ६ = १० घटक विचारात घेऊन त्यांना भार (wight) देवून त्याआधारे बहुआयामी दारिद्र्य निर्देशांक काढला जातो.

बहुआयमी दारिद्र्य निर्देशांकमध्ये जे जे घटक दिसतात ते पुढीलप्रमाणे आहेत.

१) उपासमार होणे व निवारा नसणे.

२) मुलांना शाळेत न पाठवण्यासारखी आर्थिक परिस्थिती

३) आजारी असताना उपचार न घेण्याची आर्थिक स्थिती

४) स्वच्छ पाणी पुरवठा नसणे.

५) नोकरी अभाव.

या सर्वांचा विचार करता ही बहुआयामी दारिद्र्य हे मापन महत्त्वाचे आहे. सन २०१९ मध्ये १०१ देशातील जवळ जवळ १.३ अब्ज लोक हे दारिद्र्यात जीवन जगत आहेत, त्यासाठी अनेक आयाम जबाबदार आहेत.

बहुआयामी दारिद्र्यामध्ये असलेल्या लोकसंख्येत १८ वर्षाखालील बालकांचे प्रमाण निम्मे असून ते सुमारे ६४४ दशलक्ष एवढे आहे. जगभरात ३ पैकी १ बालक गरीब आहे तर ६ पैकी १ प्रौढव्यक्ती गरीब आहे.

२०१९-२० जागतिक बहुआयामी दारिद्र्य निर्देशांकमध्ये भारताचा ६२ वा (गुण : ०.१२३) क्रमांक आहे. २००५-०६ ते २०१५-१६ पर्यंत भारताने २७० दशलक्ष लोकांना बहुआयामी दारिद्र्यातून बाहेर काढले आहे. संयुक्त राष्ट्र शाश्वत विकास ध्येय २०३० मध्ये क्रमांक १ हे शून्य दारिद्र्याशी संबंधीत आहे.

प्रश्न

प्र. १ एका वाक्यात उत्तरे लिहा.

१) आर्थिक विकास म्हणजे काय?

२) आर्थिक विकासात मानवी साधन सामग्रीच्या भूमिकेचे दोन मुद्दे सांगा.

३) मानवी निर्देशांक म्हणजे काय?

४) लिंगभाव विकास निर्देशांक म्हणजे काय?

५) लैंगिक असमानता निर्देशांक म्हणजे काय?

६) बहुआयामी निर्देशांक म्हणजे काय?

प्र. २ टीपा लिहा.

१) मानवी निर्देशांक आणि भारत

२) लिंगभाव विकास निर्देशांक

३) लैगिंक असमानता निर्देशांक

४) बहुआयामी निर्देशांक

प्र. ३ थोडक्यात उत्तरे लिहा.

१) आर्थिक विकासात मानवी साधनसामग्रीची भूमिका थोडक्यात सांगा.

२) मानवी विकास निर्देशांक आणि भारत, थोडक्यात विवेचन करा.

३) जीवनमान भौतीक गुणवत्ता म्हणजे काय?

४) लिंगभाव विकास निर्देशांक म्हणजे काय?

५) बहुआयामी दारिद्र्य निर्देशांक म्हणजे काय?

प्र. ४ सविस्तर उत्तरे लिहा.

१) आर्थिक विकास प्रक्रियेत मानवी साधन सामग्रीची भूमिका स्पष्ट करा.

२) आर्थिक विकास निर्देशांक आणि भारत विवेचन करा.

३) संकल्पना स्पष्ट करा.

अ) लिंगभाव विकास निर्देशांक

ब) लैंगिक असमानता निर्देशांक

क) बहुआयामी दारिद्र्य निर्देशांक

सेमिस्टर - ६

प्रकरण - १

आर्थिक नियोजन
(Economic Planning)

१.१ प्रस्तावना (Indroduction)

रशिया हा जगातील असा देश आहे की जेथे 'आर्थिक नियोजनाद्वारे' देशाचा अल्पावधीत जलद विकास घडवून आणला गेला. विसाव्या शतकात आर्थिक नियोजन हा शब्द परवलीचा बनला होता. जलदगतीने आर्थिक विकास घडवून आणण्यासाठी दुसऱ्या महायुद्धानंतर विकसनशील देशांनी आर्थिक नियोजनाचा स्वीकार केला. भांडवलशाही देशांनी आर्थिक नियोजनाचा स्वीकार केला, तसेच गरजेनुसार आर्थिक नियोजन करण्यास सुरुवात केली. स्वातंत्र्य प्राप्तीनंतर भारताने आर्थिक विकास घडवून आणण्यासाठी नियोजनाचा आणि लोकशाही आधारित पंचवार्षिक नियोजन पद्धतीचा स्वीकार केला. १ एप्रिल १९५१पासून आर्थिक नियोजनाद्वारे आर्थिक विकासाला सुरुवात केली. 'पंचवार्षिक योजना' तयार करण्यासाठी १५ मार्च १९५० रोजी नियोजन मंडळाची स्थापना करण्यात आली. परंतु अलीकडे ०१ जानेवारी २०१५ रोजी नियोजन मंडळाच्या जागी 'निती आयोगा'ची स्थापना करण्यात आली. १२ वी योजना ३१ मार्च २०१७ रोजी पूर्ण झाली. त्यानंतर १३ वी योजना सुरू न करण्यात आल्याने

आर्थिक नियोजन संपुष्टात आले. 'निती आयोगा'द्वारे सध्या आर्थिक विकास प्रक्रिया चालू आहे.

१.२ आर्थिक नियोजनाचा अर्थ, व्याख्या आणि वैशिष्ट्ये (Economic Planning - Meaning Definition and Features)

आर्थिक विकास एका विशिष्ट कालावधीत घडून आणणे हे आर्थिक नियोजनात अभिप्रेत आहे.

देशाचे आर्थिक व्यवहार सुरळीतपणे चालावेत आणि विशिष्ट उद्दिष्ट गाठता यावे या दृष्टीने करण्यात येणाऱ्या नियोजनाला आर्थिक नियोजन असे म्हणता येते.

अर्थव्यवस्थेतील कोणत्या वस्तूचे उत्पादन केले पाहिजे? उत्पादन कोठे, केव्हा व कशा पद्धतीने करावे किती प्रमाणात उत्पादन करावे? उत्पादनाचे विभाजन कसे करावे व कोणामध्ये करावे? यांसारख्या प्रश्नांची उत्तरे शोधून सरकारला निर्णय घ्यावे लागतात. यातून अर्थव्यवस्थेला एक निश्चित दिशा मिळते. थोडक्यात, सरकारने उत्पादन व वितरणाबाबत विवेकशीलतेने घेतलेला निर्णय म्हणजेच 'आर्थिक नियोजन' होय.

आर्थिक नियोजनाच्या व्याख्या

आर्थिक नियोजनाच्या व्याख्येसंबंधी मतभिन्नता दिसून येते.

काही अर्थतज्ज्ञांच्या व्याख्या पुढीलप्रमाणे आहेत–

१) **डॉ. डाल्टनच्या मते,** 'अर्थव्यवस्थेतील आर्थिक सत्तेने विशिष्ट पूर्वनिर्धारित उद्दिष्टांच्या पूर्तीसाठी आर्थिक क्रियांना जाणीवपूर्वक दिशा देणे म्हणजे आर्थिक नियोजन होय.'

२) **प्रो. रॉबिन्सच्या मते,** 'देशाचे कल्याणकारी राज्याचे उद्दिष्ट साध्य करण्याचे एक साधन म्हणजे आर्थिक नियोजन होय.'

३) **प्रो. एच. लेव्ही यांच्या मते,** 'अदृश्य, स्वयंप्रेरित व नियंत्रणाबाहेरील घटकांनी मागणी व पुरवठ्यात संतुलन न होऊ देता त्याऐवजी उत्पादन व वितरणात जाणीवपूर्वक नियंत्रण करून समतोल प्रस्थापित करणे म्हणजे आर्थिक नियोजन होय.'

४) **प्रा. हायेक यांच्या मते,** मध्यवर्ती सत्तेने उत्पादन व्यवहारांना दिशा देणे म्हणजे आर्थिक नियोजन होय.

५) **आर्थिक नियोजन** हा संपूर्ण अर्थव्यवस्थेच्या विकासाची आणि कल्याणकारी राज्याचे उद्दिष्ट एका निश्चित काळात साध्य करण्याची हमी देणारा देशातील नागरिक आणि सामाजिकदृष्ट्या जबाबदार सत्ता यामध्ये सतत चालणारा एक सहकारी प्रयत्न होय.

६) **भारतीय नियोजन मंडळ** याद्वारे पूर्व निर्धारित सामाजिक उद्दिष्टांच्या पूर्ततेसाठी देशातील साधनसामग्री संघटित करून तिचा जास्तीत जास्त उपयोग करून घेतला जातो. त्यादृष्टीने अवलंबिण्यात येणारी पद्धती म्हणजे आर्थिक नियोजन होय.

सर्वसाधारणपणे आपण असे म्हणून शकतो की, विशिष्ट आर्थिक उद्देश समोर ठेवून तो साध्य करण्याकरिता मार्ग आखणे होय. 'कल्याणकारी राज्याचे उद्दिष्ट साध्य करण्याचे साधन म्हणजे नियोजन होय.'

आर्थिक नियोजनाची प्रमुख वैशिष्ट्ये

वरील व्याख्यांवरून आर्थिक नियोजनाची प्रमुख वैशिष्ट्ये पुढीलप्रमाणे स्पष्ट होतात.

१) आर्थिक नियोजन यंत्रणेवर सार्वभौम सत्तेचे नियंत्रण असते.
२) आर्थिक नियोजनात देशातील संसाधनांचा पर्याप्त/महत्तम वापर केला जातो.
३) समाजाच्या गरजांची पूर्तता करून त्यांचे महत्तम कल्याण करण्याचा प्रयत्न केला जातो.
४) आर्थिक नियोजनाच्या अंमलबजावणीसाठी एक विशिष्ट यंत्रणा निर्माण केली जाते.
५) संपूर्ण अर्थव्यवस्थेच्या दीर्घकालीन विकासासाठी काही आर्थिक प्रश्नांना प्राधान्यक्रम दिला जातो.
६) आर्थिक नियोजनासाठी एक विशिष्ट कालखंड निश्चित केला जातो.
७) आर्थिक नियोजनात उद्दिष्ट निश्चित करून लक्ष्ये निश्चित केली जातात.
८) नियोजनात सामाजिकदृष्ट्या जबाबदार सत्तेची महत्त्वपूर्ण भूमिका असते.
९) नियोजनात देशाचे नागरिक आणि सरकार यात सतत सहकार्य असते.
१०) आर्थिक नियोजनात विवेकशीलतेने आर्थिक निर्णय घेतले जातात.
११) आर्थिक नियोजन ही सतत चालणारी प्रक्रिया आहे.
१२) आर्थिक नियोजनातील कार्ये पूर्ण करण्यासाठी एक स्वतंत्र केंद्रीय प्राधिकरण Central Planning Authority निर्माण केले गेले आहे.
१३) नियोजनामध्ये ठराविक मुदत असते आणि त्या मुदतीत उद्दिष्ट्ये साध्य करावयाची असतात. भारतात या मुदतीचा पाच वर्षांचा कालावधी असतो.
१४) नियोजनाचा प्रमुख उद्देश आर्थिक विकासाचा वेग वाढविणे हा असतो.
१५) आर्थिक नियोजनात अर्थव्यवस्थेच्या सर्व क्षेत्रात सरकारला हस्तक्षेप करावा लागतो. सरकारचा हस्तक्षेप प्रत्यक्ष आणि अप्रत्यक्ष दोन्ही प्रकारचा असतो.

१६) आर्थिक नियोजन हे पूर्वनिर्धारित उद्दिष्टांच्या पूर्ततेसाठी करण्यात येणारे संघटित व सामूहिक प्रयत्न असतात. नियोजनाची उद्दिष्टे आर्थिक, सामाजिक आणि राजकीय असतात.

१.३ भारतातील आर्थिक नियोजनाची गरज/आवश्यकता (Need of Economic Planning in India)

भारताला स्वातंत्र्यानंतर आर्थिक वाढीची तात्काळ गरज होती. त्यामुळेच भारत सरकारने आर्थिक विकासाचे साधन म्हणून आर्थिक नियोजनाचा स्वीकार केला. त्यामुळे आर्थिक वाढीबरोबर लोकांचे जीवनमान सुधारता येईल, गरीबी आणि विषमतासुद्धा दूर करता येईल आणि नियोजनाद्वारे देशाचा आर्थिक विकासाचा दर वाढविणे हे त्यामागचे ध्येय होते.

मुक्त बाजारव्यवस्थेमध्ये साधनसंपत्तीचा वापर खाजगी नफ्यासाठी केला जातो. तो सार्वजनिक कल्याणासाठी केला जात नाही. त्यामुळे आर्थिक नियोजनाची उद्दिष्टे लक्षात घेऊन सरकारने बाजारव्यवस्थेचे नियंत्रण करण्याचे ठरविले जाते. भारतीय अर्थव्यवस्थेचे स्वरूप, समस्या आणि देशाने स्वीकारलेल्या उद्दिष्टांच्या व राजकीय तत्त्वज्ञानाच्या बाबत आर्थिक नियोजनाची आवश्यकता पुढील मुद्द्यांच्या आधारे स्पष्ट होईल.

१) **संसाधनांचा पर्याप्त वापर :** कोणत्याही देशात नैसर्गिक आणि मानवनिर्मित साधनसामग्री कमी-अधिक प्रमाणात उपलब्ध असते. देशातील दुर्मीळ भूसंपत्ती, वनसंपत्ती, जलसंपत्ती आणि मानव संपत्तीचा गैरवापर टाळण्यासाठी आणि उधळपट्टी टाळण्यासाठी नियोजनाची गरज प्रत्येक देशाला असते. भारतात नियोजनामुळे दुर्मीळ संसाधनांचा पर्याप्त वापर करणे शक्य होत असल्याने त्याची गरज भासली.

२) **भांडवलशाहीचे दोष दूर करण्यासाठी :** भांडवलशाही अर्थव्यवस्थेत काही गुण असले तरी दोषही मोठ्या प्रमाणावर असतात. या अर्थव्यवस्थेत उत्पन्न व संपत्तीतील विषमता, व्यापारचक्रातील चढ-उतार, खाजगी उत्पादकांचे वर्चस्व व निर्णय, बाजारयंत्रणेचा अधिक प्रभाव, नफा प्रेरित उत्पादन इत्यादींसारखे काही दोष भांडवलशाही/मुक्त अर्थव्यवस्थेमध्ये आढळून येतात. त्याचे दुष्परिणाम देशाच्या दीर्घकालीन आर्थिक आणि सामाजिक तसेच राजकीय विकासावर होत असतात. अशा अर्थव्यवस्थेतील गंभीर दोष कमी करण्यासाठी आर्थिक नियोजनाची आवश्यकता असते. आर्थिक नियोजन करून वरील

दोषांची तीव्रता कमी करता येऊ शकते. भारताने मिश्र अर्थव्यवस्था स्वीकारली आहे.

३) **आर्थिक विषमता कमी करण्यासाठी :** भांडवलशाहीसारख्या अनियोजित अर्थव्यवस्थेत उत्पन्न व संपत्तीतील विषमता प्रचंड प्रमाणात दिसून येते. एकीकडे 'आहे रे' आणि दुसरीकडे 'नाही रे' असे वर्ग निर्माण होऊन वर्गसंघर्ष निर्माण होतो. श्रमिकांच्या श्रमांवर अवलंबून असलेले श्रीमंत हे अधिक श्रीमंत होतात; तर गरीब हे अधिक गरीब होत जातात. अशा वेळी गरीब आणि श्रीमंत यांच्यातील दरी कमी करण्यासाठी आर्थिक नियोजनाशिवाय पर्याय राहात नाही. भारताने भांडवलशाही व समाजवादी या दोन्हींचे दोष दूर करून त्या उद्दिष्टांचा समावेश केला आहे.

४) **समाजकल्याणासाठी :** समाजकल्याण साध्य करण्यासाठी आणि कल्याणकारी राज्याचे उद्दिष्ट साध्य करण्यासाठी आर्थिक नियोजन हे एक महत्त्वाचे साधन आहे. अनियोजित अर्थव्यवस्थेत नफ्याने प्रेरित होऊन उत्पादन करीत असल्याने मिळणाऱ्या लाभाला समाजकल्याणापेक्षा अधिक महत्त्व दिले जाते. समाजोपयोगी निर्णय, उत्पादन-रोजगार संधी, गुंतवणूक अर्थव्यवस्थेत आवश्यक आहे. कोणावरही अन्याय-अत्याचार होणार नाहीत, सर्वांना समान संधी मिळून आर्थिक समानता निर्माण होईल, वितरण समान होईल आणि सर्व समाजाचे महत्तम कल्याण होईल अशी परिस्थिती निर्माण करण्यासाठी आर्थिक नियोजन करणे अत्यंत आवश्यक आहे.

५) **जलद आर्थिक विकासासाठी :** अर्थव्यवस्थेच्या जलद विकासासाठी आर्थिक नियोजन करणे आवश्यक असते. भारतासारख्या देशाची अर्थव्यवस्था स्वातंत्र्यपूर्व काळात कोलमडली होती. स्वातंत्र्य प्राप्तीबरोबर अनेक आव्हाने भारतासमोर निर्माण झालेली होती. अशा परिस्थितीत जलद आर्थिक विकासासाठी, उच्च राहणीमानासाठी, सर्व क्षेत्रांच्या विकासासाठी, उत्पादक साधनांचा अपव्यय टाळण्यासाठी आणि समान वितरणासाठी आर्थिक नियोजन ही काळाची गरज ठरते.

६) **शोषण थांबविण्यासाठी :** अनियोजित अर्थव्यवस्थेत श्रमिकांचे, उपभोक्त्यांचे, कुळांचे, उत्पादन घटकांचे मोठ्या प्रमाणावर शोषण होत असते. विशेषत: उत्पादकांकडून श्रमिकांचे, उपभोक्त्यांचे, विक्रेत्यांकडून ग्राहकांचे, जमीनमालकांकडून कुळांचे शोषण होत असते. अशा प्रकारचे शोषण थांबविण्यासाठी आर्थिक नियोजन करणे आवश्यक असते.

७) **तेजी–मंदीचा प्रभाव कमी करण्यासाठी :** आर्थिक नियोजन तेजी–मंदीच्या चक्राचा प्रभाव कमी करण्यासाठी अत्यंत उपयुक्त ठरते. अनियोजित अर्थव्यवस्थेत व्यापारचक्राचा प्रभाव हा रोजगार, किमती, वितरण, उत्पादन आणि नफा यांवर होत असते. चक्रीय प्रभावापासून अलिप्त ठेवण्यासाठी आर्थिक नियोजन महत्त्वाचे ठरते.

८) **सामाजिक सुरक्षिततेसाठी :** अनियोजित अर्थव्यवस्थेत सामाजिक सुरक्षिततेला फारसे महत्त्व दिले जात नाही. नियोजित अर्थव्यवस्थेत संपूर्ण समाज घटकांना सुरक्षितता दिली जाते. उदा. वृद्धांना सोयी–सवलती देणे, बालकांना मोफत शिक्षण देणे, बेकारांना बेकारी भत्ता देणे, अपंगाना आर्थिक साहाय्य देणे, सर्वांना आरोग्य सोयी देणे इत्यादींसारख्या सामाजिक सुरक्षिततेचा लाभ जनतेला उपलब्ध करून देण्यासाठी आर्थिक नियोजन हे आवश्यक ठरते.

९) **अर्थव्यवस्थेला योग्य दिशा देण्यासाठी :** अर्थव्यवस्थेला एक निश्चित दिशा देण्याचे काम आर्थिक नियोजन करते. समाजासाठी कोणते उत्पादन, किती प्रमाणात करावे, त्यासाठी कोणती साधने वापरावीत, किमती किती ठेवाव्यात, कोठे उत्पादन घ्यावे, किती प्रमाणात, केव्हा, कोणासाठी घ्यावे, यांसारख्या विविध प्रश्नांची उत्तरे शोधून अर्थव्यवस्थेला एक दिशा दिली जाते.

१०) **अवजड व मूलभूत उद्योगांचा विकास :** अवजड व मूलभूत उद्योगधंद्याच्या जलद विकासासाठी आर्थिक नियोजनाची गरज असते. ज्या देशात मूलभूत व अवजड उद्योगांचा विकास झालेला असतो, त्या देशात औद्योगिकीकरण जलद गतीने होते. म्हणून सरकारने आर्थिक नियोजन करून देशामध्ये वीज, पाणी, शिक्षण, वाहतूक, दळणवळण, आरोग्यसुविधा, वित्तसुविधा, विमा, लोखंड व पोलाद उद्योग, सिमेंट उद्योग, कापड उद्योग, बँका यांसारखे मूलभूत व अवजड उद्योगधंदे सुरू केले पाहिजेत. त्यामुळे औद्योगिकीकरण जलद गतीने होण्यास मदत होते.

११) **तांत्रिक प्रगतीसाठी :** कोणत्याही देशाची प्रगती ही तांत्रिक प्रगतीवर अवलंबून असते. भारतासारख्या देशात दरडोई उत्पन्न आणि बचतीचा दर अल्प असल्याने गुंतवणूक व भांडवल निर्मितीचा दरही कमी राहून तांत्रिक प्रगती कमी होते. अशा वेळी आर्थिक नियोजन करून नवे तंत्रज्ञान वापरता येते. नव्या तांत्रिक प्रगतीमुळे आधुनिक उत्पादन तंत्र वापरून उत्पादनाचा सरासरी खर्च कमी, उत्पादन गुणवत्तेत वाढ, नफ्यात वाढ, स्पर्धा क्षमतेत वाढ इत्यादींमध्ये वाढ घडून येते.

१२) **राहणीमान उंचावण्यासाठी :** भारतासारख्या विकसनशील देशात दरडोई उत्पन्न, बचत व गुंतवणूक पातळी ही कमी असल्याने लोकांचे राहणीमान कमी दर्जाचे दिसून येते. भारतातील लोकांचा उपभोग खर्च, दरडोई उत्पन्न, अन्न, वस्त्र, निवारा, शिक्षण, आरोग्य, आहारातून मिळणाऱ्या कॅलरीज वगैरे इत्यादींवर होणाऱ्या खर्चाचे प्रमाण अल्प आहे. अशा परिस्थितीत लोकांचे राहणीमान उंचावण्यासाठी आर्थिक नियोजन करणे आवश्यक ठरते.

१.४ भारतीय नियोजनाची उद्दिष्टे (Objectives of Economic Planning in India)

भारत सरकारने १५ मार्च १९५० मध्ये 'नियोजन मंडळा'ची स्थापना केली. त्यानंतर १९५१ पासून पंचवार्षिक योजनांची सुरुवात झाली. आर्थिक नियोजनाचा उपयोग अनेक उद्दिष्टे गाठण्यासाठी होतो. नियोजनाच्या उद्दिष्टांत दरडोई उत्पन्नात वाढ करणे, पूर्ण रोजगार प्रस्थापित करणे, राष्ट्रीय उत्पादनात जास्तीत जास्त वाढ घडवून आणणे, उत्पन्न व संपत्तीतील विषमता कमी करणे; समता, सामाजिक न्याय आणि शोषणशचा अभाव यावर आधारलेली समाजवादी समाजरचना निर्माण करणे इत्यादींचा समावेश केला आहे. १ जानेवारी २०१५ रोजी नियोजन मंडळाच्या जागी 'निती आयोग' स्थापन करण्यात आला.

भारताच्या नियोजनातील महत्त्वाची उद्दिष्टे सविस्तररीत्या पुढीलप्रमाणे सांगता येतील.

१) **जलद आर्थिक विकास :** भारतीय नियोजनात 'जलद आर्थिक विकास' हे एक महत्त्वाचे उद्दिष्ट आहे. वास्तव राष्ट्रीय उत्पादनात जलद वाढ करणे तसेच वास्तव दरडोई उत्पन्नात वाढ करून जलदगतीने ध्येय गाठण्याचे उद्दिष्ट आहे. लोकसंख्यावाढीच्या दरापेक्षा उत्पादनाची उच्चदराने पातळी वाढविणे तसेच कृषिक्षेत्राची उत्पन्न आणि उत्पादकता जलद वाढविणे हे ध्येय आहे. उद्योगांच्या विकासाचा दर वाढविण्यासाठी सार्वजनिक क्षेत्रांत गुंतवणूक करण्यास सुरुवात केली. परंतु इ. स. २००० नंतर सरकारने सार्वजनिक क्षेत्रांत निर्गुंतवणूक धोरण स्वीकारले आहे. तसेच खासगी क्षेत्राला आणि सहकारक्षेत्राला प्रोत्साहन देणे इत्यादी विविध क्षेत्रांत गुंतवणूक करण्यासाठी भारत सरकारने विविध योजना आखल्या आहेत.

२) **सामाजिक न्याय प्रस्थापित करणे :** सामाजिक न्याय प्रस्थापित करणे हे नियोजनाचे दुसरे उद्दिष्ट आहे. समाजातील सामान्य नागरिक अथवा गरीब व्यक्ती आणि दुर्बल घटकांना सामाजिक न्याय मिळवून देणे. त्यासाठी उच्च

उत्पन्न गटातील लोकांच्या उत्पन्नातील काही भाग कररूपाने काढून घेऊन विषमता आणि दारिद्र्यात वाढ होऊ नये म्हणून त्याचा वापर करण्यास सुरुवात केली. तसेच उत्पन्न, संपत्ती, प्रादेशिक असमतोल यामधील विषमता कमी करणे. समताधिष्ठित समाज निर्माण करणे; यांसाठी भारत सरकारने अनेक पावले उचलली आहेत.

दुसऱ्या योजनेपासून सामाजिक समता निर्माण करण्याचे उद्दिष्ट ठेवले आहे. लोकांचे जीवनमान उंचावण्यासाठी लोकांच्या महत्तम कल्याणावर भर दिला. त्यासाठी उपभोग्य निर्मितीवर भर दिला. त्याचबरोबर मूलभूत सामाजिक सेवा निर्माण करणे, शिक्षण, सार्वजनिक आरोग्य, औषधे इत्यादींद्वारे लोकांच्या मूलभूत गरजा पूर्ण करणे व लोकांची राहणीमान पातळी उंचावणे यांवर भर दिला.

३) **जलद औद्योगिकीकरण :** दुसऱ्या पंचवार्षिक योजनेपासून नियोजनात जलद औद्योगिकीकरणाच्या उद्दिष्टाला प्राधान्य दिले आहे. तसेच कृषिप्रधान अर्थव्यवस्थेतून उद्योगप्रधान अर्थव्यवस्थेकडे स्थलांतर करणे, हे उद्दिष्ट ठेवले आहे. त्यामुळे देश आत्मनिर्भर होऊन स्वयंपूर्ण होईल.

४) **पूर्ण रोजगार :** 'बेकारी' ही भारतीय अर्थव्यवस्थेतील पूर्वीपासूनची समस्या आहे. त्यामुळे रोजगाराच्या संधीत वाढ करून उपलब्ध श्रमशक्तीचा देशाच्या विकासासाठी वापर करणे या उद्दिष्टास भारतीय नियोजनात प्राधान्य देण्यात आले आहे.

रोजगार संधी उपलब्ध होण्यासाठी औद्योगिक विकासाला आणि कुटारीद्योगांना महत्त्व दिले आहे. तसेच ग्रामीण भागात रोजगारसंधी निर्माण करण्यासाठी अनेक योजना उपलब्ध करून दिल्या आहेत; जसे एकात्मिक ग्रामीण विकास योजना (IRDP), राष्ट्रीय ग्रामीण विकास योजना (NREP), जवाहर रोजगार योजना (JRY), ग्रामीण भूमिहीन रोजगार हमी योजना (RLEGS), अवर्षण प्रवण विकास कार्यक्रम (DPAP), ग्रामीण धडक रोजगार योजना, पाणलोट क्षेत्र विकास कार्यक्रम म. गांधी राष्ट्रीय ग्रामीण रोजगार हमी योजना; प्रधानमंत्री कौशल विकास योजना इत्यादी अनेक योजना सरकारने सुरू केल्या. या योजनांमुळे रोजगारात जास्तीत जास्त वाढ झाली नसली तरी उत्पन्नातील विषमता कमी होण्याला मदत झाली.

५) **आत्मनिर्भरता निर्माण करणे :** भारतीय अर्थव्यवस्थेचे मूलभूत उद्दिष्ट म्हणजे अर्थव्यवस्था आत्मनिर्भर करणे. अन्नधान्य, कच्चामाल इत्यादी उत्पादनांमध्ये

वाढ करणे, परदेशी भांडवलात वाढ करणे, परकीय वस्तूंवरील अवलंबित्व कमी करणे, विशेषत: यंत्रसामग्रीची आयात आणि वस्तू व्यापारातील समतोलावस्था निर्माण करण्यासाठी भारतीय अर्थव्यवस्था प्रयत्न करीत आहे.

६) **आधुनिकीकरण :** भारतीय अर्थव्यवस्थेत सहाव्या पंचवार्षिक योजनेत आधुनिकीकरण ही संकल्पना स्वीकारली. आधुनिकीकरणाचा उद्देश म्हणजे अर्थव्यवस्थेत बदल घडवून आणणे, आर्थिक स्थिरता निर्माण करणे, वेगवेगळ्या क्षेत्रांत उत्पादन करणे, शेती कार्यक्रमातील बदल, आधुनिक तंत्रज्ञानाचा वापर आणि सुधारणा हा होता. अलीकडील काळातील पंचवार्षिक योजनांचे प्रमुख उद्दिष्ट हे विज्ञान व तंत्रज्ञानाच्या साहाय्याने देशातील सर्वच क्षेत्रांत आधुनिकता आणून उत्पादनात वाढ घडवून आणणे हे आहे.

७) **दारिद्र्य निर्मूलन करणे :** सुरुवातीस आर्थिक विकासाचा फायदा समाजाला अल्प प्रमाणात होत होता. परंतु, चौथ्या योजनेत दारिद्र्य निर्मूलनाचे कार्यक्रम सुरू केले. भारतात एकूण लोकसंख्येच्या २१.९ टक्के लोक दारिद्र्यरेषेखाली जीवन जगत आहेत. त्यामुळे निकृष्ट राहणीमान व इतर समस्या देशात निर्माण झालेल्या दिसून येतात. म्हणून दारिद्र्याच्या दृष्ट चक्रास छेद करून दारिद्र्याविरुद्ध जोरदार लढा देणे भारताच्या नियोजनाचे उद्दिष्ट आहे. त्यासाठी दारिद्र्यरेषेखालील लोकांच्या मूलभूत गरजा पूर्ण करण्याचे उद्दिष्ट ठरविण्यात आले आहे. तेव्हापासून दारिद्र्यरेषेखालील लोकांना आवश्यक त्या सुविधा उपलब्ध करून देण्यात येत आहेत.

८) **संरक्षणात्मक बाबींची उभारणी :** भारत सरकारने आर्थिक नियोजनात आधुनिक आणि लष्करी साहित्य, संरक्षण सामग्री, शस्त्रास्त्रे, दारूगोळा इत्यादी बनविण्याला प्राधान्य दिले आहे. देशातील शांतता आणि देशाचे स्वातंत्र्य अबाधित राखण्यासाठी या बाबी आवश्यक असतात. सध्या शेजारील देशांचा विचार करता, भारतीय नियोजनकारांनी या उद्दिष्टाला महत्त्व दिले आहे.

९) **लोकसंख्या नियंत्रणाला प्राधान्य :** भारताची लोकसंख्या अत्यंत जलद वाढत आहे. त्यामुळे अनेक समस्या निर्माण होत आहेत. याकारणाने प्रत्येक पंचवार्षिक योजनेत लोकसंख्या नियंत्रणाला प्राधान्य दिले आहे; त्यानुसार विविध उपाययोजना केल्या आहेत.

१०) **आर्थिक स्थैर्य निर्माण करणे :** अनेक कारणांमुळे देशाच्या अर्थव्यवस्थेत तेजी-मंदीची चक्रे निर्माण होतात. त्यामुळे आर्थिक स्थैर्य निर्माण होण्यास अडथळे निर्माण होतात. याकारणाने किंमतपातळी, व्याजाचा दर, उत्पन्न, उत्पादन, रोजगार, नफ्याचा दर देशाच्या अर्थव्यवस्थेवर परिणाम करणाऱ्या

घटकांवर नियंत्रण ठेवून देशात आर्थिक स्थैर्य निर्माण करण्याच्या उद्दिष्टाला प्राधान्य देण्यात आले आहे.

११) **पर्यावरणाचे संरक्षण करणे :** जलद आर्थिक विकासासाठी नैसर्गिक साधनसामग्रीचा अमर्याद वापर केला जातो. त्यातूनच पर्यावरणाचा नैसर्गिक समतोल बिघडत आहे. पर्यावरणाचा ऱ्हास थांबविणे आणि पर्यावरणाचे संवर्धन करणे हे अलीकडच्या काळातील प्रमुख उद्दिष्ट आहे.

१२) **अर्थव्यवस्थेची पुनर्उभारणी :** दुसऱ्या महायुद्धात जगातील अनेक देशांच्या अर्थव्यवस्था कोलमडून पडल्या. काही विस्कळीत झाल्या तर काही उद्ध्वस्तही झाल्या होत्या. तसेच अनेक देश वसाहतवादाच्या गुलामगिरीतून मुक्त होऊन स्वतंत्र झाले. भारतीय अर्थव्यवस्थेच्या स्वातंत्र्याच्या वेळी फाळणी होऊन विस्कळीत झाली. अशा परिस्थितीत अर्थव्यवस्थेचे आर्थिक नुकसान भरून काढण्यासाठी, अर्थव्यवस्थेच्या पुनर्उभारणीसाठी आणि पुनर्निमाण करण्यासाठी अशा देशांना आर्थिक नियोजनाचा मार्ग स्वीकारावा लागलेला होता. त्या वेळी अशा देशांचे नियोजनांचे प्रमुख उद्दिष्ट म्हणजे अर्थव्यवस्थेची पुनर्उभारणी करणे, नुकसान भरून काढणे ही होती.

१३) **संसाधनाचा कार्यक्षमतेने वापर :** भारतासारख्या विकसनशील देशात नैसर्गिक संसाधने मोठ्या प्रमाणावर उपलब्ध आहेत. परंतु भांडवलाची टंचाई असल्यामुळे भूसंपत्ती, वनसंपत्ती, जलसंपत्ती यांचा कार्यक्षमतेने वापर होत नाही. अशा परिस्थितीत आर्थिक नियोजन करून उपलब्ध नैसर्गिक संसाधनांचा पूर्ण कार्यक्षमतेने वापर करता येतो; ज्यामुळे आर्थिक विकासाची गती वाढते.

१४) **कल्याणकारी राज्याची निर्मिती करणे :** कल्याणकारी राज्याची निर्मिती करणे हेदेखील आर्थिक नियोजनाचे एक महत्त्वाचे उद्दिष्ट मानले जाते. हे उद्दिष्ट राजकीय, आर्थिक आणि सामाजिक हेतूनेही प्रेरित असू शकते. देशातील सर्व समाज घटकांचे कल्याण करणाऱ्या सरकारला जनता पुन्हा निवडून देत असते. म्हणून सरकार आपल्या आर्थिक नियोजनाचे उद्दिष्ट हे 'कल्याणकारी राज्याची निर्मिती करणे' असे ठेवते. यात प्रामुख्याने देशातील जनतेचे महत्तम कल्याण करणे, भाववाढीपासून संरक्षण करणे, जनतेचे राहणीमान वाढविणे, दरडोई उत्पन्नात वाढ करणे, शिक्षण, आरोग्यविषयक सोयी उपलब्ध करून देणे वगैरे गोष्टींवर भर देण्यात येतो. तसेच राज्यघटनेतील मार्गदर्शक तत्त्वात कल्याणकारी राज्याची काही वैशिष्ट्ये सांगितली आहेत. ती साध्य करण्याचा प्रयत्नही केला जातो.

१५) **सामाजिक सुरक्षितता प्रदान करणे :** आर्थिक नियोजनाचे सामाजिक हेतूने प्रेरित असलेले हे महत्त्वाचे उद्दिष्ट आहे. अपघात, बेकारी, वृद्धापकाळ, आजारपण, निवृत्तीवेतन, किमान वेतन, विमा, आर्थिक साहाय्य यांसारख्या विविध योजनांच्या/घटकांच्या माध्यमातून जनतेला सोयी व सवलती उपलब्ध करून देण्यासाठी आर्थिक नियोजन केले जाते. त्यामुळे नागरिकांना सामाजिक सुरक्षितता मिळून त्यांच्या कल्याणात वाढ होते.

१६) **इतर उद्दिष्टे :** यामध्ये सामाजिक व सांस्कृतिक मूल्यांची जोपासना करणे, 'जय जवान, जय किसान, जय विज्ञान' हे विधान प्रत्यक्षात आणणे; संरक्षण साहित्याबाबत देशाला सामर्थ्यवान व स्वावलंबी बनविणे, व्यवहारतोलातील तूट दूर करणे यांचा समावेश होतो.

भारतीय नियोजनात अनेक उद्दिष्टे आहेत. परंतु ती साध्य करण्यासाठी अनेक समस्या आहेत. तरीही देशाच्या नियोजनामुळे परिस्थितीत बदल घडून येत आहे. काही उद्दिष्टे आंतरविभागीय अथवा आंतरसंबंधीय आणि औपचारिक असतात. परंतु, त्यात संदिग्धता दिसून येते. उदा. आर्थिक वाढीचा उच्च दर साधण्याचे उद्दिष्ट, पूर्ण रोजगार निर्माण करण्याचे उद्दिष्ट साधणे हे अवघड काम आहे. त्यामुळे भारतीय नियोजनात उद्दिष्टांसंबंधी व्यवस्थापन करावे लागते.

प्रश्न

प्र. १ एका वाक्यात उत्तरे लिहा.

१) आर्थिक नियोजन म्हणजे काय?

२) आर्थिक नियोजनाची दोन वैशिष्ट्ये सांगा.

३) आर्थिक नियोजनाची गरज थोडक्यात सांगा.

४) आर्थिक नियोजनाची दोन उद्दिष्टे सांगा.

५) आर्थिक नियोजनासाठी उद्दिष्टांची गरज असते का?

प्र. २ टिपा लिहा.

१) आर्थिक नियोजन

२) आर्थिक नियोजनाची गरज

३) आर्थिक नियोजन उद्दिष्टे

४) आर्थिक नियोजन वैशिष्ट्ये

प्र. ३ थोडक्यात उत्तरे लिहा.

१) आर्थिक नियोजन थोडक्यात स्पष्ट करा.
२) आर्थिक नियोजनाची आवश्यकता थोडक्यात सांगा.
३) आर्थिक नियोजनाची उद्दिष्टे थोडक्यात सांगा.

प्र. ४ सविस्तर उत्तरे लिहा.

१) आर्थिक नियोजन म्हणजे काय?
२) आर्थिक नियोजनाची वैशिष्ट्ये स्पष्ट करा.
३) आर्थिक नियोजनाची आवश्यकता स्पष्ट करा.
४) आर्थिक नियोजनाची उद्दिष्टे सांगा.

प्रकरण – २

निती आयोग

(NITI Aayog)

२.१ प्रस्तावना (Introduction)

प्रत्येक देशाच्या आर्थिक विकासाच्या प्रक्रियेमध्ये वेगवेगळी आर्थिक विकासाची साधने वापरली जातात. त्यांच्या साहाय्याने आर्थिक विकासाचा मार्ग तयार करून देशाला एका सोयीस्कर, सरळ, सोपा, विकासभिमुख, जनहितकारी, जगाच्या तोडीस तोड विकास व्यवस्था बनविली जाते. याचाच एक मार्ग म्हणून नियोजन आयोगाद्वारे (Planning Commission) भारतात पंचवार्षिक योजना राबवल्या गेल्या. आणि याचे महत्त्वाचे नवे रूप म्हणून 'निती आयोगा'द्वारे आता विकासाचा गाडा सुरू आहे. आर्थिक विकासाची नवीन संरचना म्हणून निती आयोगाकडे बघितले जाते. भारताचे पंतप्रधान मा. नरेंद्रजी मोदी यांनी १५ ऑगस्ट २०१४ रोजी देशाच्या स्वातंत्र्य दिनानिमित्ताने लाल किल्यावरून आपल्या देशाला व जनतेला संबोधित करताना या 'निती आयोगा'चे (NITI Aayog) समर्थन केले होते. 'नियोजन आयोग' (Planning Commission) अपेक्षाप्रमाणे भूमिका व कार्ये पार पाडत नसल्याने ते बरखास्त करून त्याऐवजी नवीन यंत्रणा तयार केली असल्याचे त्यांनी त्यावेळी स्पष्ट केले. असे म्हटले जात होते की नियोजन आयोग हा आपल्या इच्छेप्रमाणे, 'मनमानी कारभार

करणारा' असा अनुभव आल्याने 'निती आयोगा'ची (NITI Aayog) निर्मिती करण्यात आली आहे.

१ जानेवारी २०१५ पासून 'निती आयोग' राष्ट्रीय भारत परिवर्तन संस्था (National Institution for Transformaing India Aayog) नव्याने अस्तित्वात आला. निती आयोग जरी नव्याने अस्तित्वात आला असला, तरी मुख्य पाया हा पूर्वीचा नियोजन आयोगचाच असेल यात शंका नाही. नियोजन आयोगाने राबवलेली धोरणे तसेच इतर राष्ट्राच्या धोरणांवरील संशोधन इत्यादी कार्ये सोपी जावीत यासाठी निती आयोग विशेष प्रयत्न करणार आहे. 'निती आयोग' विशेषत: 'अनेकता में एकता' या एकात्मतेच्या भावनेला प्रोत्साहीत करणार आहे.

जगात सर्वांत मोठी लोकशाही समजल्या जाणाऱ्या भारताला खूप मोठ्या प्रयत्नाने, नियोजनाने विकास साध्य करावयाचा आहे. असे जर करायचे असेल तर नियोजन पद्धतीत विकेंद्रीकरण आवश्यक आहे. आणि हे निती आयोगाने जाणले असून भविष्यात निती आयोग नक्कीच देशाचा विकास वेगाने घडवून आणील यात शंका नाही. 'निती आयोग' हा ग्रामपंचायतीपासून ते केंद्र सरकार पर्यंतच्या विविध स्तरावर विविध पद्धतीने लोकांचा सहभाग वाढवून हाती घेतलेल्या योजना व धोरणे यशस्वी करताना दिसत आहे. यामध्ये राज्यांनाही धोरणे तयार करण्यामध्ये स्थान देण्यात आले आहे. 'निती आयोग' हा केंद्र व राज्य सरकारांना नियोजन तयार करण्यामध्ये तांत्रिक व व्युहरचनात्मक सल्ला देते. 'भारताचे पंतप्रधान' हे निती आयोगाचे अध्यक्ष आहेत. निती आयोगाची पहिली बैठक ७ फेब्रुवारी २०१५ रोजी झाली. निती आयोगाचे उपाध्यक्ष म्हणून अर्थतज्ञ अरविंद पनगारिया यांची नेमणूक करण्यात आली. त्यानंतर सप्टेंबर २०१७ पासून डॉ. राजीव कुमार हे उपाध्यक्ष म्हणून काम पहात आहेत.

नव्या पंचवार्षिक योजना तयार करणे तसेच पूर्वीच्या योजनांचे अंमलबजावणीचे मूल्यमापन करणे हे काम पूर्वीच्या नियोजन आयोगाप्रमाणेच हा नवा निती आयोग करणार आहे. मात्र केंद्रीय निधीचे राज्यांना प्रत्यक्ष वितरण करण्याचे काम नवा निती आयोग करणार नसून ते काम वित्त मंत्रालयाद्वारे सांभाळले जाणार आहे.

१५ मार्च १९५० मध्ये स्थापन झालेला नियोजन आयोगाने १९५१ पासून १२ पंचवार्षिक योजना राबवल्या व त्यास पर्याय म्हणून स्वातंत्र्यदिनी केलेल्या भाषणात पंतप्रधान नरेंद्र मोदी यांनी नियोजन आयोगाची फेररचना करण्याची घोषणा केली होती. यामध्ये समकालीन आर्थिक जगाशी सांगड घालणे, बरोबर पुढे जाणे याची गरज प्रतिपादन केली होती. बदलत्या जगाबरोबर बदल करून आर्थिक विकास साध्य

करणे महत्त्वाचे आहे. त्यास अनुसरून नियोजन आयोगाच्या जागी निती आयोग निर्माण केला गेला. याचा एक भाग म्हणून 'माय गव्ह डॉट एन आय सी डॉट इन' (My Gov.nic.in) या संकेतस्थळावरून नियोजन आयोगाला पर्याय ठरेल अशी संस्था असावी याबाबत विविध क्षेत्रांतील तज्ज्ञांकडून विचार व मते मागितली होती. त्याला अनुसरून निती आयोग (NITI Aayog) कार्यरत केला गेला.

२.२ निती आयोग – उद्दिष्टे व रचना (NITI Aayog - Objectives and Structure)

निती आयोगाच्या स्थापनेची उद्दिष्टे (Objectives of NITI Aayog)

१) विकासाला प्राधान्य : देशाच्या आर्थिक विकासाला प्राधान्य देणे हे महत्त्वाचे काम निती आयोगापुढे आहे. विविध विकास संकल्पना राबवून त्या पुढे करणे व त्याद्वारे विकासाला पूरक असे काम निती आयोग करतो.

२) राज्यांना सक्रीय सहभागी करून घेणे : देशातील विविध राज्ये व केंद्रशासीत प्रदेशांना विना भेदभाव सहभागी करून सर्वसमावेशक विकास करण्यासाठी सहभागी करण्याचे काम निती आयोग करतो.

३) मजबूत राज्य व मजबूत राष्ट्र या धोरणांना प्राधान्य देऊन राष्ट्रीय ऐक्य व राष्ट्रीय विकास घडवून आणणे.

४) सर्वसमावेशक तसेच समान विचारसरणीच्या राष्ट्रीय आणि आंतरराष्ट्रीय विचारवंत, तज्ज्ञ यांच्या सोबत शैक्षणिक व धोरणात्मक संशोधनात भागीदारी करणे.

५) देशातील विविध ज्वलंत व प्राधान्यक्रमाच्या प्रश्नासंदर्भात योग्य ते काम निती आयोग करणार असून त्यात गरिबी दूर करणे, पर्यावरण व जैविक साधनाचे जतन, लिंगभेद दूर करणे यांचा समावेश आहे. याबरोबर लघुउद्योगांना रोजगार निर्मितीसाठी मदत करणे व त्याद्वारे रोजगार निर्मिती करणे इत्यादींचा समावेश आहे.

निती आयोग रचना (Structure of NITI Aayog)

भारतात ६५ वर्ष १९५१पासून भारतीय अर्थव्यवस्थेला एक मूर्त स्वरूप देणारा नियोजन आयोग आहे. परंतु काळाच्या ओघाबरोबर व बदलाबरोबर समकालीन आर्थिक जगताशी सांगड घालण्यासाठी त्याजागी आता 'निती आयोग' आणला गेला आहे.

'निती आयोग' हा १ जानेवारी २०१५ पासून अस्तित्वात आला असून त्याच्या स्थापनेचा उद्देश हा बदलत्या आर्थिक जगताबरोबर बदल घडवून देशाचा अर्थात, विविध राज्ये, प्रदेश व इतर घटक यांचा विकास घडवून आणणे हा आहे.–

पुढील तक्ता – १ मध्ये निती आयोग रचना (Structure of NITI Aayog व तक्ता – २ मध्ये निती आयोगाचे वर्तमान अध्यक्ष, उपाअध्यक्ष व इतर सदस्य यांच्या रचनेची मांडणी केली आहे.

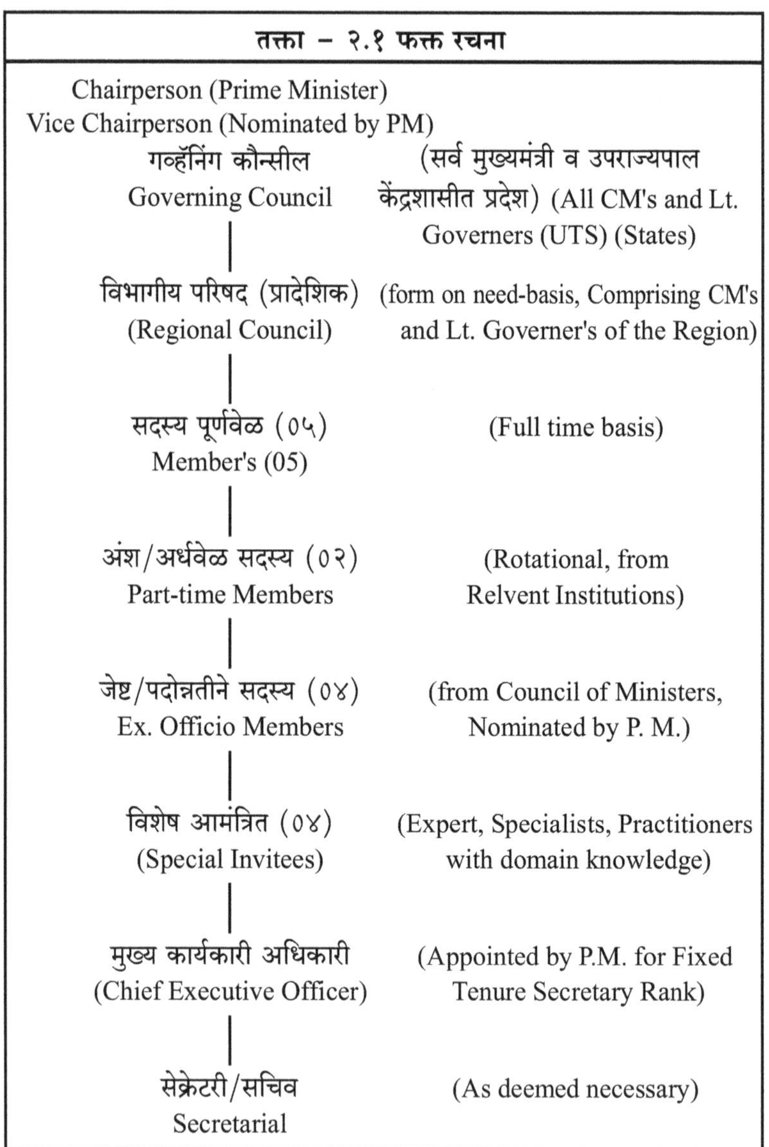

तक्ता – २.१ फक्त रचना	
Chairperson (Prime Minister) Vice Chairperson (Nominated by PM)	
गव्हॅर्निंग कौन्सील Governing Council	(सर्व मुख्यमंत्री व उपराज्यपाल केंद्रशासीत प्रदेश) (All CM's and Lt. Governers (UTS) (States)
विभागीय परिषद (प्रादेशिक) (Regional Council)	(form on need-basis, Comprising CM's and Lt. Governer's of the Region)
सदस्य पूर्णवेळ (०५) Member's (05)	(Full time basis)
अंश/अर्धवेळ सदस्य (०२) Part-time Members	(Rotational, from Relvent Institutions)
जेष्ट/पदोन्नतीने सदस्य (०४) Ex. Officio Members	(from Council of Ministers, Nominated by P. M.)
विशेष आमंत्रित (०४) (Special Invitees)	(Expert, Specialists, Practitioners with domain knowledge)
मुख्य कार्यकारी अधिकारी (Chief Executive Officer)	(Appointed by P.M. for Fixed Tenure Secretary Rank)
सेक्रेटरी/सचिव Secretarial	(As deemed necessary)

तक्ता – २.२

निती आयोग – राष्ट्रीय भारत परिवर्तन संस्था

(National Institution for Transformaing India Aayog - 2021)

Chairperson - Prime Minister Narendraji Modi
Vice Chair person - Dr. Arvind Pangadia upto 2017
Economist Rajive Kumard from Sept 2017
Governing Council - All CM's and Governers (VTS)
राज्याचे सर्व मुख्यमंत्री व केंद्रशासीत राज्य
व उपराज्यपाल

पूर्णवेळ सदस्य (Full time Members)

१) डॉ. व्ही. के सरस्वती (V. K. Sarswati)
२) रमेश चंद (Ramesh Chand)
३) डॉ. विनोद पॉल (Dr. Vinod Paul)
४) विवक देवरॉय (Economist Vivek Debroy)

अर्धवेळ सदस्य (Part time Members)

१) (N.A)
२) (N.A)

जेष्ट सदस्य (Ex. Officio Members)

१) मा. अमित शहा
२) मा. राजनाथ सिंग
३) मा. निर्मला सितारामण
४) मा. नरेंद्रसिंग तोमर

विशेष आमंत्रित (Special Invitees)

१) मा. नितिन गडकरी
२) मा. थावरचंद गेहलोत
३) मा. स्मृती इराणी
४) मा. पियुष गोयल
५) मा. राव इंद्रजित सिंग

मुख्यकार्यकारी अधिकारी (Chief Executive Officer)

श्री. अभिताभ कांत (Shri Abhitabh Kant)

Secretarial - श्री. आर. पी. गुप्ता (Shri R. P. Gupta)

वरील तक्त्यानुसार सर्व माननीय हे 'निती आयोगाचे' सदस्य म्हणून कार्यरत आहेत. (जून २०२१)

२.३ निती आयोगाची भूमिका (Role of Niti Aayog)

भारतीय अर्थव्यवस्थेमध्ये स्वातंत्र्योत्तर काळात 'नियोजन आयोग' कार्यरत होते. नियोजन आयोगाने जवळजवळ ७० वर्षापूर्वी आपले काम सुरू केले होते. परंतु ०१ जानेवारी २०१५ रोजी म्हणजे स्वातंत्र्यानंतर ६५ वर्षांनी 'नियोजन आयोगा'ची जागा ही 'निती आयोगा'ने घेतली आहे. नियोजन आयोग व निती आयोगामध्ये मूलभूत स्वरूपाचा फरक आहे तो प्रकरणात मुद्दा २.३ मध्ये विस्ताराने मांडलेला आहे. परंतु निती आयोगाच्या स्थापनेनंतर निती आयोगाने सरकारने २०३० पर्यंतच्या लक्ष्यपूर्तीसाठी विशेष प्रयत्न सुरू करून अनेक महत्त्वाची कामे पुर्णत्वास नेल्याचे दिसून येत आहे. यामध्ये प्रामुख्याने स्मार्टसिटी, कौशल्यभारत - कुशल भारत, स्वच्छ भारत, सर्वांसाठी घरे व वीज, कृषी विकास योजना यांसारखे उपक्रम राबवले जात आहेत.

निती आयोग निर्मितीनंतर सहकारी संघवाद, प्रति स्पर्धात्मक संघवाद, सर्वसमावेशक आर्थिक विकास, ज्ञान व अभिनव हब व विचार केंद्र, संतुलीत आर्थिक विकास यांवर भर दिल्याचे दिसून येते.

निती आयोग हा १ जानेवारी २०१५ रोजी केंद्रीय मंत्रीमंडळाच्या प्रस्तावाच्या माध्यमातून अस्तित्वात आला. हा आयोग 'थिंकटैंक' Think Tankच्या स्वरूपात काम करताना दिसून येत आहे. यामधील महत्त्वपूर्ण मुद्द्यांचा विचार करता असे दिसून येते की, निती आयोगाने पुढीलप्रमाणे आपली भूमिका पार पाडली आहे.

१) **सहकारी संघवाद :** यामध्ये राष्ट्रीय उद्देश डोळ्यासमोर ठेवून राज्यांचा आर्थिक विकास व इतर घटकांमध्ये सक्रीय सहभागासाठी एक महत्त्वपूर्ण दृष्टीकोन तयार केला आहे. तसेच, देशातील सर्व राज्यांच्या विकास योजना यशस्वी करण्यासाठी प्रयत्न केले जात आहेत.

२) **नवीन योजना निर्मिती :** पुढील काळासाठी विशेष आराखडा तयार करून कृषी, पर्यावरण, जलवापर व नियोजन, भौगोलीक निरीक्षण व सूचना याबाबत विशेष कार्य सुरू आहे.

३) **कृषी विकासासाठी कार्यक्रम :** कृषी उत्पादन बाजारसमिती अधिनियम (APMC Act) निर्माण करून शेतकऱ्यांच्या उत्पादनात वाढ, खतांच्या किंमती संदर्भातील निर्णय, बाजारपेठा विकास व विस्तार यांबाबत निर्णय घेतले जात असून त्यांची कार्यवाही चालू आहे.

४) ज्ञान व अभिनव हबच्या माध्यमातून विशेष एक सूचना कोषच्या स्वरूपात सर्वच राज्यांनी उत्तम कार्यप्रणालीद्वारे विविध कार्ये सुरू केली आहेत. यामधील एक भाग म्हणून अटल इनोवेशन मिशन (Atal Innovation Mission) सुरू झाले आहे. या मिशनच्या माध्यमातून २०१७ मध्ये 'जागतिक उद्योग शिखर संमेलन' आयोजित केले गेले.

५) निती आयोगाने निर्माण केलेल्या योजना राबवताना काही समस्या असतील तर त्यांवर लक्ष ठेवून त्यात निर्माण झालेल्या समस्या कमी केल्या जात आहेत.

६) सरकारच्या आर्थिक धोरणात राष्ट्रीय सुरक्षेच्या हिताला प्राधान्य देण्यात आले असून, जे क्षेत्र विशेष करून सोपविले गेले असेल त्यामध्ये आर्थिक धोरण व राष्ट्रीय सुरक्षिततेचे हित जोपासण्यात येते आहे.

७) आर्थिक विकासाच्या प्रक्रियेत आर्थिक विकासाची आर्थिक फळे शेवटच्या घटकांपर्यंत पोहचवणे हे आयोगामार्फत पाहिले जाते.

८) कृषीप्रधान देशात शेती व शेतकरी विकास संदर्भात योजना तयार करून सरकारला सल्ला देण्यात येतात.

९) राज्य सरकारांच्या बरोबर सुव्यवस्थित व नियोजनबद्ध विकासभिमुख कामे करणे. सशक्त राज्ये व सशक्त देश कसा निर्माण करील यासाठी राज्यांबरोबर नियमितपणे संरचनात्मक सहकार्य, तंत्राच्या माध्यमातून सहकार्य आणि संघराज्यास चालना देण्याचे प्रयत्न सुरू आहेत..

१०) आर्थिक प्रगतीच्या लाभांपासून वंचित समाजाला समाविष्ट करून त्यांना लाभ कसा मिळेल यासाठी विशेष ध्यान दिले जात आहे.

११) संतुलीत आर्थिक विकास साध्य करणे, जसे यामध्ये उत्तर-पूर्वेकडील राज्याच्यासाठी निती फोरम Niti Forum तयार करून विकास मार्गात येणारे वेगवेगळे अडथळे शोधून ते दूर करण्यात येत आहेत.

१२) विकासाचा अजेंडा राबविण्यास गती देण्यासाठी आंतरक्षेत्रीय आणि आंतरविभागीय व मुद्द्यांच्या सोडवणुकीसाठी एक व्यासपीठ उपलब्ध करून दिले गेले.

१३) गावपातळीवर योजना तयार करण्यासाठी तंत्र विकसित करून हळूहळू उच्च स्तरावर त्याची अंमलबजावणी केले जात आहे.

१४) वेगवेगळ्या राज्यातील वंचित घटकांना विकासाच्या प्रवाहात सामील करण्याचा प्रयत्न केला जात आहे.

१५) एक जिल्हा एक उत्पादन धोरण हा निती आयोगाचा प्रशासकीय मंडळाचा अलीकडील नियम असून त्याद्वारे जिल्हास्तरावर निर्यातीला चालना देण्याचा मानस आहे.

१६) निती आयोग सुप्रीम कोर्टाच्या आणि राष्ट्रीय हरित लवादाच्या/न्यायधिकरणाच्या भारतीय अर्थव्यवस्थेच्या निवडक धोरणे, निर्णय यावर अभ्यास करणार आहे.

१७) स्थलांतरीत कामगारांसाठी राष्ट्रीय कृती योजना चालू आहे आणि याकरिता निती आयोग जबाबदारीने काम करत आहे.

१८) नुकतेच निती आयोगाचे उपाध्यक्षांनी नमूद केले होते की, घरगुती उत्पादन वाढीसाठी सरकार अधिकाधिक क्षेत्रासाठी प्रोत्साहन योजना आणेल, ज्यामुळे स्पर्धात्मक जगात भारतीय उद्योजक टिकू शकतील.

भारतामध्ये १९५१ पासून 'नियोजन आयोग' आपले कार्य करत होता. या नियोजन आयोगाने जवळपास १२ पंचवार्षिक योजनांच्या माध्यमातून देशाच्या आर्थिक विकासास हातभार नव्हे तर अर्थव्यवस्थेला नियोजनबद्ध विकासाच्या माध्यमातून एका उंचीवर नेऊन ठेवले आहे. परंतु काळाच्या बदलाबरोबर काही बदल अपेक्षित असतात आणि त्याचाच एक भाग म्हणून 'निती आयोग' अस्तित्वात आला असून त्याद्वारे वरीलप्रमाणे विविध भूमिका बजावल्या जात आहेत.

२.४ नियोजन आयोग व निती आयोग यातील फरक

(Difference between Planning Commission and NITI Aayog)

१) नियोजन आयोग हा देशातील संसाधनाची माहिती देण्याचे काम करत होता तर निती आयोग राज्यांना स्वयंपूर्ण व सशक्त राष्ट्र निर्माण करण्याचे काम करत आहे.

२) नियोजन आयोग हा प्रमुख दोन कामांमध्ये पंचवार्षिक योजना तयार करणे व राज्य आणि मंत्रालयांना वित्तीय साधनाचे वाटप करणे असे काम करत होता. परंतु निती आयोग आर्थिक, सामाजिक व नाविन्यपूर्णता या मुद्द्यांवर सरकारला सल्ला देण्याचे हे काम करत आहे.

३) नियोजन आयोगाचा 'वरून खाली' (Top to Bottom) हा दृष्टीकोन होता तर निती आयोगाचा 'खालून वर' (Bottom to Top) हा दृष्टीकोन ठेवलेला आहे.

४) नियोजन आयोगामध्ये राज्यांच्या मुख्यमंत्री केंद्रशासीत प्रदेशांच्या राज्यपालांना स्थान अगर सदस्य म्हणून घेतले जात नव्हते. परंतु निती आयोगावर मुख्यमंत्री व नायब राज्यपाल यांना सदस्य म्हणून घेतले जाते व त्यांना स्थान दिले जाते.

५) नियोजन आयोग फक्त नियोजनावर भर देत होता, परंतु निती आयोगाच्या ०२ हब्जाणे (02 Hubs) वाटणी होऊन टिम इंडिया हब (Team India Hub) व ज्ञान व अभिनव हब (Knowledge and Innovation Hub) अशा नव्या संकल्पना आणि योजना कार्यान्वित आहेत.

६) नियोजन आयोगाच्या ज्या घटकांमुळे देशाच्या आर्थिक विकासाची गती मंद झाली आहे, त्यावर उपाय करण्याचे काम करत होता तर निती आयोग देशातील आर्थिक विकासास पूर्ण ताकतीने व नियोजनाने आणि रणनिती आखून पूर्ण करण्याचे काम करतो आहे.

७) नियोजन आयोग पंचवार्षिक योजना तयार करण्याचे काम करत होता. तसेच संसाधने किती आणि त्याचे वाटप व वापर कसे करता येईल, याचा आराखडा तयार करत असे. शिवाय या आयोगाद्वारे काही अडचणी असतील तर त्यावर शिफारशी घेऊन सुधारणा केल्या जात होत्या. परंतु निती आयोग हा प्रासंगिक व महत्त्वपूर्ण अशा ज्या घटना असतील, त्याबाबत सूचना देण्याचे काम करतो.

८) नियोजन आयोग आपला अहवाल हा पंतप्रधानांना सादर करत असे. मात्र, निती आयोग क्षेत्रीय परिषदाच्या माध्यमातून सूचना घेऊन त्यावर तज्ज्ञांच्या मतांचा विचार करून निर्णय घेतले जातात व त्यानुसार विकास केला जातो.

अशा पद्धतीने नियोजन आयोग व निती आयोग यांच्या मूलभूत कार्यांमधील फरक स्पष्ट करता येतील. परंतु शेवटी दोन्हींचे उद्दिष्ट हे देशाचा सर्वांगीण विकास करणे हे महत्त्वाचे आहे.

प्रश्न

प्र. १ खालील प्रश्नांची एका वाक्यात उत्तरे लिहा.

१) निती आयोगाचे मराठी पूर्ण नाव सांगा.

२) निती आयोगाची इंग्रजीमध्ये पूर्ण नाव सांगा.

३) निती आयोगाची स्थापना केव्हा झाली.

४) निती आयोगा अगोदर नियोजनासाठी कोण काम करत होते.

५) नियोजन आयोगाचे मुख्य उद्दिष्ट कोणते.

६) नियोजन आयोगाची मुख्य भूमिका सांगा.

प्र. २ टीपा लिहा.

१) निती आयोग
२) निती आयोगाची उद्दिष्टे
३) निती आयोगाची भूमिका
४) नियोजन आयोग आणि निती आयोगातील फरक

प्र. ३ थोडक्यात उत्तरे लिहा.

१) निती आयोग म्हणजे काय?
२) निती आयोगाची दोन उद्दिष्टे सांगा.
३) निती आयोगाची रचना थोडक्यात सांगा.
४) निती आयोगाची मुख्य भूमिका सांगा.
५) निती आयोग व नियोजन आयोगातील मुख्य फरक सांगा.

प्र. ४ सविस्तर उत्तरे लिहा.

१) नितीआयोगाची उद्दिष्टे आणि रचना स्पष्ट करा.
२) निती आयोगाची भूमिका स्पष्ट करा.
३) नियोजन आयोग आणि निती आयोगातील फरक स्पष्ट करा.

प्रकरण – ३

शाश्वत विकास
(Sustainable Development)

३.१ प्रास्ताविक (Introduction)

'शाश्वत विकास' (SGD - Sustainable Development) हा सध्याचा महत्त्वाचा विषय आहे. या विषयाची जागतिक स्तरावर दखल घेतली आहे. शाश्वत विकासावर जर वेळीच उपाययोजना केली नाही तर पुढच्या पिढ्यांना त्याचे गंभीर परिणाम सहन करावे लागतील. शाश्वत विकासात (SGD) आर्थिक विकास आणि पर्यावरण यांचा योग्य मेळ घालणे आवश्यक आहे. शाश्वत विकासाबाबत आपल्याला योग्य सखोल माहिती असणे आवश्यक आहे. त्यासाठी शाश्वत विकास संकल्पना साध्या पद्धतीने मांडण्याचा प्रयत्न केला आहे. कारण शाश्वत विकास हा प्रत्येक व्यक्ती अथवा देशासाठी अतिशय महत्त्वाचा विषय आहे. शाश्वत विकास हा समाज,

पर्यावरण व अर्थव्यवस्था यांच्या योग्य समन्वयातून साध्य होऊ शकेल. सध्या वाढते प्रदूषण, जागतिक हवामान बदल, लोकसंख्या वाढ व पर्यावरणाच्या ऱ्हासामुळे शाश्वत विकासाला महत्त्व प्राप्त झालेले आहे. आज देशादेशांतील स्पर्धेमुळे तसेच आर्थिक विकास होत असताना तो शाश्वत अथवा चिरकाल टिकण्यासाठी 'शाश्वत विकास' (SGD) महत्त्वाचा ठरतो. किंबहुना, त्याशिवाय पर्याय नाही. शाश्वत विकासाचा सध्या सर्व स्तरातून विचार केला जात आहे. नैसर्गिक संसाधने मर्यादित असतात, मात्र त्यांचा वापर अमर्याद पद्धतीने होताना दिसून येतो आहे, त्यामुळे भविष्यात ती संपण्याचा धोका निर्माण झाला आहे. अधिक उत्पादन घेण्याच्या नादात आपण पर्यावरण दूषित करत आहोत. त्या दृष्टीने शाश्वत विकास महत्त्वाचा ठरतो.

सदर प्रकरणात शाश्वत विकासाचा अर्थ, महत्त्व, शाश्वत विकासाची १७ ध्येये, शाश्वत विकासासाठी उपाय, भारताची शाश्वत विकास ध्येयाची सद्यस्थिती इत्यादींचा अभ्यास केला आहे.

३.२ शाश्वत विकासाचा अर्थ (Meaning of Sustainable Development)

शाश्वत विकास संकल्पना

आर्थिक विकास हा नैसर्गिक संसाधनाच्या वापरावर अवलंबून असतो. नैसर्गिक संसाधने मर्यादित असतात. त्यामुळे ती संपण्याचा धोका असतो आणि ती जर संपत असतील तर भविष्यकाळात विकासाचा वेग कमी होण्याची शक्यता असते. जेव्हा उत्पादनाची प्रक्रिया चालू असते तेव्हा पर्यावरणाची हानी होत असते. प्रदूषित पर्यावरणामुळेसुद्धा विकासाला खीळ बसण्याची शक्यता असते. शाश्वत विकास ही संकल्पना संसाधनांचा वापर आणि त्यामुळे निर्माण होणारे दुष्परिणाम यांच्याशी संबंधित आहे. सध्याच्या काळात नैसर्गिक संसांधनांचा वापर भविष्यातील पिढ्यांच्या गरजा लक्षात घेऊन कसा केला पाहिजे जेणेकरून आर्थिक विकास आणि पर्यावरण संरक्षण यांच्यात इच्छित संतुलन स्थापित केले जाऊ शकेल, हे पहाणे आवश्यक आहे.

शाश्वत विकासामध्ये आपण मनुष्याच्या विकासासाठी निसर्गाचा वापर अशा प्रकारे केला पाहिजे की निसर्ग व पर्यावरणाला हानी पोहोचू नये आणि निसर्ग आणि विकासामध्ये संतुलन राहील.

शाश्वत विकास (Sustainable Development) म्हणजे टिकाऊ विकास अथवा स्वयंप्रेरित विकास अथवा चिरकालीन विकास किंवा स्थैर्यात्मक विकास होय. ही बहु-आयामी संकल्पना आहे. शाश्वत विकास अथवा स्वयंप्रेरित विकास ही संकल्पना १९९२मध्ये रिओ-दी-जेनेरो (ब्राझील) येथे झालेल्या जागतिक पर्यावरण

परिषदेने जगासमोर मांडली. विज्ञान आणि तंत्रज्ञानाच्या विकासाच्या मदतीने मानवास आर्थिक विकास साधता आला असला तरी तंत्रज्ञानात इंधनाचा बेसुमार वापर झाल्यामुळे हवेचे व पाण्याचे प्रदूषण वाढले आहे. दूषित वायूचे प्रमाण वाढल्यामुळे पृथ्वीवरील ओझोनच्या थराला छिद्रे पडून पृथ्वीवर इन्फ्रा-रे किरणे मोठ्या प्रमाणावर येण्याचे संकट येऊ घातले आहे. 'मानव जातीचे भवितव्य धोक्यात न आणता सर्वांच्या प्राथमिक गरजा नीट भागविता येतील अशा प्रकारची अर्थव्यवस्था अंमलात आणणे' म्हणजे शाश्वत विकास होय. निसर्गाचा समतोल बिघडू न देता नैसर्गिक साधनसामग्रीचा सावधपणे वापर करावयाचा हे शाश्वत विकासाचे मुख्य उद्दिष्ट आहे.

शाश्वत विकासाचा अर्थ (Meaning of Sustainable Development)

स्वयंप्रेरित, शाश्वती, टिकाऊपणा, कायमपणा, चिरंतन, नाश/ऱ्हास न होता तो सतत राहणे, दीर्घ काळ टिकणारा, या अर्थाने शाश्वतचा अर्थ घेतला जातो. एखादी अवस्था जी थोड्या अथवा अनंत काळापर्यंत टिकून राहणे म्हणजे 'शाश्वतता' होय.

'Sustainere' या लॅटिन शब्दापासून 'Sustainable' हा शब्द तयार झाला आहे. 'Sustainere' म्हणजे चालू ठेवणे, टिकवून ठेवणे, धरून ठेवणे, साहाय्य करणे, सहन करणे, आयुष्याला हातभार लावणे, पुरविणे पृथ्वीवरील नैसर्गिक स्रोतांचे संरक्षण आणि संवर्धन करणे (पर्यावरणाच्या ऱ्हासापासून) त्यालाही शाश्वतता म्हणतात, शाश्वत विकासाचा अर्थ पुढील व्याख्यांवरून अधिक स्पष्ट होतो.

१) ब्रंटलँड अहवालानुसार (Brudentland Report) 'सध्याच्या पिढीच्या गरजांची पूर्तता करतानाच भविष्यातील पिढ्यांच्या गरजांवर परिणाम होऊ देऊ नये म्हणजे 'शाश्वत विकास' होय.' अथवा असा विकास की जो भविष्यकाळातील पिढ्यांची स्वत:च्या गरजा भागविण्याची क्षमता धोक्यात न आणता वर्तमानकाळातील गरजा भागवू शकतो म्हणजे 'शाश्वत विकास' होय.'

२) इंटरनॅशनल युनियन फॉर कॉन्झर्व्हेशन ऑफ नेचर ॲण्ड नॅचरल रिसोर्सेस (आय.यु.सी.एन.) यांनी १९९१मध्ये शाश्वततेच्या व्याख्येत असे म्हटले आहे की, ''सजीव परिस्थिती अथवा नैसर्गिक स्रोतांचा असा वापर करणे की जो भरून काढला जाऊ शकेल म्हणजे शाश्वतता होय.''

३) हर्मन डॅली यांच्या मते, 'पुनर्निर्मितीक्षम पर्यायांच्या विकासाचा वेग वापरापेक्षा जास्त असावा. तसेच पुनर्निर्मिती स्रोतनिर्मितीचा वेग वापरापेक्षा जास्त असावा आणि प्रदूषणाचा वेग पर्यावरणाच्या क्षमतेपेक्षा जास्त नसावा. अशा शाश्वत विकासाच्या कसोट्या आहेत.

४) संयुक्त राष्ट्र पर्यावरण व विकासावरील परिषद (१९९२) म्हणजेच 'वसुंधरा परिषद' यामध्ये ठरल्यानुसार 'वर्तमान (सध्याच्या) व भविष्यकालीन पिढ्यांच्या विकासात्मक आणि पर्यावरणीय गरजा समन्यायी पद्धतीने भागविल्या जाव्यात.'

पर्यावरणाची हानी न करता आपल्या साधनसंपत्तीचा शाश्वत अथवा चिरंतर वापर करणे म्हणजे 'शाश्वत विकास' होय असे म्हणता येते. शाश्वत विकास म्हणजे असा विकास जो भविष्यकालीन पिढ्यांची तसेच स्वत:च्या गरजा भागविण्याची क्षमता धोक्यात न आणता वर्तमानातील गरजा भागवू शकतो.

भारतात शाश्वततेबाबत वैदिक काळात वन, पाणी, प्राणी, जमीन आणि इतर अनेक प्रकारच्या सजीव अथवा निर्जिव घटकांचा कायमस्वरूपी वापर कसा करावा या संदर्भातील उल्लेख आहेत. परंतु, औद्योगिकीकरणामुळे जगात कायमस्वरूपी विकासाचे महत्त्व आधोरेखित झाले हे सर्व जगाला समजले आहे. त्यामुळे त्यांनी आपल्या नियोजनात त्यांचा समावेश केलेला आहे. 'क्लब ऑफ रोमन'ने प्रथम आपल्या अहवालात साधनसंपत्तीच्या अतिरिक्त वापरामुळे निर्माण झालेल्या समस्येमुळे आपले जीवन अंधारमय कसे होऊ शकते, यावर विश्लेषण केले आहे. तसेच 'वाढीच्या मर्यादा' या अहवालातही त्यांनी हे स्पष्ट केले आहे.

संयुक्त राष्ट्र संघटनेच्या पर्यावरण कार्यक्रम (UNEP) तसेच वर्ल्ड वाईड फंड फॉर नेचर (WWF) आणि इंटरनॅशनल युनियन फॉर कन्झर्व्हेशन ऑफ नेचर (IUCN) या कार्यक्रमाद्वारे जगातील शाश्वत/कायमस्वरूपी विकासाला चालना मिळाली.

मानवाची प्रत्येक पिढी संसाधनाचा विकास आणि ऱ्हास करीत आहे. जर संसाधनाचा ऱ्हास आणि वापराचा वेग संसांधनाच्या विकासाच्या कितीतरी अधिक प्रमाणात असेल आणि विकासदर असाच चालू राहिला तर आर्थिक विकास थांबेल. त्या दृष्टीने पुढील पिढी समृद्ध आणि परिपूर्ण कशी राहील हे पाहिले पाहिजे.

चिरस्थायी विकासासाठी पर्यावरण संवर्धनसुद्धा महत्त्वाचे असून पुनर्वापर होणाऱ्या संसाधनांचा वापर वाढविणे आवश्यक आहे. जसे सौर ऊर्जा, वारा यांसारख्या आपोआप निर्माण होणाऱ्या साधनसंपत्तीचा वापर वाढविला पाहिजे तर खनिज तेल, कोळसा, नैसर्गिक वायू इत्यादींचा वापर कमी केला पाहिजे. पर्यावरणाला अपायकारक न होणाऱ्या साधनसंपत्तीचा वापर वाढविला पाहिजे. साधनसंपत्तीचा मर्यादित वापर, पुनर्चक्रीकरण आणि पुनर्वापर यांचा अवलंब करणे आवश्यक आहे.

३.३ शाश्वत विकासाचे महत्त्व (Importance of Sustainable Development)

शाश्वत विकास साध्य करणे हा अतिशय अवघड विषय आहे. कारण त्यात अनेक गोष्टींचा समावेश आहे. या विषयाची तांत्रिकता आणि जटिलता समजावून घेण्यासाठी शाश्वत विकासाचे महत्त्व अभ्यासणे आवश्यक आहे.

शाश्वत विकासामध्ये लोकसंख्या हा महत्त्वाचा घटक आहे. त्या दृष्टीने शाश्वत विकासाचे महत्त्व पाहिले जाऊ शकते.

१) **आवश्यक मानवी गरजा पुरविणे :** लोकसंख्या स्फोटामुळे अथवा मोठ्या प्रमाणावर लोकसंख्या वाढत असल्याने त्याचा ताण अन्न, निवारा आणि पाणी यांवर येत आहे. मूलभूत गरजा दीर्घ काळ पूर्ण करण्यासाठी सरकारला शाश्वत ऊर्जा स्रोतांचा वापर करणे आवश्यक आहे. तसेच शाश्वत मार्गांचा दीर्घ काळ वापर केल्यास मूलभूत गरजा भागविणे शक्य होईल. परंतु, मूलभूत गरजा पूर्ण करण्यासाठी लागणारा खर्च आणि पर्यावरणावर होणारा परिणाम हे विचारात घ्यावे लागेल. जीवाश्म इंधनाचासुद्धा विचार करावा लागेल.

२) **शेतीविषयक गरजा :** वाढती लोकसंख्या हा शेतीवरील महत्त्वाचा भाग आहे. ३ अब्जांपेक्षा जास्त लोकांना अन्नाचा मार्ग शोधावा लागेल. भविष्यात अस्थिर लागवड, सिंचन, फवारणी, कापणी तंत्राचा वापर इत्यादींचा वापर केल्यास नैसर्गिक संसाधने संपण्याची शक्यता वर्तविल्यामुळे ते आर्थिकदृष्ट्या ओझे होईल.

शाश्वत विकास हा शाश्वत शेती पद्धतीत पेरणी तंत्र आणि पीक पद्धतीच्या बदलांवर लक्ष केंद्रित करीत आहे ज्यामुळे मोठ्या प्रमाणात अन्नधान्य निर्माण करून मातीचा पोत टिकवून ठेवता येतो.

३) **हवामान बदल व्यवस्थापित :** शाश्वत विकास पद्धतीद्वारे हवामान बदल कमी करता येतो. शाश्वत विकासात खनिज साधनांचा तेल, नैसर्गिक वायू, कोळसा इंधनांवरील जीवाश्म आधारित स्रोतांचा वापर कमी करण्याचा प्रयत्न केला जातो. खनिजे अथवा जीवाश्म इंधन स्रोत असुरक्षित वाटतात कारण भविष्यात ते कमी होतील. तसेच ग्रीन हाऊस गॅस उत्सर्जनास ते जबाबदार आहेत.

४) **आर्थिक स्थिरता :** शाश्वत विकास पद्धतीत जगामध्ये आर्थिकदृष्ट्या शाश्वत अर्थव्यवस्था निर्माण करण्याची क्षमता असते. खनिज संपत्ती नसलेले विकसनशील देश अर्थव्यवस्थेला सामर्थ्य देण्यासाठी अपारंपरिक ऊर्जा अथवा नूतनीकरणयोग्य ऊर्जेचा उपयोग करू शकतात. खनिज इंधनांवर रोजगार निर्माण करण्यापेक्षा अपारंपरिक ऊर्जांवर रोजगार निर्माण होऊ शकतो.

५) **शाश्वत जैवविविधता :** असुरक्षित विकास आणि अतिसंवर्धन पद्धती जैवविविधतेवर मोठ्या प्रमाणात परिणाम करतात. आर्थिक जीवन पद्धतीची रचना अशी निर्माण केलेली असते की ती एकमेकांवर अवलंबून असते जसे

वनस्पतींमध्ये ऑक्सिजन तयार होतो, त्याची मनुष्याला आवश्यकता असते. माणसे कार्बन-डाय-ऑक्साईड बाहेर टाकतात त्यासाठी वनस्पती महत्त्वाच्या असतात. असुरक्षित विकास पद्धतीमुळे वातावरणातील ग्रीन हाऊस वायूंचे उत्सर्जनामुळे अनेक वनस्पती आणि प्रजाती नष्ट होत आहेत. त्यामुळे हवेतील शुद्ध ऑक्सिजनचे प्रमाण कमी होते, हे मानवासाठी चांगले नाही. त्यामुळे शाश्वत जैवविविधतेला महत्त्व प्राप्त होत आहे. शाश्वत विकास पद्धतीत अपारंपरिक ऊर्जा साधनांचा वापर आणि पर्यावरणातील कोणत्याही हरितगृह वायूंचे उत्सर्जन न करणाऱ्या सेंद्रिय शेती पद्धतीला प्रोत्साहित केले जाते.

शाश्वत विकासाची उदाहरणे :

अ) **पवन ऊर्जा :** पवन ऊर्जा, पवन टर्बाइन्स अथवा पवनचक्क्यांचा वापर करून हवेच्या हालचालींद्वारे ऊर्जा एकत्रित केली जाते. पवन ऊर्जा ही कधीही न संपणारी आहे, जी ऊर्जा नूतनीकरणास योग्य आहे. ऊर्जा बदलण्यासाठी ग्रीडमध्ये वापरली जाऊ शकते. त्यामुळे ती शाश्वत विकासाचे साधन बनत आहे.

ब) **सौर ऊर्जा :** सौर ऊर्जा सूर्याच्या ऊर्जेपासून सौर पॅनेलद्वारे निर्माण होते जी फायदेशीर आहे, कारण ती पूर्णपणे विनामूल्य आहे. त्याचा पुरवठा अमर्याद असून ही ऊर्जा ग्राहकांना/लोकांना फायदेशीर ठरते. निसर्ग रक्षणासाठी ती चांगली आहे. कारण ती ग्रीन हाऊस गॅस उत्सर्जनला प्रोत्साहन देत नाही.

क) **ग्रीन स्पेस :** जिथे वनस्पती व प्राणी मोठ्या प्रमाणात असतात अशी हिरवळ मोकळी जागा म्हणजे 'ग्रीन स्पेस' होय. उद्यानेसुद्धा हिरव्यागार जागांच्या श्रेणीत येतात. हिरवी मोकळी मैदाने लोकांना करमणुकीचा आनंद देतात, तर मोठ्या शहरात जेथे विश्रांती घेण्यासाठीसुद्धा जागा मिळणे अवघड असते. अशा वेळी हिरव्या मोकळ्या जागा पर्यावरण आणि हवेची गुणवत्ता नियमित करण्यास मदत करतात.

ड) **पीक लागवडीत बदल अथवा वेगवेगळी पिके घेणे :** मातीची सुपीकता राखण्यासाठी तसेच रोग आणि कीटकांना नियंत्रित करण्यासाठी पीक पालट पद्धतीचा वापर केला जातो. मातीमध्ये वेगवेगळी पिके घेण्याची पद्धत अवलंबली जाते. त्यामुळे जमिनीची सुपीकता वाढण्यास मदत होते. वेगवेगळी पिके घेण्याचे अनेक फायदे आहेत. शेतात वेगवेगळी पिके घेण्याने आणि रासायनिक खतेमुक्त शेती केल्यामुळे मातीची गुणवत्ता अखंडता राहून शाश्वत विकास साधला जातो.

दीर्घकाळासाठी शाश्वत विकासाशिवाय पर्याय नाही, त्यामध्ये कोणताच वाद नाही. शाश्वत विकास हा अधिक कार्यक्षम असल्याचे सिद्ध झालेले आहे. मानवी आरोग्यावर आणि पर्यावरणावर परिणाम न करता आपल्या अर्थव्यवस्थेचा विकास करण्याचा हा एकमेव मार्ग आहे.

जगातील अनेक सरकारे शाश्वत विकासावर अधिक भर देत आहेत. आज अनेक लोक सौरऊर्जा, जलविद्युत आणि भूगर्भीय अशा ऊर्जेच्या अक्षय स्रोतांकडे जात आहेत. यामध्ये जेवढे लोक सामील होतील तेवढी आवश्यक संसाधने वाचतील. निरोगी जीवन आणि जीवनशैली निवडणाऱ्या इच्छुक व्यक्तींसाठी शाश्वत विकासाशिवाय पर्याय नाही.

३.४ शाश्वत विकासाची १७ ध्येये किंवा लक्ष्ये किंवा उद्दिष्टे (17 Sustainable Development Goals)

सहस्रक विकास लक्ष्येचा (MDGs) कालखंड संपल्याने (२००० ते २०१५) आणि जगातील अनेक विकसनशील देशांना आपली लक्ष्ये पूर्ण न करता आल्याने संयुक्त राष्ट्राने त्याजागी पंधरा वर्षांच्या २०१६ ते २०३० या काळासाठी शाश्वत विकास लक्ष्ये - (Sustainable Development Goals : SDGs) स्वीकारली आहेत.

२५-२७ सप्टेंबर २०१५ दरम्यान न्यूयॉर्क येथे ७० वी 'संयुक्त राष्ट्र शाश्वत विकास शिखर परिषद' भरली. त्यामध्ये 'Tranforming our world : the 2030 Agenda for sustainable Development' या शीर्षकांतर्गत एक अहवाल स्वीकारला. त्यामध्ये संपूर्ण जगासाठी १७ शाश्वत विकास लक्ष्ये स्वीकारण्यात आली. त्यांना 'जागतिक लक्ष्ये' असेही म्हटले जाते. SDGs मध्ये १७ ध्येये (Goals) आणि १६९ लक्ष्ये (Targets) यांचा समावेश केला आहे.

संयुक्त राष्ट्र संघटनेच्या सर्व १९३ सदस्य देशांनी २५ सप्टेंबर २०१५मध्ये एकमताने स्वीकारलेल्या या अहवालानुसार २०१५ ते २०३० या पंधरा वर्षांच्या काळात हा संकल्पित विकास घडवून आणणे अपेक्षित आहे. शाश्वत विकासाची ध्येये (Goals) पुढीलप्रमाणे आहेत.

१) **दारिद्र्य नष्ट करणे (No Poverty) :** सर्व ठिकाणच्या दारिद्र्याचे निर्मूलन करणे.

२) **भूक संपविणे (Zero Hunger) :** भूक नष्ट करणे, अन्न सुरक्षा व सुधारित पोषण आहार उपलब्ध करून देणे आणि शाश्वत शेतीला प्राधान्य/प्रोत्साहन देणे.

३) **आरोग्यपूर्ण आयुष्य निश्चित करणे (Good Health and well being)** : निरामय जीवन सुनिश्चित करणे व सर्व वयोगटातील नागरिकांचे कल्याण साधणे.

४) **गुणवत्तेचे शिक्षण (Quality Education)** : सर्वसमावेशक व गुणवत्तापूर्ण शिक्षण उपलब्ध करणे.

५) **लिंग समानता (Gender Equality)** : लिंगभावाधिष्ठित समानता (लिंग जेंडर) समानता साध्य करणे आणि महिला व मुलींचे सक्षमीकरण करणे.

६) **स्वच्छ पेयजल व स्वच्छता (Clean Water and Sanitation)** : सर्वांसाठी पाण्याची उपलब्धता आणि शाश्वत व्यवस्थापन व स्वच्छता संसाधनांची सुनिश्चित करणे.

७) **परवडण्याजोगी व स्वच्छ ऊर्जा (Afforadabale and Clean Energy)** : सर्वांना अल्पखर्चीक विश्वासार्ह, शाश्वत आणि आधुनिक ऊर्जा साधने उपलब्ध करून देणे.

८) **चांगली कार्यस्थिती आणि आर्थिक वाढ (Decent Work and Economic Growth)** : शाश्वत, सर्वसमावेशक आर्थिक वाढ आणि उत्पादक रोजगार उपलब्ध करणे आणि चांगली कार्यस्थिती यांना प्रोत्साहन देणे.

९) **उद्योग, नावीन्यपूर्णता आणि पायाभूत संरचना (Industry, Innovation and Infrastructure)** : पायाभूत सोयीसुविधांची निर्मिती करणे, सर्व समावेशक आणि शाश्वत औद्योगिकीकरण करणे आणि कल्पकतेला वाव देणे.

१०) **विषमता कमी करणे (Reduce Inequalities)** : देशादेशांमधील तसेच देशांतर्गत विषमता कमी करणे.

११) **शाश्वत शहरे आणि समुदाय (Sustainable Cities and Communities)** : शहरे आणि मानवी वस्त्या, अधिक समावेशक, सुरक्षित, संवेदनशील आणि शाश्वत करणे.

१२) **जबाबदार उपभोग व उत्पादन (Responsible Consumption and Production)** : उत्पादन आणि उपभोगाच्या पद्धती शाश्वत रूपात आणणे.

१३) **हवामान कृती (Climate Action)** : हवामान बदल आणि त्याच्या दुष्परिणामांना रोखण्यासाठी त्वरित उपाययोजना करणे.

१४) **पाण्याखालील जीवन (Life below Water)** महासागर समुद्र व सागरी संसाधने यांचे संवर्धन करणे तसेच त्यांच्याशी संबंधित संसाधनांचा शाश्वतपणे वापर करणे.

१५) **जमिनीवरील जीवन (Life on Land) :** परिस्थितिकीय व्यवस्थांचा (Ecosystem) शाश्वत पद्धतीने वापर करणे, वनाचे शाश्वत व्यवस्थापन, वाळवंटीकरणाशी मुकाबला करणे, जमिनीचा कस कमी होण्याची प्रक्रिया आणि जैवविविधतेची हानी रोखणे.

१६) **शांतता, न्याय व मजबूत संस्था (Peace, Justice and Strong Institution) :** शांततापूर्ण आणि सर्वसमावेशक समाजव्यवस्थांना प्रोत्साहन देणे. त्याची शाश्वत विकासाच्या दिशेने वाटचाल निश्चित करणे, सर्वांची न्यायापर्यंत पोहोच स्थापित करण्यासाठी विविध पातळ्यांवर परिणामकारक, उत्तरदायी आणि सर्वसमावेशक संस्थांची बांधणी/उभारणी करणे.

१७) **ध्येयपूर्तीसाठी/लक्ष्य पूर्तीसाठी भागीदारी (Partnership for the Goals)** : शाश्वत विकासासाठी जागतिक भागीदारी निर्माण व्हावी यासाठी अंमलबजावणीची साधने विकसित करणे.

३.५ शाश्वत विकासासाठी उपाय (Measures for Sustainable Development)

शाश्वत विकासासाठी काही महत्त्वपूर्ण उपाय खालीलप्रमाणे सांगता येतात.

१) **तंत्रज्ञान :** स्थानिक पातळीवर योग्य तंत्रज्ञानाचा वापर करून पर्यावरणास अनुकूल, कार्यक्षम संसाधन आणि सांस्कृतिकदृष्ट्या योग्य ठरते. यामध्ये मुख्यत: स्थानिक संसाधने आणि स्थानिक श्रमिकांचा समावेश होतो. स्वदेशी तंत्रज्ञान अधिक उपयुक्त, कमी खर्च आणि शाश्वत/टिकाऊ असते. त्या भागातील नैसर्गिक परिस्थितीनुसार घटकांचा वापर करून उपयोग करून घ्यावा. ही संकल्पना 'निसर्गासह निसर्ग' म्हणून ओळखली जाते. तंत्रज्ञानाच्या साहाय्याने संसाधनांचा कमी वापर केला पाहिजे. आणि कमीतकमी कचरा केला पाहिजे.

२) **संसाधनाचा वापर कमी करणे, पुन्हा उपयोग, पुन्हा पुन्हा वापरणे (रीसायकल) दृष्टिकोन :** संसाधनाचा कमीत कमी वापर करण्यासाठी '३-आर' दृष्टिकोन ठेवला पाहिजे. पुन्हा पुन्हा वस्तूंचा वापर केला पाहिजे. पुनर्वापराने शाश्वत विकासाचे उद्दिष्ट गाठण्यास मदत होते. त्यासाठी खूप मोठा प्रयत्न करणे आवश्यक आहे. त्यामुळे संसाधनांवरील दबाव कमी होऊन कचरानिर्मिती आणि प्रदूषण कमी होते.

३) **पर्यावरण शिक्षण आणि जागरूकतेने प्रचार करणे :** पर्यावरण शिक्षण हे सर्व शिक्षण प्रक्रियेचे केंद्र बनल्यास आपली पृथ्वी आणि पर्यावरणाकडे पाहण्याचा लोकांचा दृष्टिकोन बदलेल. शाळेतून महाविद्यालयातून विषय सादर केल्यास

मुलांमध्ये पृथ्वीशी एकरूप होण्याची भावना निर्माण होईल. 'पृथ्वी विचार' हळूहळू आपल्या विचारसरणीत आणि क्रियेत समाविष्ट होतील, जे लोकांच्या जीवनशैलीला शाश्वत जीवनात बदलण्यास मोठ्या प्रमाणात मदत करेल.

४) **संसाधनांचा उपयोग क्षमतेनुसार :** कोणतीही प्रणाली मर्यादित संख्येने असणारा जीव दीर्घकाळ टिकवून ठेवण्यासाठी वहनक्षमता महत्त्वाची ठरते. मानवाच्या बाबतीत ती अतिशय जटील दिसून येते. कारण ते इतर प्राण्यांप्रमाणे नसते. माणसाला जगण्यासाठी फक्त अन्नाचीच गरज नसते तर जीवनाची गुणवत्ता राखण्यासाठी अनेक गोष्टींची आवश्यकता असते. शाश्वतपद्धत मुख्यत्वे प्रणालीच्या वहन क्षमतेवर अवलंबून असते. जर एखाद्या यंत्रणेची वहनक्षमता पार केली गेली (म्हणजे संसाधनाचे अत्याधिक शोषण करून) तर पर्यावरणाचा ऱ्हास सुरू होतो. आणि तो परत न येण्यापर्यंत पोहोचतो.

वहन क्षमतेचे दोन मूलभूत घटक म्हणजे –

i) साहाय्यक क्षमता किंवा पुन्हा निर्माण करण्याची क्षमता

ii) समान क्षमता किंवा भिन्न ताण सहन करण्याची क्षमता

शाश्वतता मिळविण्यासाठी वरील पद्धतीच्या दोन गुणधर्मावर आधारित संसाधनांचा उपयोग करणे खूप महत्त्वाचे आहे. वापर पुनर्जन्मापेक्षा जास्त नसावा. तसेच पद्धतीच्या सहनशीलतेच्या पलीकडे बदल होण्याची परवानगी देऊ नये.

५) **सामाजिक, सांस्कृतिक आणि आर्थिक परिणामांसहित जीवनाची गुणवत्ता सुधारणे :** विकास हा फक्त श्रीमंत लोकांच्या विभागावरच लक्ष केंद्रीत करणारा नसावा. त्याऐवजी श्रीमंत व गरीब यांच्यात समानतेने राहाता येणारा असावा. त्याबरोबरच आदिवासी, वंशीय लोक यांचा सांस्कृतिक वारसासुद्धा जतन केला पाहिजे. धोरणात तसेच प्रत्यक्ष वावरताना समाजाच्या सहभाग मोठ्या प्रमाणात असावा. त्याबरोबरच लोकसंख्या स्थिर करणे महत्त्वाचे आहे.

याशिवाय शाश्वत विकासासाठी स्थानिक, राष्ट्रीय आणि आंतरराष्ट्रीय पातळीवर प्रशासन बळकट करणे आवश्यक आहे.

अ) स्थानिक पातळी : स्थानिक पातळीवर नैसर्गिक संसाधनांचे व्यवस्थापन करणे चांगले जमते. स्थानिक पातळीवर प्रशासनाचा सहभाग वाढविण्यासाठी समाजातील गटांचे प्रतिनिधी यांची समिती स्थापन करावी. समाजाच्या प्राथमिकतेनुसार विकास कामे हाती घेण्यात येतील. त्यामुळे समाजाच्या संपत्तीचे व्यवस्थापन करता येईल.

समाजातील सर्व सदस्य शाश्वत विकासातील घटक आहेत. स्थानिक प्रशासनात अधिकारी आणि क्षमता निर्माणात सहभाग मिळणे आवश्यक आहे. प्रत्येक समाजातील मुले ही त्या समाजाची संपत्ती आहेत. मुलांना त्यांच्या क्षमतेचे आकलन करून देणे, आरोग्यदायक, संपन्न व समाधानी वातावरणात मुलांचे संगोपन करणे ही फक्त पालकांचीच जबाबदारी नाहीतर समाजाचीसुद्धा आहे. लोकसंख्येतील व्यावसायिक, सांस्कृतिक व आर्थिक बहुविधता ही एकप्रकारे शाश्वत विकासातील एक मोठी संपत्ती आहे.

ब) राष्ट्रीय पातळी : शाश्वत विकास हा एक विशिष्ठ मार्गाने साध्य न होता अनेक मार्गाने साध्य होत असतो. त्यासाठी संयुक्त नियोजन, पारदर्शकता व समन्वय असणे आवश्यक आहे. समाजातील नागरी संस्था अथवा एनजीओ, सीबीओ, महामंडळे, शैक्षणिक व संशोधनसंस्था, कामगार संघटना इत्यादींना शाश्वत विकासासाठी नियोजनात व अंमलबजावणीत सहभागी करून समृद्ध कौशल्यांचा उपयोग करून घेणे आवश्यक आहे. कायद्याच्या अंमलबजावणीसाठी सक्षम यंत्रणा असणे आवश्यक आहे. परंपरागत पद्धती व प्रथांच्या मूल्यांचा व वैधतेचा अंगीकार करून सरकारच्या विचारपद्धतीत व धोरणात समाविष्ट केले पाहिजे. त्याच्या एकत्रीकरणासाठी योग्य ती यंत्रणा उभी करणे आवश्यक आहे. अनेक योजना या शाश्वत विकास ही बाब उदयास येण्यापूर्ती आखल्या. मात्र सध्या शाश्वत विकासाच्या दृष्टीने त्यांचे पुनरावलोकन करणे आवश्यक आहे. भविष्यात शाश्वत विकास लक्षात घेवून सर्व धोरणांची आखणी केली पाहिजे. तसेच उदाहरणे व धोरणे लक्षात घेवून सुसंगत योजना तयार केल्या पाहिजेत.

आंतरराष्ट्रीय पातळी : शाश्वत विकासासाठी प्रादेशिक व जागतिक सहकार्याची गरज आहे. प्रादेशिक व जागतिक, सामाजिक बाबी म्हणजे सीमापार पर्यावरणीय परिणाम तंत्रज्ञानाची देवाणघेवाण, सागरी व नदीकिनारे, जैविक साधनांचे व्यवस्थापन व शाश्वत विकासाचे अनुभव या होत.

शाश्वत विकासासाठी विशेषत: विकसित देशांनी अनुभवाचा सहयोग देऊन प्रादेशिक मुद्द्यांवर एकजुटीने आवाज उठविला पाहिजे शाश्वत विकासासाठी आंतरराष्ट्रीय स्तरावर अंतर्देशीय जागतिक अनुभवांची देवाणघेवाण करणारी यंत्रणा उभी केली पाहिजे. देशांमध्ये पर्यावरणविषयक करारांतील बंधनांची पूर्तता करण्यासाठी यंत्रणा उभी केली पाहिजे. सध्या अशा संस्था आहेत, परंतु त्यांची जबाबदारी विखुरलेल्या स्वरूपाची आहे. त्यामुळे सहकार्य व पूर्ततेसाठी चांगल्या यंत्रेणेची गरज आहे.

३.५.१ शाश्वत हरित महाविद्यालय – पाबळ – एक उदाहरण

शैक्षणिक वातावरण आरोग्यदायी राहावे याबरोबर महाविद्यालयीन परिसरात

सुंदर, आकर्षक व शिक्षणाला पूरक वातावरण राहावे, यासाठी वृक्षसंवर्धन महत्त्वाचे ठरते. महाविद्यालयीन शिक्षण घेताना द्वितीय वर्षाला विद्यापीठाने 'पर्यावरणसतर्कता किंवा अभ्यास' हा विषय अनिवार्य केला आहे. महाविद्यालयातच विद्यार्थांना वृक्षारोपण व वृक्षसंवर्धनाची प्रात्यक्षिके मिळाल्यास पर्यावरणसंरक्षणाचे धडेच महाविद्यालयात मिळतील व हरित महाविद्यालय होऊन परिसरात वृक्षलागवडीस पूरक वातावरण निर्माण होईल आणि शाश्वत हरित महाविद्यालय निर्माण होईल. त्या दृष्टीने आम्ही आमच्या श्री. पद्ममणी जैन कला व वाणिज्य महाविद्यालय, पाबळ (जि. पुणे) येथे २००४-०५ पासून दहा एकर परिसरात वृक्षलागवड व संवर्धनाचा कार्यक्रम राबवीत आहोत. आमचे महाविद्यालय टेकडीवर असून खडकाळ जमीन असल्याने एखाद-दुसरेच झाड सुरुवातीच्या काळात दिसत होते. टेकडीवर काळा दगड आहे. या भागात सातत्याने दुष्काळी स्थिती उद्भवत असल्याने पाणीटंचाईची स्थिती वारंवार निर्माण होते. त्यामुळे भौगोलिक व नैसर्गिक प्रतिकूलता दिसून येते.

अशा स्थितीत आम्ही वृक्षलागवड करण्याचे ठरविले. प्रथम महाविद्यालयाच्या पूर्व, दक्षिण व पश्चिमेस सरळ ओळीत खड्ड्यांसाठी आखणी केली. जमीन कठीण खडकाची असल्याने जेसीबीच्या साहाय्याने खड्डे करावे लागले. प्रथमत: नोव्हेंबर २००४मध्ये महाविद्यालयाच्या दक्षिण दिशेस चिंच, आंबा, आवळा इत्यादी ८० वृक्षांची लागवड केली, तर पूर्व व पश्चिम दिशेस २०५ वृक्षांची जसे बहावा, सिल्व्हर ओक, रेन ट्री, काशीद, गुलमोहर, खाया, जाकरंडा इत्यादी फुलझाडे, तर अंतर्गत रस्त्याच्या दोन्ही बाजूने पाम वृक्षांची लागवड केली. गेलेल्या झाडांच्या ठिकाणी प्रत्येक वर्षी नवीन वृक्षांची लागवड केली. त्याचबरोबर १००-१५० वृक्ष नव्याने लागवड करण्यात आली. या वृक्षांच्या देखभालीसाठी 'कमवा व शिका' योजनेचे विद्यार्थी काम करीत होते. १४ मार्चपर्यंत वृक्षांच्या अळ्यांची स्वच्छता, पाणी देणे इत्यादी कामे विद्यार्थी करीत असत. त्यानंतर महाविद्यालयाचे सेवक पाणी देत असत. सेवकांना चार विभाग वाटून देण्यात आले व ते त्या वृक्षांना पाणी देणे, झाडांची निगा राखणे इत्यादी कामे करत असत व सध्याही करीत आहेत. विशेषत: मे महिन्यात पाणी देण्यास विलंब झाल्यास अनेक वृक्ष जळून जातात. हा मागील अनुभव लक्षात घेऊन जून-जुलै महिन्यांत पुन्हा वृक्षांची लागवड केली जात असे. सुरुवातीच्या काळात २००४ पासून सलग आठ वर्षे 'कमवा व शिका' योजनेचा प्रमुख असल्याने विद्यार्थ्यांकडून वृक्षलागवड व संवर्धनाचे नियोजन केले गेले व त्यांनी जे पुढे चालू ठेवले, ते म्हणजे वृक्षांना पाणी देण्यासाठी १५ हजार लिटरची एक टाकी बांधलेली आहे. या टाकीला ग्रामपंचायतीची अर्धा इंची दोन कनेक्शन्स् आहेत. त्याद्वारे पाणी

उपलब्ध होते. हे पाणी एका हॉर्सपॉवरच्या मोटारीद्वारे महाविद्यालयाच्या तीनही बाजूने एक इंची पाइपलाइनमध्ये पुरविले जाते. त्यानंतर ते पाणी पुढे रबरी पाइपद्वारे झाडांना दिले जाते. पाणी गरजेनुसार मोजून दिले जाते. लहान वृक्षांना पाणी देण्यासाठी सलाईनच्या बाटल्यांचा उपयोग केलेला आहे. मे महिन्यात एखाद्यावेळी पाण्याची टंचाई निर्माण झाल्यास झाडे जळून जातात, असा अनुभव आहे. त्यामुळे उन्हाळ्यात लहान झाडांवर खूप लक्ष द्यावे लागते. महाविद्यालय परिसरात सन २००४-०५ पासून लागवड केलेले वृक्ष म्हणजे चिंच, आंबा, आवळा, सीताफळ, अशोक, रेन ट्री, गुलमोहर, काशीद, शिसम, लिंब, सुरू, साग, वड, पिंपळ, शंकासूर, सप्तपर्णी असे सुमारे २५ ते ३० प्रकारचे वृक्ष आहेत.

पाण्याची उन्हाळ्यातील टंचाई, जनावरांचा मुक्त वावर या प्रतिकूलतेतून वृक्ष जगविणे हे एक मोठे जोखमीचे काम असते. आम्ही प्रत्येक वर्षी गेलेल्या झाडांच्या जागी नवीन वृक्षलागवड करत आलो आहोत. त्यामध्ये कोणताही नकारार्थीपणा न ठेवता, सतत प्रयत्न करीत राहिलो. शून्यातून, अथक परिश्रमातून काही वृक्ष १४ वर्षांमध्ये ४ ते ५ फूटच वाढलेले आहेत. ते आम्ही आजपर्यंत जगविलेले आहेत. या सर्व घडणीत २००४-०५ पासूनचे विद्यार्थी-विद्यार्थिनी, प्राध्यापक, सेवक, प्राचार्य डॉ. एस. डी. घोडेकर सुरुवातीपासून महाविद्यालय परिसर विकासप्रमुख म्हणून मी स्वत: (डॉ. सुरेश ढमढेरे) काम पाहिले. 'कमवा व शिका' योजनेतील विद्यार्थी, शिक्षण प्रसारक मंडळ, पाबळचे आतापर्यंतचे अध्यक्ष व संचालक मंडळ यांचे याला सतत प्रोत्साहन लाभले आहे. तसेच ते वृक्षलागवडीतही सहभागी झाले व जी उणीव असेल ती त्यांनी दूर करण्याचा प्रयत्न केला व करीत आहेत. या सर्वांच्या प्रयत्नातून ६०० ते ७०० वृक्षांनी व नवीन २०० वृक्षलागवडीने हरित महाविद्यालय साकारले आहे. २०१३-१४ ते २०१८-२०१९ पर्यंत वृक्ष दत्तक योजनासुद्धा राबविण्यात आली आहे. १५ मार्चनंतर विद्यार्थ्यांच्या वार्षिक परीक्षा सुरू असल्याने ऐन उन्हाळ्यात पाणी देण्यास उशीर झाला की झाडे जळून जातात असा अनुभव आहे. सर्व परिस्थितीतून मार्ग काढीत पर्यावरणपूरक महाविद्यालय, हरित महाविद्यालय निर्माण झाले. महाविद्यालयाला भेटी दिलेल्या मान्यवरांनी तसे अभिप्राय दिलेले आहेत. वृक्षलागवडीमुळे महाविद्यालय परिसरात पाणी मुरू लागले. उन्हाळ्यात परिसरात गारवा निर्माण झाला. परीक्षेच्या वेळी विद्यार्थी झाडाच्या कट्ट्यावर बसून अभ्यास करू लागले. विद्यार्थ्यांची मानसिकता चांगली राहू लागली. प्रसन्नता वाढली व एका निर्जन स्थळावर अभ्यासास पूरक वातावरण निर्माण झाले. विद्यार्थी वृक्षांबरोबर सेल्फी काढू लागले. पक्षी व प्राण्यांचा वावर वाढला. या ठिकाणी प्रदूषणाचा लवलेशही

जाणवत नाही व नैसर्गिक वारशांचे जतन होत आहे. अशा या प्रसन्न वातावरणात विद्यार्थ्यांना शिक्षण घेण्यास पूरक वातावरण निर्माण झाले आहे. एका निर्जन अशा टेकडीचे रूपांतर 'हरित महाविद्यालया'त झाले आहे. परिसरातील ओहोळांवर दगडी बांध घातलेले आहेत. त्यामुळे पाणी जमिनीत मुरू लागले आहे व 'शाश्वत हरित महाविद्यालयात' त्याचे रूपांतर झाले आहे. देशातील व महाराष्ट्रातील प्रत्येक शैक्षणिक संस्थेने 'शाश्वत हरित – शाळा, हायस्कूल, महाविद्यालय' इत्यादी निर्माण करावीत जी पर्यावरणीय दृष्टिने महत्त्वाची आहेत.

३.६ भारतातील शाश्वत विकास ध्येय/(SDG) ची सध्य अथवा चालू स्थिती (Current Scenario of SDG in India)

भारताला आकार देण्याच्या दृष्टीने शाश्वत विकास ध्येय (एसडीजी) महत्त्वाचे आहे. भारताच्या विकासाची ध्येये शाश्वत विकासाच्या ध्येयाशी मिळतीजुळती आहेत. त्याचप्रमाणे भारत एसडीजी (SDG) साध्य करण्यास बांधील आहे. त्याचाच एक भाग म्हणून (VNRS) ऐच्छिक (स्वयं) राष्ट्रीय आढावा राजकीय फोरम २०१७मध्ये स्थापन करण्यात आला. भारताने दारिद्र्यनिर्मूलनावर लक्ष केंद्रीत केले आहे. त्यातून जागतिक बदल घडवून आणण्याचे योजले आहे. 'सबका साथ सबका विकास'नुसार एकत्रितपणे समावेशक विकासासाठी पंतप्रधानांनी देशाच्या विकासाचा अजेंडा ठेवला आहे. यामध्ये निती आयोग हा 'थिंक टँक' म्हणून काम करेल. भारत सरकारने जलद कृतीकार्यक्रमासाठी २०१७-१८ ते २०१९-२० अजेंडा तयार केला त्यानुसार त्यातील काही भाग १५ वर्षांसाठीतील ध्येय आणि ७ वर्षांसाठीच्या व्यूहरचनेचा समावेश केला. संघराज्ये त्यामध्ये सहभागी असणार आहेत. त्यातील ध्येयात आर्थिक वाढ, पायाभूत सुविधांचा विकास, औद्योगिकीकरण, तसेच देश दारिद्र्य विरोधात मूलभूत सबलीकरणावर भर दिलेला आहे. पर्यावरण संरक्षणाला भारतीय समितीत पाठिंबा दर्शवून देशांतर्गत उत्पादन वाढीबरोबरच 'कार्बन सिंक'ला महत्त्व दिले आहे.

एसडीजीची (SDG) ध्येये गाठण्यासाठी भारत सरकारच्या अनेक योजना आणि कार्यक्रम चालू आहेत. तसेच अनेक व्यासपीठे निर्माण करण्यात आली आहेत. विशेषत: दारिद्र्यनिर्मूलन; लिंग समानता; हवामान बदल इत्यादींवर 'निती आयोगा'चे अध्यक्ष पंतप्रधान सर्वांचा समन्वय ठेवून त्याचे नेतृत्व करत आहेत. १७ ध्येये आणि १६९ लक्ष्ये यासाठी मध्यस्थ म्हणून केंद्रीय मंत्री, केंद्रीय योजना आणि सरकारचे निमंत्रित सदस्य आणि सरकार शाश्वत विकास ध्येयानुसार काम करत आहेत.

यातील कार्यदलाद्वारे (टास्क फोर्स) नियमित आढावा आणि प्रकियेची माहिती घेतली जाते. देशपातळीवर राज्य आणि केंद्रशासित प्रदेशांचे अहवाल यामध्ये समाविष्ट

केले जातात. स्वयं राष्ट्रीय आढावा फोरमद्वारे एसडीजी कामावर लक्ष केंद्रीत केले जाते.

शाश्वत विकास अहवाल निर्देशांक २०२० नुसार १६६ देशांच्या क्रमवारीत भारताचे स्थान ११७ असून मिळालेले गुण ६१.९ आहेत. भारत स्वयं राष्ट्रीय आढावा २०२० (VNR) नुसार शाश्वत विकास ध्येय (SDG) गाठण्यासाठी भारताने केलेल्या कामगिरीची सद्यस्थिती पुढीलप्रमाणे सांगता येते.

१) शाश्वत विकास ध्येय-१ (एसडीजी-१) दारिद्र्यनिर्मूलन (No Poverty) कोणत्याही प्रकारे दारिद्र्याचा शेवट करणे.

देशांबरोबर जगाला जलद दारिद्र्यनिर्मूलन करण्याचे एक मोठे आव्हान आहे. विशेषत: अल्प आणि मध्यम उत्पन्न देशांच्या संदर्भात हे एक आव्हान आहे. भारताने त्यासाठी सर्वसमावेशक विकास व्यूहरचना आखून त्याद्वारे आर्थिक वाढ आणि मोठ्या प्रमाणात सामाजिक सुरक्षिततेचे जाळे निर्माण करून विस्तृत कार्यक्रम आखला आहे. लाभाच्या दृष्टीने रोजगार बळकटीकरण, अशा उपजीविका संधी आणि प्रवेश योग्य सुधारणा, मूलभूत सुविधा नागरिकांना देणे. तसेच आरोग्य, पोषण, पिण्याचे पाणी आणि स्वच्छता, शिक्षण, कौशल्य, पायाभूत सुविधा आणि उपयोगी सुविधा कार्यान्वित करणे याकडे लक्ष दिलेले आहे. सामाजिक मदत लोकांना देऊन सातत्यपूर्ण त्यात सुधारणा करणे हे या यंत्रणेचे ध्येय आहे.

दारिद्र्याची पातळी आणि वाढ : देशात स्थूल देशांतर्गत उत्पादन वाढीचा (GDP) दर २०१८ ते २०२३ या काळात आठ टक्के ठेवण्यावर विशेष भर असणार आहे. तसेच २०२५ पर्यंत अर्थव्यवस्था ५ ट्रिलीयन डॉलर्सपर्यंत पोहोचवण्याचा निश्चय आहे. सध्या करोना-१९ महामारी कारणाने भारताच्या आर्थिक वाढीचा दर कमी झालेला आहे. परंतु, अर्थव्यवस्था स्थिरस्थावर झाल्यावर भारतीय अर्थव्यवस्थेत जगात वेगाने मोठी वाढ होईल.

राष्ट्रीय आणि पातळीवरील देखरेख प्रगती : भारताने कार्यक्रमाची देखरेख चौकट मजबूत केल्याने देशाची प्रगती, तसेच राष्ट्रीय व देशांतर्गत घटकांचे शाश्वत विकास ध्येय निर्देशक हे डॅशबोर्डद्वारे दर्शविले आहे. एकत्रित पाच निर्देशांकाद्वारे आपल्याला ते दिसून येते. निर्देशांकांचे गुण ५० आणि पातळी २८ ते ७२ दरम्यान, आणि राज्यांचे ३३ आणि ५८ दरम्यान UTs पातळी ०-१०० दर्शविते. १०० हे ध्येय साध्य करावयाचे आहे. भारताने शाश्वत विकास ध्येय-१ उर्वरित ५० गाठावयाचे आहे. ही तफावत राज्यांद्वारे पूर्ण करावयाची आहे.

संयुक्त राष्ट्र संघाच्या २०२०च्या जागतिक बहुआयामी दारिद्र्य निर्देशांकानुसार

देशाने दारिद्र्यनिर्मूलनाचा दरात गेल्या दहा वर्षांत लक्षणीय प्रगती केली आहे. परंतु, आरोग्य ही देशातील अजूनही मोठी समस्या असून अद्यापही अनेक खेडी सक्षम अशा आरोग्य सोयी-सुविधांपासून वंचित आहेत. दुर्दैवाची बाब अशी की, सरकारकडून शिक्षण, आरोग्य यांसारख्या मूलभूत सोयी सुविधांवर केल्या जाणाऱ्या खर्चाचा लाभ फारच थोड्या लोकांपर्यंत पोहोचतो.

आव्हाने : शाश्वत विकास ध्येय-१ साठीची आव्हाने पुढीलप्रमाणे आहेत.

प्रादेशिक तफावत : भारताला दारिद्र्याबाबत ग्रामीण भागातील आणि अल्प उत्पन्न राज्ये यांवर लक्ष केंद्रित करावे लागणार आहे. वेगवेगळ्या राज्यात दारिद्र्यरेषेखालील जीवन पातळी वेगवेगळी आहे. छत्तीसगडमधील ३९.९ टक्के लोक दारिद्र्यरेषेखालील आहेत. तर अंदमान-निकोबार बेटावर एक टक्के आहेत. २००४-०५ ते २०१४-१५ या काळात गोव्यात दारिद्र्यरेषेखालील लोक १३.८ टक्क्यांवरून ५ टक्क्यांपर्यंत कमी झाले. छत्तीसगडमध्ये ४०.९ टक्क्यांवरून ३९.९ टक्के एवढी अतिशय कमी प्रमाणात घट झाली.

दारिद्र्याचे महिलाकरण (Feminisation) : दारिद्र्याचे दुष्टचक्र विशेषत: ग्रामीण दारिद्र्य हे एक आव्हान आहे. दारिद्र्याच्या परिणामी, पुरुषाच्या तुलनेत स्त्रियांना कमी सुविधा अथवा साधने उपलब्ध होतात, जसे अन्न आणि पोषण सुरक्षा अथवा आरोग्याची काळजी आणि सार्वजनिक सेवा इत्यादी.

भारताने राष्ट्रीय विकास अजेंडा 'सबका साथ सबका विकास' चालू ठेवला. विकासाच्या व्यूहनीतीचा अवलंब करून दारिद्र्य कमी करण्याचा प्रयत्न केला. त्यासाठी उत्पन्नात वाढ, जीवनमान पातळी उंचावणे आणि 'इज ऑफ लिव्हींग'द्वारे कोणताही समाज मागे राहणार नाही याची काळजी घेतली जात आहे. यासाठी सार्वजनिक खर्चात वाढ करण्यात आली. (२०१४-२०२० या काळात जीडीपीच्या १.५ टक्क्यांपासून ६.२ टक्के ते ७.७ टक्के पर्यंत वाढ) सामाजिक क्षेत्रात आरोग्य आणि शिक्षणामध्ये सरकारने अधिक वाढ केली. भारताचा मानवी विकास निर्देशांक २०१४ ते २०१९ या काळात सहाव्या क्रमाने वाढला. कोविड-१९ महामारीच्या काळात भारताने 'प्रधानमंत्री गरीब कल्याण योजना' यासाठी १.७ मिलियन रुपयांचे पॅकेज जाहीर केले. गरीब आणि स्थलांतरित लोकासंख्येसाठी त्याबरोबरच विमा कवच, ५ दशलक्ष आरोग्य कामागारांसाठी मोफत अन्न, ८०० दशलक्ष लोकांना सामाजिक सुरक्षा जाळे अंतर्गत ६००० रुपये प्रत्येकी, २०० दशलक्ष महिलांसह, ताबडतोब सानुग्रह १००० रुपये ३० दशलक्ष वृद्ध व विधवा व्यक्तींबरोबर अपंग, शेतकरी, बांधकाम कामगारांना दिले. यासाठी राज्यातील वाहतूक व्यवस्थाही महत्त्वाची होती.

याद्वारे खासगी क्षेत्र व नागरी समाजाला ध्येय १ (दारिद्र्यनिर्मूलन) साध्य करण्यासाठी गती दिली गेली.

ठळक वैशिष्ट्ये :

बँक खाती : प्रधानमंत्री जन-धन योजना अंतर्गत २०१४ ते २०२० या काळात जी ३८१ दशलक्ष बँक खाती काढण्यात आली. त्यातील २०३ दशलक्ष खाती ही महिलांची आहेत.

सर्वांसाठी घर : ग्रामीण भागात २०१४-१५मध्ये १.२ दशलक्ष घरांची निर्मिती करण्यात आली. या अंतर्गत २०१८-१९ पर्यंत ४.७ दशलक्ष घरे बांधली गेली.

आरोग्य विमा : प्रधान मंत्री जन-धन आरोग्य (PMAy) योजनेअंतर्गत १०० दशलक्ष कुटुंबांना प्रत्येक वर्षासाठी रुपये ५ लाखांचा आरोग्य विमा देण्यात आला.

महिला सहभाग : महिलांना नियमित जॉब/वेतन देणाऱ्या नोकऱ्यांअंतर्गत २०११-१२मध्ये १३ टक्के वेतन दिले गेले जे २०१७-१८ पर्यंत २१ टक्क्यांपर्यंत वाढले.

बँकेतील स्वयं साहाय्यता गट (SHGs) : बँकेत कर्ज उपलब्धतेसाठी स्वयं साहाय्यता गट सुरू केले गेले. त्यामध्ये २०१५-१६मध्ये १८.३ लाख गटांची नोंदणी झाली आणि २०१८-१९मध्ये ती २७ लाखांपर्यंत वाढली.

२) शाश्वत विकास ध्येय २ – शून्यभूक (Zero Hunger)

अन्न सुरक्षा साध्य करणे आणि पोषणात सुधारणा व शाश्वत कृषी सुधारणा: जागतिक भूक निर्देशांक २०२० या अहवालात १०७ देशांपैकी भारत हा ९४ व्या स्थानी आहे. तर २०१९मध्ये ११७ देशांपैकी भारत १०२ क्रमांकावर होता. परंतु विविध प्रकारचे कुपोषण आणि भूकनिर्मूलन, दशलक्ष दारिद्र्य त्यामध्ये सुधारणा झाली. ती पूर्वीपेक्षा कृषी उत्पादकतेत वाढीने झाली आहे. भारतात ४० टक्के पाच वर्षांपर्यंतच्या मुलांचे मृत्यू हा मुख्य धोका आहे. अन्न सुरक्षेवर प्रभाव पाडणारे विविध घटक म्हणजे अन्न उपलब्धता, देशांतर्गत अन्न उत्पादन आणि अन्न आयात करण्याची क्षमता व त्याचप्रमाणे अन्न मार्गाची निर्धारक उपयोगिता आणि असुरक्षा. तसेच कुटुंबाची अन्न खरेदी करण्याची क्षमता, सरकारचे कार्यक्रम आणि लिंग असमानता ही आहे. भारत हा जगातील सर्वांत मोठा गहू, तांदूळ, साखर, दूध, डाळी, फळे आणि भाजीपाला उत्पादक देश आहे. परंतु, त्यामध्ये अद्यापही मूलभूत सेवांमध्ये सुधारणा व असुरक्षितता कमी करणे हे मोठे आव्हान आहे.

अन्न सुरक्षिततेमध्ये असुरक्षा धक्के आणि आपत्तीचा प्रभाव आहे. त्यामध्ये अजूनही गंभीर आव्हाने आहेत. भारतात अन्नधान्य आणि पोषण सुरक्षेत महत्त्वपूर्ण लक्षणीय सुधारणा झाली. अन्न-धान्य उत्पादनात जवळजवळ सहा पट वाढ झाली आहे. १९५०-५१मध्ये ५० दशलक्ष टनांवरून २०१९-२०मध्ये २९२ दशलक्ष टनांपर्यंत वाढ झाली आहे. भारतात अन्न उत्पादनाच्या विस्तारात वाढ झाली आहे. अन्नधान्याचा साठा आहे. अनुदानीत धान्य सार्वजनिक वितरण प्रणालीद्वारे देशात वितरित केले जात आहे. भारतातील ७० टक्के ग्रामीण कुटुंबे आणि ५९ टक्के कामगार हे शेतीवर अवलंबून आहेत. सरकारने कृषी क्षेत्राच्या बळकटीकरणासाठी उपाय योजल्याने सिंचनात सुधारणा, कृषी बाजार व्यवस्था, पायाभूत सुविधा, सार्वजनिक खरेदीचा धोका कमी, पीक विमा आणि विविध पिकांच्या उत्पादकतेत बऱ्यापैकी वाढ झाली आहे. अन्नसुरक्षा कायदा २०१३ नुसार जवळपास ८१७ दशलक्ष लोकांना अन्नसुरक्षा प्राप्त झाली आहे.

जागतिक भूक निर्देशांक २०२० अहवालावरून १०७ देशांपैकी ९४ व्या क्रमांकावर असलेला भारत उपासमारीच्या बाबतीत गंभीर प्रवर्गात गणला जात आहे. भारताची १४ टक्के लोकसंख्या कुपोषित आहे. देशात ३७.४ टक्के मुलांची वाढ खुंटलेली असून १७.३ टक्के मुलांचे वजन योग्य नाही. पाच वर्षाखालील मुलांचा मृत्यूदर ३.७ टक्के आहे.

उंचीच्या तुलनेत कमी वजन, अशक्तपणा, कुपोषण यांसाठी २०१७ मध्ये 'पोषण अभियान' सुरू करण्यात आले.

देश आणि देशांतर्गत पातळीवर निरीक्षण प्रगती

देशात शाश्वत विकास ध्येयाच्या निर्देशांकांवरून आणि डॅशबोर्ड वरून SDGZ गाठण्यासाठी उपाय करणे ही देशाची कामगिरी आहे. देशाच्या निर्देशांकांवरून आणि सर्व गुणांच्या निर्देशांकांवरून हे देशाचे गुण, ३५ आणि राज्यांचे २२ ते ७६च्या दरम्यान आहेत. तर केंद्रशासित प्रदेशाचे १२ ते ७३च्या दरम्यान आहेत. हे गुण ०-१०० दरम्यानचे आहेत. या निर्देशांकावरून देशाने शून्य भूकेच्या ध्येयाचे ३५ गुण साध्य केले आहेत. देशातील राज्याची यात महत्त्वपूर्ण भूमिका आहे.

आव्हाने आणि पुढील मार्ग

२०१९मध्ये सर्वसाधारण ११.४ दशलक्ष हेक्टर जमीन सूक्ष्म सिंचनाखाली आली असून २०१३-१४ ते २०१७-१८ पर्यंत फळे आणि भाजीपाल्याची उत्पादकता ११ टक्क्यांनी वाढली आहे. अन्नधान्याची नासाडी हे एक आव्हान असून त्यात कापणी, कापणीपूर्व विभागणी आणि गोडाऊन साठवणुकीचा समावेश होतो.

सामाजिक रचनेतसुद्धा अन्न उपलब्धतेबाबतच्या दृढनिश्चयामध्ये विशेषत: महिलांच्याबाबत पोषणाची गरज बऱ्याचदा दिसून येते.

भारताची लढाई ही उच्च पातळीवरील कुपोषण, खुरटेपणा (अपूर्णवाढ) आणि अशक्तपणा या विरुद्ध आहे. NFMS-4 - २०१५-१६ नुसार अर्ध्या अधिक गर्भवती महिलांचे वय १५ ते ४९ या दरम्यान असते. त्यांच्यामधील अशक्तपणा आणि २/३ महिलांचा अल्प शरीर द्रव्यमान हा याचा सूचकांक असतो. तरुण मुलांच्या तुलनेत पाच वर्षांच्या मुलांमध्ये पोषण स्थिती जसे वाढ खुंटणे (खुरटेपणा) अन्न वाया घालवणे इत्यादी असून हे दूर करण्याचे अन्न सुरक्षा आणि पोषणासंबंधित आव्हान आहे. स्वयं नियम (Modulated) संदर्भात भारताचे अनेक घटक आहेत. जसे पोषण अन्ननिर्मिती, पाणी, स्वच्छता, सूक्ष्म पोषणातील तूट आणि अपुरी स्वीकृती आहे. जागतिक भूक निर्देशांक अहवाल २०२०मध्ये असे स्पष्ट केले गेले आहे की, कुपोषण रोखण्यासाठी भारतामध्ये असलेल्या योजनांची अत्यंत ढिसाळपणे अंमलबजावणी करण्यात येते. त्यामध्ये देखरेखीचा अभाव असतो. भारतातील कुपोषणाची समस्या गंभीर होण्यास तेथील मोठ्या राज्यातला अव्यवस्थित कारभार कारणीभूत आहे. त्यामुळे कुपोषण दूर करणे हे एक आव्हान आहे.

त्याचबरोबर हवामानात मोठ्या प्रमाणात होत असलेल्या बदलासाठी प्राथमिक उपाय करणे तसेच शाश्वत अन्न सुरक्षेसाठी हवामानानुसार स्मार्ट शेती या एका आव्हानाबरोबर व्यापक प्रमाणात हवामान स्वीकृत शाश्वत शेती पद्धती, नवीन तंत्रज्ञान आणि विकासाचे नियोजन महत्त्वाचे आहे. ८५ टक्के लहान आणि सीमांत शेतकरी यांच्यासाठी अपुरी असणारी भांडवल आणि साधने याशिवाय संवेदनशीलता आणि क्षमता विकास त्यासाठी तंत्रज्ञाननिर्मिती, वित्तीय खर्च आणि सेवा जसे विमा, आगाऊ हवामान अंदाज पद्धती आणि योग्य शेती इत्यादींच्या विस्तारासाठी साहाय्य आवश्यक आहे.

३) शाश्वत विकास ध्येय - ३ चांगले आरोग्य आणि सुस्थिती (Good Health & Well-being) :

निरामन जीवन म्हणजे सुनिश्चित करणे आणि सर्व वयाच्या व्यक्तींच्या सुनिश्चितीस प्रोत्साहन देणे. भारताने महत्त्वपूर्ण अशी प्रगती विविध मार्गाने केली आहे. यामध्ये आरोग्याविषयी परवडणारेच उपाय केले गेले आहेत. विशेषत: असुरक्षिततेवर भर दिला गेला आहे. राष्ट्रीय आरोग्य धोरण २०१७ची रचना प्राथमिक अवस्थेत आहे. साधनांद्वारे काही क्षेत्रात सुधारणा झाली आहे. बालके आणि माता आरोग्य, मृत्यूदरात घट, जीवनमानात वाढ आणि मोठ्या संप्रेषणक्षम (संसर्गजन्य)

रोगांपासून संरक्षण करून बळकटीकरण केले गेले आहे. तसेच औषधे आणि जेनेरिक सर्वसामान्य औषधे यांचा मोठ्या प्रमाणात पुरवठा केला जात आहे.

भारतात व्यापकपणे औषधांचा वापर करून १९९० पासून मातांचा मृत्यूदर ५० टक्यांनी कमी झाला. सन २००० पासून गोवरावरील औषध टाळल्याने १५.६ दशलक्ष मृत्यू झाले. दुसऱ्या बाजूला मृत्यूची जबाबदारी संप्रेषणक्षम - संसर्गजन्य रोगांव्यतिरिक्त (Non-communicable) उर्वरित रोगांचे प्रमाण १८ टक्के होते. त्यामुळे एचआयव्ही/एड्स, मलेरिया आणि क्षयरोग या आव्हानात्मक युद्धासाठी तसेच 'कोविड-१९' या जागतिक महामारीमुळे आरोग्यविषयक विविध आव्हानांबरोबर लढण्यासाठी सरकार अनेक पातळ्यांवर प्रयत्न करीत आहे.

महत्त्वाच्या सद्यकालीन आरोग्यविषयक बाबी

- आयुष्यमान भारत.
- २०२२ पर्यंत १,५०,००० आरोग्य आणि कल्याण केंद्र.
- १०० दशलक्ष कुटुंबांना ५,००,००० रुपये प्रत्येक वर्षी आरोग्य विमा.
- माता मृत्यूदर हा २०१४-१६मध्ये १३० होता तो २०१५-१७ पर्यंत १२२ पर्यंत घटला आहे आणि २०१६-१८ पर्यंत तो ११३ ने घटला आहे.
- पाच वर्षांखालील मृत्यूदर २०१५ मध्ये ४३ होता तो २०१७मध्ये ३७ पर्यंत कमी झाला आहे.

आव्हाने आणि पुढील मार्ग : भारत हा जगातील दुसऱ्या क्रमांकावरील लोकसंख्या देश असल्याने भारताला आरोग्य क्षेत्रात अनेक आव्हानांना तोंड द्यावे लागत आहे.

परवडणारे आणि आरोग्य सेवेचा खर्च : खासगी क्षेत्रातील आरोग्यसेवा ही महत्त्वपूर्ण मानली जाते. परंतु खासगी क्षेत्रात नियमांची कमतरता व दर्जा आणि खर्चाच्या परिणामी, नियमित सेवा हे एक आव्हान आहे. त्या तुलनेत सार्वजनिक आरोग्य सेवेमध्ये खर्च नसतो, अथवा तो कमी असतो. परंतु सार्वजनिक आरोग्यसेवेत प्रथम प्राधान्य नसते. तसेच अविश्वसनीयता व वाईट दर्जा, असे त्याविषयी मानले जाते.

आरोग्य कार्यबल घनता : भारतात आरोग्य सेवा कर्मचाऱ्यांची घनता कमी आहे. तसेच डॉक्टरांची संख्या, नर्सेस, सुईणी ही १०,००० लोकसंख्येमागे कमी आहे. २०१५मध्ये ही संख्या ३५.८ टक्यांवरून २०१६मध्ये ३६.४ पर्यंत वाढली. ही वाढ १.७ टक्के एवढी आहे. यापुढे भारताने काळजीपूर्वक सुधारणा करणे आवश्यक आहे.

आरोग्य जागरूकतेचा अभाव : आरोग्य जागरूकता प्रसाराबाबत भारतामध्ये इतरांपेक्षा खूपच तफावत दिसून येते. मुले आणि वृद्धांचे आरोग्य, लैंगिक आणि पुनरुत्पादक आरोग्य सेवा, अन्न आणि पोषण, जीवनमान घटक, वृद्ध, विकृती आणि मानसिक आरोग्य इत्यादींबाबत दक्षता घेतली गेली पाहिजे. या तफावतीची कारणे वैविध्यपूर्ण असून अपुरी लक्ष देण्याची व्यवस्था आणि आरोग्य विभाग पद्धतीत रोग्याचे समुपदेशन, आरोग्यासंदर्भात सार्वजनिक क्षेत्राला कमी प्राधान्य, शिक्षण आणि आरोग्याचे कमकुवत जाळे इत्यादी ही आहेत.

भारतामध्ये कोविड-१९ महामारीसाठी आरोग्य पद्धतीचे व्यवस्थापन हे लवचीक व सज्ज करण्यात आले असून त्यावर प्रतिबंध उपाय योजणे, लक्ष ठेवणे, माहिती घेणे, याद्वारे या संकटकाळात व्यवस्थापन केले जात आहे.

४) शाश्वत विकास ध्येय - ४ (SDG-4) गुणवत्तापूर्ण शिक्षण (Quality Education) : सर्वसमावेशक आणि समन्यायी गुणवत्तेचे शिक्षण सुनिश्चित करणे आणि सर्वांसाठी जीवनोपरांत शिक्षणाच्या संधींना प्रोत्साहन देणे :

भारतीय शिक्षण धोरणानुसार १.३ कोटी नागरिकांना जीवनमान सुधारण्यासाठी दर्जेदार मूलभूत व्यावसायिक शिक्षणाचा आधार मिळाला. जीवनात कोणी मागे राहू नये म्हणून गरजेनुसार मानवी संपत्तीत सुधारणा करण्याचा निर्णय घेवून माध्यमिक शिक्षण पूर्ण करण्यासाठी सर्व मुलांना खात्रीशीर, दर्जेदार व परवडणारे तांत्रिक आणि व्यावसायिक शिक्षण मिळू लागले. सर्वांना जात, धर्म, लिंग, उत्पन्न असमानता विरोधी दर्जेदार उच्च शिक्षणाच्या संधी उपलब्ध झाल्या. भारतात युवकांची संख्या मोठ्या प्रमाणात असून ती एकूण लोकसंख्येच्या २८ टक्के आहे. हे जागतिक स्पर्धात्मकतेसाठी चांगले आहे. यामुळे प्रथमत: देशात पर्यावरणात्मक, सक्षम, दर्जेदार उच्च शिक्षण मिळत आहे. विशेषत: पायाभूत आणि कार्यक्षम आवश्यक शिक्षणातून येथील नागरिक जागतिक आव्हाने स्वीकारू शकतात. जागतिक श्रमबाजारात आधुनिक तंत्रज्ञान व बदलणारी मागणी; यानुसार शिक्षण दिले जात आहे.

भारतात महत्त्वपूर्ण अशा सुधारणा करण्यात आल्या. त्यामध्ये शाळेची संख्या, पटसंख्या/नावनोंदणी यावरून अशी धारणा आहे की मुलांना प्राथमिक आणि माध्यमिक शिक्षणात लिंगसमता शिक्षण देणे त्याबरोबरच भौतिक पायाभूत वाढ ही टप्प्याटप्प्याने पट नोंदणी दरानुसार वाढविणे; मुख्यभर शिक्षणात सुधारणा करणे यांचा समावेश आहे. त्यासाठी सार्वजनिक क्षेत्रातील शिक्षणात बदल केले आहेत. राष्ट्रीय शैक्षणिक धोरण २०२०च्या नव्या शैक्षणिक धोरणानुसार शिक्षण पद्धतीत महत्त्वाचे बदल सुचविण्यात आलेले आहेत.

शिक्षण पद्धतीतील महत्त्वाचे बदल

- ८० टक्क्यांपेक्षा जास्त शिक्षक औपचारिकरित्या प्रशिक्षित.
- लिंग समानता निर्देशांक - प्राथमिक १.०६ टक्के तर माध्यमिक १.०४ टक्के
- २०१३-१४मध्ये प्राथमिक शाळेत मुलींसाठी स्वतंत्र शौचालय ८७.२ टक्के त्यात सुधारणा होऊन त्यांची वाढ २०१७-१८मध्ये ९८.४ टक्के झाली.
- विद्यार्थी-शिक्षकदर (Pupil-Teacher Ratio) प्राथमिक २३, उच्च प्राथमिक - २४, माध्यमिक २३ आणि उच्च माध्यमिक ५० इतका आहे.
- भाषा आणि गणितामधील किमान प्रवीणता वर्ग-३, ९० टक्के, वर्ग-५, ८३ टक्के आणि वर्ग-८, ७२ टक्के आहे.

देश आणि देशांतगर्त पातळीवरील निरीक्षण प्रगती : देशात शाश्वत विकास ध्येयाच्या निर्देशांक आणि डॅशबोर्ड वरून SDG-४ देशाच्या नऊ राष्ट्रीय निर्देशांकावरून, एकूण निर्देशांक गुण हे देशाचे ५८, राज्यांचे १९ ते ८१ च्या दरम्यान आणि केंद्रशासित प्रदेशांचे ४३ ते ८० दरम्यान आहेत. हे गुण ०-१०० मधील आहेत. या निर्देशांकावरून भारतात दर्जात्मक शिक्षणामुळे ५८ गुण निर्देशित झाले, हे महत्त्वपूर्ण असून त्यात राज्यांतील एककांचा महत्त्वपूर्ण वाटा आहे.

५) शाश्वत विकास ध्येय-५ (SDG-5) लिंग समानता (Gender Equality) लिंग (जेंडर) समानता साध्य करणे आणि सर्व महिला व मुलींचे सबलीकरण:

भारताच्या राज्यघटनेत लिंग समानता आणि न्याय ही तत्त्वे दिली आहेत. भारताच्या स्वातंत्र्यापासून राज्य आणि देशात लिंग समानतेबाबत ठळक पावले उचलली गेली आहेत. भारताने १९४७मध्ये सार्वत्रिक आणि समान मताधिकाराचा स्वीकार केला आहे. त्यापूर्वी जगातील काही देशांनी विकासाचा पुढचा टप्पा गाठला होता. विविध धोरणे, कायदे, कार्यक्रम आणि योजनेवर भर दिला असून लिंग समानता या ध्येयाशिवाय भारताचा विकास आणि भरभराट होणार नाही हे लक्षात येताच भारताने शाश्वत विकास ध्येयाच्या काळात यजमान पद स्वीकारून पुढाकार घेतला आहे. यश आणि कामगिरीचे विश्लेषण करून त्यामध्ये दुरुस्त्या केल्या आहेत. त्यामुळे नवीन ध्येय गाठण्यासाठी नवी आणि उदयोन्मुख आव्हाने समोर उभी राहीली आहेत.

मागील पाच वर्षांत भारताने लिंग समानतेवर सखोल व तीव्र कृती केली आहे. काही क्षेत्रात त्यामुळे बदल दिसून येत आहेत. इतर क्षेत्रातही त्याचे अनुकूल परिणाम दिसून येत आहेत. उदा. महिलांचा राजकीय सहभाग. अलीकडील काळात या मुख्य क्षेत्रात कौतुकास्पद कामगिरी दिसून येत आहे. स्त्री-पुरुष, दिव्यांग, जात, पंथ, धर्म इत्यादींबाबतचा यांत समावेश होतो. ध्येयपूर्तीसाठी विकसनशील देशात आंतरराष्ट्रीय

संस्थानुसार निर्णय घेतला जातो. भारत हा सामाजिक, आर्थिक व राजकीय समानतेबाबत बांधील आहे, हे भारताने कायदे आणि विविध क्षेत्रात घेतलेल्या निर्णयातून दिसून येते.

सद्यस्थिती काही मुद्दे : स्वयं साहाय्यगट (SGH) १० दशलक्ष बँकांची जोडणी व १२० दशलक्ष कुटुंबाचे सदस्यत्व.

- ५८३ कोटी रुपयांचे वार्षिक कर्ज पार केले.
- PMJDY अंतर्गत २०१४-२०२०मध्ये ३८१ दशलक्ष बँक खाती काढली ज्यामध्ये २०३ दशलक्ष खाती ही महिलांची आहेत.
- २०१४मध्ये ४३ टक्के महिलांची बँकेत खाती होती, त्यामध्ये २०१७मध्ये ७७ टक्के इतकी वाढ झाली.
- मुद्रा योजना ७५ टक्के लाभधारक महिलांच्या उपक्रमांना कर्ज मिळाले.
- २०१५-१७मध्ये जन्मवेळी स्त्री-पुरुष प्रमाण हे ८९६ इतके होते.
- राष्ट्रीय संसदेत कनिष्ठ सभागृहात महिलांचा सहभाग २०१४मध्ये ११.४ टक्के होता, जो २०१९मध्ये १४.४ टक्क्यांपर्यंत वाढला.
- स्टार्टअप महिला संचालक पदे ३५ टक्क्यांपर्यंत वाढली.

देश आणि देशपातळीवरील निरीक्षण प्रगती

देशात शाश्वत विकास ध्येयाच्या निर्देशांकांवरून आणि डॅशबोर्ड वरून SDG-५ देशांच्या आठ राष्ट्रीय निर्देशांकांवरून देशाचे सर्व मिळून निर्देशांक गुण ४२ आणि राज्यांचे २६ ते ५२ दरम्यान इतके आहेत. आणि केंद्रशासित प्रदेशांचे २७ ते ५३ दरम्यान हे गुण आहेत. त्यात राज्यांतील एककांचा महत्त्वपूर्ण वाटा आहे.

आव्हाने आणि पुढील मार्ग

बळकटीकरणासाठी स्त्री-पुरुष एकत्रित माहिती : स्त्री-पुरुष अनुपस्थितीत एकत्रित माहिती हे एक आव्हान आहे. यामध्ये सुरुवातीची गुंतवणूक, संवेदनशील माहितीचे एकत्रित विश्लेषण करणे हे एक आव्हान आहे. विशेषत: महिला आणि किन्नर व्यक्ती. बळकटीकरणासाठी योजनांद्वारे साहाय्य मिळविणे गरजेचे आहे. सांख्यिकी योजना आणि कार्यक्रम अंमलबजावणी मंत्रालय, वित्तीय साहाय्य हे राज्य सरकारद्वारे सांख्यिक पद्धतीने विकास, शाश्वत विकास ध्येय डॅशबोर्ड आणि अंमलबजावणी ही महत्त्वाच्या माहिती संकलनाद्वारे केली जाते. राज्याना प्रोत्साहन देऊन या योजनेची कार्यवाही व अंमलबजावणी केली जाते. लिंग संवेदनशीलतेबाबत माहितीच्या आधारे सुधारणा घडवून आणल्या जातात. काही राज्ये जेंडरबजेटमध्ये वाढ करत आहेत.

२०१५-१६मध्ये १४ राज्यांनी तर २०१९-२०मध्ये २३ राज्यांनी अशी वाढ केली आहे. यामुळे एकूण वित्तीय साधनांच्या वाटणीत सुधारणा झाल्याचे दिसून येते.

महिलांच्या सहभागात सुधारणा : भारतात महिला कामगार शक्ती सहभागी असून सध्या त्यामध्ये सर्व वयातील मिळून १७.५ टक्के आहेत आणि १५-५९ वय गटातील २५.३ टक्के असून सध्या हा दर घटण्याची प्रवृत्ती दिसून येते. आर्थिक रचनात्मक परिवर्तनासाठी आणि लिंग समानतेसाठी वेतन आणि सामाजिक संरक्षणात वाढ केली जाते. यासाठी व्यूहरचनेद्वारे पाठपुरावा करून जास्तीतजास्त महिलांचा आर्थिक उपक्रमातील सहभाग वाढविला जातो.

संसाधनात प्रवेश : जमीन आणि इतर मालमत्तेत महिलांच्या मालकी हक्क आणि प्रवेशाबाबत असमानतेत सतत वाढ होत आहे. भारतात ग्रामीण भागात ७५ टक्के ग्रामीण महिला या कृषी कामामध्ये व्यस्त आहेत. १३.९६ टक्के महिला जमीनधारक आहेत. जमीन घटकांना उत्पन्नासाठी मर्यादा येते जसे - बियाणे, खते, कर्ज त्याचप्रमाणे कृषी विस्तार सेवा इत्यादी.

महिला उद्योजकता (Promoting)

जागतिक, महिलांचा स्वत:चा व्यवसाय आणि उपक्रम हा सार्वजनिक खरेदी कराराच्या अंदाजे एक टक्का आहे. सर्व खासगी आणि सार्वजनिक समावेशक खरेदी ही लिंग आधारित (Gender based) असून त्याला स्त्री-पुरुष जबाबदार आहेत. अर्थव्यवस्थेत डिजिटलाइज आणि महिला तंत्रज्ञानात प्रवेश यामध्ये सुधारणा झाली पाहिजे. नावीन्यपूर्ण वातावरण त्या पातळीवर झाले पाहिजे, जसे, अटल नावीन्य अभियान, निती आयोगाचे महिला उपक्रम-प्लॅटफॉर्म इत्यादी.

६) शाश्वत विकास ध्येय - ६ (SDG-6) स्वच्छ पेयजल आणि स्वच्छता (Clean Water and Sanitation) सर्वांसाठी पाण्याची उपलब्धता आणि शाश्वत व्यवस्थापन आणि स्वच्छता सुनिश्चित करणे. :

भारताची लोकसंख्या जगाच्या एकूण लोकसंख्येच्या १७.५ टक्के आहे. २०३० पर्यंत देशात पाण्याच्या मागणीनुसार अंदाजे दुप्पट पाणी पुरवठा करावा लागेल. त्यात स्वच्छतेला प्राधान्य असेल. भारत खुल्या शौचाविरुद्ध युद्ध लढत आहे. भारतात २०१४मध्ये कमीतकमी अर्धीअधिक कुटुंबे स्वच्छतेची सुविधा वापरत होती. फक्त ३० टक्के सांडपाणी आणि मूळ सांडपाण्यावर नागरी भागात प्रक्रिया केल्या जात आहेत. पाचवर्षांपूर्वी अंदाजे वार्षिक ०.४ दशलक्ष इतक्या पाच वर्षांखालील मुलांचे पाणीजन्य रोगामुळे (पाण्यातून पसरणाऱ्या रोगामुळे) मृत्यू झाले. २०१४ पासून

चांगले लक्ष्य (Target) ठेवून ठरावीक काळाची व्यूहरचना आखून देशातील राज्यांनी त्याचे स्वच्छतेत रूपांतर केले आहे. चालू वर्षात यात महत्त्वपूर्ण अशी सुधारणा झाली आहे. त्यामुळे प्रयत्न सतत चालू राहणार आहेत.

सर्वांसाठी सुरक्षित आणि परवडणारे पिण्याची पाणी

२०२२ पर्यंत सर्वांना खात्रीशीर स्वच्छ आणि पुरेसे पिण्याचे पाणी उपलब्ध करून देण्यासाठी नवीन 'जलशक्ती मंत्रालया'ची स्थापना करण्यात आली आहे. पुरेसे खात्रीशीर पाणी हे प्रभावी जल कारभाराचे, सर्वसमावेशक जल व्यवस्थापनाचे आव्हान आहे. जुलै २०१९ काही ८१.०२ टक्के ग्रामीण वस्त्यांना नळाचे पाणी ४० लीटर पिण्याचे पाणी दरडोई दर दिवशी उपलब्ध होत असे. २०२० पर्यंत देशातील प्रत्येक ग्रामीण कुटुंबाला पाणी पुरवठा पाईपने करण्याचे ध्येय ठरविले गेले आहे. 'जीवन मिशन' (जल हे कायम अभियान) या प्रमुख कार्यक्रमाचे ध्येय ग्रामीण महिलांचे लांब अंतरावरील पाण्याच्या प्रवासाचा त्रास कमी करणे हे आहे. याशिवाय देशात सर्वांसाठी पाणी सुनिश्चितीसाठी मजबूत कार्यक्रम घेऊन अनुकूल जल साधनाची देणगी देणे हे आहे. यासाठी अलीकडेच 'जलशक्ती अभियान' प्रक्षेपित केले आहे. त्याचे ध्येय जलसंधारणात सुधारणा, पावसाच्या पाण्याची साठवण, पारंपरिक जल संस्थांचे नूतनीकरण, पाण्याचा पुर्नवापर आणि स्ट्रक्चर्सचे पुनर्भरण, पाणलोट क्षेत्र विकास, गहन वनीकरण, विस्तृत समाजाचे एकत्रीकरण इत्यादींतून देशात जलसुरक्षा साध्य करणे, हे आहे. ही मोहीम हाती घेऊन २५६ जिल्ह्यात ३,५०,००० जलसंवर्धन उपाय व त्याबरोबरच लोकांच्या चळवळीतून कायापालट करण्यासाठी अंदाजे २६.५ दशलक्ष लोकांचा यात सहभाग असण्याची शक्यता वर्तवण्यात आली आहे.

देश आणि देशपातळीवरील निरीक्षण प्रगती

देशात शाश्वत विकास ध्येयाच्या निर्देशकावरून आणि डॅश बोर्डवरून SDG-६ देशाच्या सात राष्ट्रीय निर्देशांकांवरून देशाचे सर्व मिळून निर्देशांक गुण ८८ आहेत आणि राज्यांचे ६९ ते ९६च्या दरम्यान आहेत. केंद्रशासित प्रदेशाचे ६१-१०० दरम्यान आहेत. तुलनेत ही कामगिरी उच्च दर्जाची झाली आहे. यामध्ये राज्यांनी महत्त्वपूर्ण भूमिका बजावली असून यात राज्यातील एककांचा महत्त्वपूर्ण सहभाग आहे.

सद्यस्थिती काही मुद्दे : २०१४-१५मध्ये ग्रामीण भागात वैयक्तिक शौचालयाचे प्रमाण ३८.७ टक्के होते ते २०१९मध्ये १०० टक्के झाले आहे.

- शाळेत मुलींसाठी स्वतंत्र शौचालये ९७.४ टक्के आहेत.

- भारताने ग्रामीण स्वच्छता व्यूहरचना (२०१९-२०२९) निश्चित केली आहे.
- शाश्वत स्वच्छ वर्तणूक बदल, कोणीही मागे राहणार नाही, घन आणि द्रव कचरा व्यवस्थापन साधनांमध्ये वाढ करणे यावर भर देण्यात आला आहे.

आव्हाने आणि पुढील मार्ग

शाश्वत विकास ध्येयाच्या दिशेने लक्षणीय बदल झालेला लक्षात येतो. यासाठी देशात सातत्याने प्रयत्न करून त्यावर मात करणे हे एक आव्हान आहे. याअंतर्गत स्थानिक पाण्याची माहिती गोळा करण्याच्या वैशिष्यकृत मर्यादा विचारात घेऊन समन्वय ठेवणे हे महत्त्वपूर्ण आव्हान आहे.

स्वच्छता सुविधेत स्त्री-पुरुष मानसिकता मोठ्या प्रमाणात दिसून येते. त्यात सार्वजनिक शौचालयाची कमतरता यासारखे अडथळे सतत येतात. सर्वसाधारणपणे सार्वजनिक शौचालयांची देखभाल, पाण्याच्या टंचाईबाबत अनेकदा महिला आणि मुलींच्या सुविधेबाबत फेरफार केल्याचे दिसून येते. शाळा, कॉलेज आणि कामाच्या जागा या ठिकाणी भरीव (मोठ्या प्रमाणात) वाढ होणे आवश्यक आहे. पाण्याची दुर्मिळता आणि अपुरी देखभाल यामुळे विचलित न होता यावर उपयोग केला पाहिजे. लक्षित हस्तक्षेपामधून स्वच्छता कामगारांच्या स्थितीत सुधारणा करून त्यात वाढ केली गेली पाहिजे. त्यात अनेक घटक आहेत. पुर्नकौशल्य, कामाच्या ठिकाणी सुधारणा, स्वयंरोजगाराचा मार्ग इत्यादी धोरणांचा मुख्य भर हा स्वच्छता कामगारांवर आहे.

भारताने ग्रामीण स्वच्छता व्यूहरचना (२०१९-२०२९) ही दहावर्षांसाठी निश्चित केली आहे. त्यात शाश्वत स्वच्छ वर्तणूक बदल कोणीही मागे राहणार नाही याची निश्चिती, घन आणि द्रव कचरा व्यवस्थापन साधनात वाढ करणे, यावर भर दिला आहे. सरकारने मार्गदर्शक आराखडा तयार केला असून तो स्थानिक शासनाला मार्गदर्शक आहे. त्यामध्ये धोरणकर्ते, अंमलबजावणी करणारे आणि इतर भागधारक त्यांचे नियोजन यांचा समावेश आहे. प्रत्येकाला शौचालयाचा वापर, प्रत्येक गावाला घन आणि द्रव कचरा व्यवस्थापन, पाणी आणि स्वच्छता व्यवस्थापन पद्धतीत सुधारणा ही स्थानिक व राज्य आणि राष्ट्रीय पातळीवर प्राधान्याने कार्यान्वित करण्याची आवश्यकता आहे.

७) शाश्वत विकास ध्येय-७ (SDG-7) परवडणारी व स्वच्छ ऊर्जा (Affordable and Clean Energy) : सर्वाधिक परवडण्याजोग्या, विश्वासार्ह, शाश्वत आणि आधुनिक ऊर्जेची उपलब्धता सुनिश्चित करणे :

भारताचा जलद आर्थिक विकास होत आहे. सार्वत्रिक न्याय्य, परवडणाऱ्या, विश्वसनीय, स्वच्छ ऊर्जेत वाढ होत आहे. भारताच्या राष्ट्रीय ऊर्जा धोरणात मुख्य घटकात एसडीजी-७चा समावेश केला असून त्यामध्ये सार्वत्रिक ऊर्जा आणि स्वच्छ स्वयंपाक इंधन, परवडणारी ऊर्जा, ऊर्जा कार्यक्षमता वाढविणे यांचा समावेश आहे. देशाची ऊर्जा वैविध्यपूर्ण नूतनीकरणक्षम आहे. जसे सूर्यप्रकाश, हवा, पाण्यापासून ऊर्जेची स्थापित क्षमता वाढविणे तसेच ऊर्जेची कार्यक्षमता वाढविणे त्याबरोबरच ऊर्जेचा अपव्यय होऊ नये म्हणून काळजी घेतली जात आहे. ऊर्जा संवर्धनाची साधने आणि अंमलबजावणीसाठी ऊर्जा कार्यक्षमता शोधणे, ऊर्जा संवर्धन, इमारत नियम, व्यापारी इमारती, ऊर्जा वापराचे नियम, ऊर्जा आधारित उद्योग इत्यादींच्या बळकटीकरणासाठी संस्थांची संरचना करून नियम करणे यांचा समावेश होतो.

विजेच्या सार्वत्रिक दिशेने प्रवेश

२०१७ पासून कुटुंबाच्या अंमलबजावणीवर कार्यक्रमाद्वारे भर दिला गेला आहे. 'प्रधानमंत्री सहज बिजली हर घर योजना' याद्वारे जवळजवळ सर्व भारतातील ६०३१७५ गावांतील कुटुंबांचे विद्युतीकरण करण्यात आले आहे. पुढील टप्प्यात सर्व कुटुंबांना परवडणाऱ्या विजेचा पुरवठा करण्यात येणार आहे.

सद्यस्थिती काही मुद्दे :

- २०१५-१६मध्ये स्वच्छ स्वयंपाक इंधन हे ६३.१ टक्के कुटुंबे वापरत होती. ते आता २०१८-१९मध्ये ९६.२ टक्के कुटुंबांपर्यंत वाढले आहे.
- अक्षय ऊर्जा एकूण ऊर्जेपैकी २०१४मध्ये ३० टक्क्यांवरून २०२० पर्यंत ३६ टक्क्यांपर्यंत वाढले आहे.
- २०३० पर्यंत जगातील सर्वांत मोठा अक्षय ऊर्जा विस्तार कार्यक्रम ४५० GW गिगावॅट करण्याचे उद्दीष्ट आहे.
- सोलर ऊर्जांची ७५ टक्के जकात कमी झाली आहे. (Plug & Play model मुळे कमी झाली.)
- ३ ऱ्या अक्षय ऊर्जा आकर्षित करणाऱ्या भारतात गुंतवणूक प्रक्रिया आकर्षित होत आहेत.

देश आणि देश पातळीवरील निरीक्षण प्रगती

देशात शाश्वत विकास ध्येयाच्या निर्देशांकांवरून आणि डॅशबोर्डवरून SDG-७ देशांच्या दोन राष्ट्रीय निर्देशांकांवरून देशाचे सर्व मिळून निर्देशांक गुण ७० आहेत आणि राज्यांचे गुण ५० ते ९७च्या दरम्यान आहेत. केंद्रशासित प्रदेशाचे ४३-९७ दरम्यान आहेत. त्यात राज्यांच्या एककांचा महत्त्वपूर्ण सहभाग आहे.

आव्हाने आणि पुढील मार्ग

- भारताची एकूण प्राथमिक ऊर्जा मागणी विचारात घेता २०३० पर्यंत ६३ टक्के वाढ अपेक्षित आहे आणि एकूण जागतिक प्राथमिक ऊर्जेमध्ये २०१७मध्ये ६.४ टक्क्यांवरून ९.१ टक्के वाढ झाली आहे. भारताची जागतिक ऊर्जा संबंधित कार्बन-डाय-ऑक्साईड उत्सर्जनाचा हिस्सा ६.७ टक्क्यांवरून १०.६ टक्के अपेक्षित आहे. अशा रितीने अल्प कार्बन ऊर्जा सुरक्षा साध्य केली गेली आहे. देशाच्या शाश्वत अजेंडा यादृष्टीने हे महत्त्वाचे आहे.
- अक्षय ऊर्जा क्षेत्रातील 'ग्रीड समता' या राष्ट्रीय पातळीवर साध्य झाल्या आहेत. स्पर्धात्मक कृतीत सौर आणि पवन ऊर्जा प्रकल्पाच्या किमतीच्या घटीत भर पडली आहे. अशा रितीने आयात बाजारावर आधारित असल्याने ८५ टक्क्यांपेक्षा अधिक टन सौर पॅनेल आणि साधने आयात केली गेली आहेत. इतर साधने जसे बॅटरी साठा उत्पादन, इलेक्ट्रीक कारसाठी लागणाऱ्या कायमस्वरूपी मॅग्नेट कमतरतेला सामोरे जावे लागत आहे. म्हणून देशांतर्गत तंत्रज्ञानाचा विकास आणि निर्मिती क्षमतेत वाढीसाठी आक्रमकपणे पाठपुरावा केला गेला पाहिजे.
- भारताची गरज तंत्रज्ञान आणि क्षमतेच्या मर्यादेवर अवलंबून आहे. पायाभूत क्षमता आणि भौतिक संपत्तीची २०३० पर्यंत पायाभूत क्षमतेच्या प्रक्रियेची आवश्यकता आहे. ती पूर्ण करण्यासाठी उद्योगात निवासी, पायाभूत सुविधांच्या मागणीत सततच्या कामाच्या प्रगतीमुळे वाढ होणार आहे. पुरेशा मानवी संसाधनांची कमतरता, क्षमता, तंत्रज्ञान व निधी - आधाराला अक्षय ऊर्जा अंतर्गत क्षमता, अतिरिक्त सामान्य क्षेत्रातील शक्ती यांवर मोठ्या मर्यादा आहेत. विजेचा विस्तार पूर्ण करण्यासाठी उद्योग, वाणिज्य आणि कौटुंबिक मागणी, भविष्यातील वाढणारी मागणी ही त्यासंबंधीची आव्हाने आहेत.

८) शाश्वत विकास ध्येय-८ (SDG-8) चांगली कार्यस्थिती आणि आर्थिक वाढ (Decent Work and Economic Growth) : सर्वांसाठी सर्वसमावेशक व शाश्वत आर्थिकवृद्धी, पूर्ण व उत्पादक रोजगार आणि चांगली कार्यस्थिती यांना प्रोत्साहन देणे. :

संपन्न आणि समर्थ भारत तयार करण्यासाठी समृद्ध आणि सुसंगत आर्थिक विकास होणे आवश्यक आहे. त्याचा अर्थ हा शेवट नाही, परंतु उच्च पातळीवरील विकास साध्य करणे हा आहे. भारताचे शाश्वत उच्चवृद्धी व्यूहरचनेचे तत्त्व फायदेशीर रोजगार निर्माण करणे, दारिद्र्य दूर करणे आणि चांगली सुधारणा करून भरभराट

करणे हे आहे. भारत हा सद्य:स्थितीत उदयोन्मुख म्हणून आर्थिक बाजारात जलद वृद्धी करणारा देश आहे. २०१४-१५ ते २०१९-२० या काळात भारतीय अर्थव्यवस्थेचा वाढीचा दर ७.०१ होता. २०१९-२०ची स्थूल देशांतर्गत वाढ अंदाजे २०१८-१९च्या ६.८ टक्क्यांच्या तुलनेत ५.० असण्याची शक्यता आहे. २०१८-१९मध्ये दरडोई उत्पन्न वाढीचा दर ५.६ टक्के होता त्या तुलनेत २०१९-२०मध्ये अंदाजे ४.३ टक्के राहण्याची शक्यता आहे. २०१८-१९मध्ये जीडीपीच्या २.७२ ट्रिलियन डॉलर होता तो ५ ट्रिलियन डॉलर (USD) पर्यंत समावेशक व शाश्वत वाढविण्याचा या धोरणांद्वारे प्रयत्न करण्यात येत आहे.

जागतिक आर्थिक अनिश्चितता आणि विशेषत: कोविड-१९ महामारीसारख्या काळात शाश्वत उच्च वाढीच्या प्रक्षेप मार्गाचे भारतापुढे आव्हान आहे. भारताप्रमाणे जगातील इतर देशांचेसुद्धा ते आव्हान आहे. भूतकाळातील पाच वर्षांच्या आर्थिक वाढीच्या नियोजनाप्रमाणे पुढील दहा वर्षांच्या आर्थिक वाढीसाठी नियोजन, संरेखन इत्यादींचा शाश्वत आर्थिक विकासाचे ध्येय-८ गाठण्यासाठी समावेश करावा लागेल.

अलीकडील वर्षांत उपक्रम क्षेत्रात कौतुकास्पद वृद्धी झाली. २००६-१४ या काळात औपचारिक क्षेत्रात नवीन फर्मस्ची एकत्रित वाढ ३.८ टक्के होती ती २०१४ ते २०१८ या काळात १२.२टक्क्यांपर्यंत वाढली. परिणामी, ७०,००० नवीन फर्मस् २०१४मध्ये निर्माण झाल्या. २०१८मध्ये १,२४,००० पर्यंत त्यातील वाढ ही ८० टक्के एवढी झाली.

उद्योजकता ही आर्थिक समृद्धीच्या व्यूहरचनेचा मुख्य भाग आहे. भारत हा जागतिकदृष्ट्या तिसरा मोठा 'उद्योजकता परिसंस्था' असणारा देश आहे.

देश आणि देशांतर्गत पातळीवरील निरीक्षण प्रगती : देशात शाश्वत विकास ध्येयाच्या निर्देशांकांवरून आणि डॅशबोर्ड SDGL वरून देशाच्या सात राष्ट्रीय निर्देशांकांवरून देशाचा सर्व मिळून निर्देशांक गुण ६४ आणि राज्यांचे गुण २७ ते ८२च्या दरम्यान आहेत. केंद्रशासित प्रदेशांचा निर्देशांक ४३ ते ६४च्या दरम्यान आहेत. भारताचे सध्याचे काम आणि आर्थिक वृद्धीमुळे ६४ गुण मिळाले असून त्यात राज्यांच्या एककांचा महत्त्वपूर्ण सहभाग आहे.

आव्हाने आणि पुढील मार्ग

- भारतातील एकूण श्रमिकांपैकी निम्मे श्रमिक हे 'कृषी श्रमिक' आहेत. त्यांचा जीडीपी मधील २० टक्के पर्यंत हिस्सा आहे. याचा कृषी उत्पादकतेवर दबाव येत आहे. हे एक पर्यायी रोजगाराचे माध्यम आहे.
- भारतातील साक्षरतेचा दर ७६.९ टक्के असून त्यामध्ये सुधारणा करावयाची

गरज आहे. दोन राज्यांचा/केंद्रशासित प्रदेशांची कमीतकमी ७० टक्के साक्षरता आहे. रोजगाराच्या संधीत वाढ होण्यासाठी लोकसंख्येचे शिक्षण होणे आवश्यक आहे.

- आरोग्याचा उत्पन्नावर परिणाम होतो. आरोग्याची पातळी कमी असल्याने त्याचा परिणाम श्रमिकांच्या उत्पन्नावर आणि कमी वेतन मिळण्यावर होतो. भारताचे सध्याचे आर्युमान सरासरी ६९ एवढे आहे. मध्यम उत्पन्न देशाचे त्यापेक्षा कमी आहे. हे सत्य आहे की, आरोग्य निर्देशकात अर्भक मृत्यूदर आणि खुरटेपणा (अपूर्ण वाढ) अशक्तपणा विशेषत: महिलांच्या बाबतीत इत्यादी प्रकार दिसून येतात.

भारतात असंघटित क्षेत्रात ८० टक्के श्रमिक काम करतात आणि ९० टक्के अनौपचारिक रोजगार प्राप्त होतो. कामगार कायदे जास्तीतजास्त श्रमिकांना सामावून (Covered) घेत नसल्याने श्रमिकांना मिळणाऱ्या सुरक्षित दर्जा आणि किमान वेतन लाभाचा अभाव दिसून येतो.

९) शाश्वत विकास ध्येय–९ (SDG-9) उद्योग, नवाविचार आणि पायाभूत संरचना (Industry, Innovation and Infrastructure) : सक्षम पायाभूत संरचनेची बांधणी करणे, सर्वसमावेशक आणि शाश्वत औद्योगिकीकरणास प्रोत्साहन देणे आणि नवविचारास उत्तेजन देणे :

भारताने औद्योगिकीकरणामध्ये आपल्या जीवनात शाश्वततेबाबत अडथळे पाहिले आहेत. परंतु, शक्तिशाली आणि परिणामकारकतेच्या माध्यमातून चांगली स्थिती साध्यही आहे. त्याचबरोबर पर्यावरणाची कमीतकमी हानी होईल याकडे लक्ष दिले आहे. या वाटचालीत मुख्य साधन विघटनकारी बदल आणि सुधारणा त्याही क्षेत्रात केल्या गेल्या. आधुनिक पायाभूत मुख्य सामाजिक आणि आर्थिक सुधारणा हा घटक एसडीजी–९ मध्ये ठेवला गेला असून भारताच्या मुख्य विकासातील तो अजेंडा आहे.

अलीकडील वर्षात भारतीय उद्योगात नव्या सुधारणा साध्य केल्याचे निर्देशांकांवरून दिसून येते. तसेच गुंतवणुकीचा आर्थिक दृष्टिकोनातून प्रसार केला गेला आहे. २०१९–२० या काळात (सप्टेंबर २०१९) एकूण परकीय प्रत्यक्ष गुंतवणूक (FDI) समतोल प्रवाह २६.१० कोटी डॉलर होता तर तो २०१८–१९मध्ये २२.६८ कोटी डॉलर एवढा झाला. म्हणजेच प्रत्यक्ष परकीय गुंतवणुकीत वाढ झाली. एसडीआय २०१४–१९ या काळात शार्पवाढ २८४ कोटी डॉलर्स एवढी झाली. तरुण लोकसंख्या आणि उदयोन्मुख नावीन्यता आणि व्यवसाय परिसंस्था हे जलद आर्थिक प्रगतीचे इंजीन आहे.

सहज व्यवसाय सुधारणा (Ease - Doing Business Reforms)

केंद्र सरकारने शासकीय प्रक्रिया सोपी केल्याने वेळ आणि व्यवसायातील खर्चाचा बोजा कमी झाला आहे. त्याबरोबरच देशात सत्तर हजार नव्या सुधारणा हाती घेतल्या गेल्या आहेत. शाश्वत सरकार प्रवाहात राज्य सरकारने व्यवसाय सुधारणा कृतियोजना हाती घेतली. जागतिक बँकेच्या सुलभव्यवसाय करणाऱ्या देशांच्या दर्जाबाबत भारताने ७९व्या स्थानी झेप घेतली आहे. मागील पाच वर्षांतील प्रगतीनुसार २०१४मध्ये भारत १४२व्या स्थानी होता तो २०१९मध्ये ६३व्या स्थानी पोहोचला. यामुळे भारताने ५० उच्च देशात जागतिक बँकेच्या क्रमात २०२५ पर्यंत ५ ट्रिलीयन डॉलरची अर्थव्यवस्था करण्यासाठी नवा आराखडा तयार केला आहे.

जागतिक स्तरावरील अनेक निर्देशांकांवरून उद्योग नावीन्य आणि पायाभूत सुविधा यात जलद वाढ झाल्याचे दिसून येते.

- व्यवसाय करणे सुलभ (Ease of Doing Business - EODB) यामध्ये भारताने ७९ सालच्या स्थितीत उडी घेतली आहे. जागतिक बँकेच्या व्यवसाय करणे सुलभच्या निर्देशांकांवरून १९० देशात २०१४मध्ये भारत १४२ वरून २०१९मध्ये ६३ स्थानावर आला. व्यवसाय सुलभ करण्यामध्ये मोठी सुधारणा झाली असून देशांतर्गत आणि परकीय गुंतवणूक भारतीय व्यवसाय क्षेत्रात जोरदार वाढ झाली आहे.
- जागतिक आर्थिक फोरम–जागतिक स्पर्धात्मक निर्देशांकांवरून भारत २०१४–१५मध्ये ७१व्या क्रमांकावर होता तो २०१९मध्ये ६८व्या क्रमांकावर आला आहे. भारताच्या पायाभूत क्षमतेत वाढ झाली आहे. त्यात नावीन्य क्षमता, वित्तीय प्रणाली आणि स्थूल आर्थिक स्थैर्य इत्यादींचा समावेश होतो. त्यामुळे आज भारत जगातील ५० मोठ्या देशात गणला जातो आहे.
- जागतिक नावीन्य निर्देशांकानुसार जागतिक बौद्धिक मालमत्ता संस्था यामध्ये भारतात महत्त्वपूर्ण सुधारणा झाली. २०१४मध्ये ७६ स्थानी असणारा भारत २०१९मध्ये ५२ स्थानावर आला. त्यामध्ये राजकीय स्थिती/पर्यावरण, शिक्षण, पायाभूत सुविधा, व्यवसाय सुधारणा या पायाभूत बाबींमुळे सुधारणा झाली.
- जागतिक बँक कामगिरी निर्देशांकांनुसार भारत २०१४मध्ये ५४ स्थानावरून २०१८मध्ये ४४ स्थानावर आला. जकात, पायाभूत सुविधा, व्यूहशास्त्र स्पर्धा, पाठपुरावा करणे यामुळे भारताला महत्त्वपूर्ण कामगिरी करणे शक्य झाले आहे.
- प्रवास आणि पर्यटन स्पर्धात्मक निर्देशांकांनुसार जागतिक आर्थिक फोरमने

एकत्रित केलेल्या माहितीनुसार भारत २०१४मध्ये ५२ व्या स्थानी होता तो २०१९मध्ये ३४ व्या स्थानी आला. त्यावरून भारतात सुधारणा झाल्याचे दिसून येते.

उत्पादनाच्या स्वरूपाच्या दक्षतेबाबत (Readiness) १०० देशात भारत ४४ वरून ३३ स्थानावर आला आहे.

देश आणि देशांतर्गत पातळीवरील निरीक्षण प्रगती

देशात शाश्वत विकास ध्येयाच्या निर्देशांकांवरून आणि डॅशबोर्डवरून SDG-९ देशाच्या चार राष्ट्रीय निर्देशांकांवरून देशाचा सर्व मिळून निर्देशांक गुण ६५ आणि राज्यांचे ८ ते ८८ च्या दरम्यान आहे. केंद्रशासित प्रदेशांचे ० ते १००च्या दरम्यान आहेत. भारताने उद्योग, नावीन्य आणि पायाभूत सुविधेमुळे ६५ गुण मिळविले आहेत. त्यात राज्यांचा महत्त्वपूर्ण सहभाग आहे.

आव्हाने आणि पुढील मार्ग : सरकारने विविध प्रयत्न आणि पुढाकार घेऊनसुद्धा काही आव्हाने दिसून येतात.

- उद्योग उत्पादनाच्या निर्देशांकावरून भारताची नियंत्रित वाढ २०१८-१९मध्ये ३.८ टक्के होती ती २०१७-१८मध्ये ४.४ टक्के एवढी होती. एप्रिल ते नोव्हेंबर २०१९-२०मध्ये ०.६ टक्के तुलनात्मकदृष्ट्या मागील वर्षात ५ टक्के एवढी होती. नियंत्रित वाढ निर्मित उपक्रम, मध्यम, लघु उद्योगात मंद पतप्रवाह, कर्जाचे प्रमाण कमी, कमी मागणीही ॲटोमोटिव्ह क्षेत्रात, औषध निर्माण आणि यंत्रसामग्री, आंतरराष्ट्रीय क्रुडतेलाच्या किमतीत अस्थिरता, प्रचलित व्यापारात अस्थिरता यामुळे शाश्वत औद्योगिक विकासाचे लक्ष्य गाठण्यासाठी अडचणी निर्माण होत आहेत.
- भारताच्या सहा पट मातृत्व तीव्रता (Maternal Intercity) ही जर्मनीची आहे. त्याबरोबरच एकंदर मातृप्रवाह लक्षात घेता प्रत्येक क्षेत्रात शुद्धता दिसून येते. महत्त्वाचा मुद्दा कार्यक्षमता अथवा तंत्रज्ञान अथवा रचनात्मक स्वरूप हे यामुळे न्याय करणे शक्य होते.
- भारतीय उद्योग कोट्यवधी टन घन आणि घातक कचरा निर्माण/उत्पन्न करत आहे. उद्योगात मोठ्या प्रमाणात पाण्याचे सांडपाणी तयार होत आहे. परिणामी, मोठ्या प्रमाणात सांडपाणी जाऊ दिले जात आहे. त्यावर पुनर्प्रक्रिया करणे हे एक मोठे आव्हान आहे.
- दरम्यान कोविड-१९ महामारीमुळे जागतिक आर्थिक विकासाला खीळ बसली आहे. भारतात पायाभूत क्षेत्र व उद्योगाचा विकास हा विकासाचा मार्ग आहे.

औषध निर्माण आणि आरोग्य साधन व्यवसायात कोविड-१९ काळात वाढ झाली असून वृत्तीय नावीन्य आणि तंत्रज्ञानावर आधारित उत्पादन सेवा, तसेच शिक्षण, आरोग्य आणि वित्तीय सेवा त्याप्रमाणे इतर क्षेत्रातही सुरू झाल्या. उदयोन्मुख अर्थव्यवस्थेत सध्या उद्योगावर भर दिला जातो. शिवाय पुढील पिढ्यांसाठी पायाभूत सुविधा इंटरनेटद्वारे जास्तीतजास्त कार्यक्षमतेद्वारे भर दिला जात आहे. त्याद्वारे शाश्वतता प्राप्त करण्याचा प्रयत्न केला जात आहे.

१०) शाश्वत विकास ध्येय-१० (SDG-10) विषमता कमी करणे (Reduced Inequalities) : देशामधील तसेच देशांतर्गत विषमता कमी करणे :

जागतिक बँकेचे माजी संशोधन संचालक मार्टिन रॅवालियन यांनी म्हटल्याप्रमाणे 'गरिबी निर्मूलन' करून सामाजिक सुधारणा करण्याच्या मार्गातलं सर्वांत मोठं आव्हान हे वाढत्या विषमतेचे आहे. एकीकडे विकास धोरणे ही सर्वांत जास्त गरीब असणाऱ्यांकडे पुरेशी पोहोचत नसल्याची वस्तुस्थिती आहे तर दुसरीकडे असमान संपत्ती वितरणामुळेही सामाजिक समावेशकतेला अडथळा निर्माण होत आहे. त्यामुळे निती आयोगाच्या २०१९च्या शाश्वत विकास अहवालानुसार गरिबी, उपासमार आणि आर्थिक असमानता वाढल्याचे स्पष्ट दिसते. कारण देशभरातील १० टक्के श्रीमंतांकडे देशातील एकूण संपत्तीच्या ७७.४ टक्के संपत्ती आहे तर उर्वरित बहुसंख्य लोकांना रोजीरोटीचा प्रश्न भेडसावत आहे. ऑक्सफॅम या आंतरराष्ट्रीय संस्थेच्या रिवॉर्ड वर्क, 'नॉट वेल्थ' या अहवालामध्ये २०१८-२०२२ या काळात देशामध्ये अब्जाधिशांच्या संख्येत तब्बल ७० टक्क्यांने वाढ होईल असा अंदाज व्यक्त केला आहे. विकसनशील देशात विकासाच्या वाढीबरोबरच दारिद्र्यही वाढत आहे. शिवाय 'कोरोना'सारख्या महामारीमुळे अर्थव्यवस्थेतील देवाणघेवाण ठप्प झाल्याने व कोट्यवधी लोकांचे रोजगार हिरावले गेल्यामुळे उत्पन्नावर नकारात्मक परिणाम झाला आहे. ही बाब बहुतांश नागरिकांना पुन्हा गरिबीत ढकलणारी ठरत आहे.

विविध प्रकारची विषमता ही मोठ्या आणि विस्तृत देशात दिसून येते. ध्येय १० द्वारे विषमता कमी करणे हे भारताचे ध्येय आहे. तसेच फक्त उत्पन्नाची विषमता कमी करावयाची नसून उत्पादनाची सुनिश्चितता सर्वांना समान संधी उपलब्ध करून देणे महत्त्वाचे आहे. यामध्ये सामाजिक, आर्थिक आणि राजकीय या सर्वांच्या समावेशाबरोबरच स्त्री-पुरुष, दिव्यांग, जात, पंथ, धर्म इत्यादींबाबतचा समावेश होतो. ध्येयपूर्तीसाठी विकसनशील देशात आंतरराष्ट्रीय संस्थांनुसार निर्णय घेतला जातो. भारत हा सामाजिक, आर्थिक व राजकीय समानतेबाबत बांधील आहे, हे कायदे आणि विविध क्षेत्रात घेत असलेल्या निर्णयातून दिसून येत आहे.

सद्यस्थिती महत्त्वाचे मुद्दे : 'कोविड-१९' संकट काळात भारताने २७९ दशलक्ष डॉलर्सचे पॅकेज जाहीर केले.

- केंद्रीय अंदाजपत्रकात अनुसूचित जाती/जमाती कल्याणकारी योजनेसाठी २०१५-१६मध्ये २.४७ टक्के वाटा होता, तो २०१७-१८मध्ये २.९६ टक्क्यांपर्यंत वाढला आहे.
- २०१८-१९मध्ये मुद्रा योजनेद्वारे अनुसूचित जाती/जमाती आणि इतर मागासवर्ग (OBC) साठी ४८ टक्के व्यक्तींना कर्ज उपलब्ध झाले, त्यातील ६२ टक्के महिला होत्या.
- राज्य विधानसभेत अनुसूचित जाती/जमाती समुदायासाठी २८.३ टक्के जागा; राखीव ठेवलेल्या आहेत.
- पंचायत राजसंस्थेत महिलांना ४४.४ टक्के जागा ठेवलेल्या आहेत.

देश आणि देशपातळीवरील निरीक्षण व प्रगती

देशात शाश्वत विकास ध्येयाच्या निर्देशांकांवरून आणि डॅशबोर्डवरून SDG-१० देशाच्या नऊ राष्ट्रीय निर्देशांकांवरून देशाचे सर्व मिळून निर्देशांक गुण ६४ आहेत आणि राज्याचे गुण १९ ते ९४च्या दरम्यान आहेत. केंद्रशासित प्रदेशांचे ३३ हे गुण ९४च्या दरम्यान आहे. भारताने विषमता कमीकमी करण्याच्या ध्येयातील अंतर कमी करण्याचा प्रयत्न केला, त्यामुळे ६४ गुण मिळविले आहेत. त्यामध्ये राज्यांचा महत्त्वपूर्ण सहभाग आहे.

आव्हाने आणि पुढील मार्ग

भारतात भौगोलिक आणि प्रादेशिक असमतोल हे एक आव्हान आहे. एकत्रित माहितीवरून मागील दशकात शासनाने विविध पातळ्यांवर केलेल्या सुधारणा, संख्यात्मक क्षमता आणि अनेक/असंख्य उपक्रम माहितीच्या हे आधारित स्तरावर दिसून येतात. राष्ट्रीय पातळीवर त्यातील काही एकत्रित स्त्री-पुरुष, सामाजिक श्रेणी, उत्पन्न पातळी, धर्म, प्रदेश, सचोटी सुनिश्चित करणे, सुसंवाद, सर्वसमावेशक क्षेत्र, याविषयीची माहिती सुविधा पुरेशी आच्छादित करणारी, असुरक्षित आहे. त्याबरोबरच कार्यक्रमाची व्यूहरचना कौशल्यापूर्ण करणे हेही आवश्यक आहे.

भारत हा तरुणांचा देश आहे. भारतात एकूण लोकसंख्येच्या ८.६ टक्के वयोवृद्ध लोकांची वाढ झालेली आहे. त्यांना सामाजिक सुरक्षा व संरक्षण देणे आवश्यक असून त्याची ही मागणी वाढत आहे. वयोवृद्ध व्यक्तींना मोठ्या प्रमाणात आर्थिक सुविधा देणे भाग आहे. अंमलबजावणीचे आव्हान तसेच सुधारणा करून टिकवून

ठेवणे महत्त्वाचे आहे. सार्वजनिक सेवा वितरण, विशेषत: लोकांची असुरक्षित स्थिती महत्त्वाचा मुद्दा आहे. मानवी संसाधन क्षमतेचा विकास करणे, तंत्रज्ञानासाठी क्षमतांची पायाभूत सुविधा निर्माण करणे याबरोबर कौशल्य निर्माण करून योग्य व्यक्तीपर्यंत ते पोहोचविले पाहिजे तरच योग्य उपाय होऊ शकतील.

जलद शहरीकरण आणि रोजगाराची बदलणारी पद्धत यामुळे असुरक्षितता वाढून जटील समस्या निर्माण होत आहेत. शहरी भागात चांगल्या जीवनमानासाठी स्थलांतर होत आहे. परंतु, मूलभूत सेवा, सामाजिक सुरक्षा यावर ताण येत आहे. त्यामुळे जीवनात असुरक्षिततेची भावना निर्माण होत आहे.

११) शाश्वत विकास ध्येय-११ (SDG-11) शाश्वत शहरे व समुदाय (Sustainable Cities and Communities) : सर्वसमावेशक, सुरक्षित, सक्षम आणि शाश्वत शहरे आणि मानवी वस्त्यांची निर्मिती करणे :

शहरात अनेक लोकांना नवीन कामे मिळून संधी उपलब्ध होत असतात. त्यामुळे दारिद्र्याचे प्रमाण कमी होण्याला साहाय्य होते. म्हणून शहरांना 'आर्थिक विकासाचे इंजीन' असे म्हटले जाते. परंतु, त्याचबरोबर जलद शहरीकरणामुळे साधनसंपत्तीवर दबाव (ताण) येतो. जसे ऊर्जेची मागणी वाढते, पाणी आणि स्वच्छता, सामाजिक सेवा, शिक्षण आणि आरोग्य काळजी यावर ताण येतो. शहरीकरणामुळे लोकांची गतिशीलता वाढते. निसर्गत: लोकसंख्या वाढते, सामाजिक-आर्थिक विकास, पर्यावरण (वातावरणात) बदल, स्थानिक आणि राष्ट्रीय धोरणात बदल करावे लागतात. भारत हा जलद शहरीकरण होणारा देश आहे. ग्रामीण भागातील स्थलांतर शहरी भागात जलद वेगाने होत आहे. २०११मध्ये भारतातील शहरी भागात ३७७ दशलक्ष लोक वास्तव्य करत होते. एकूण लोकसंख्येच्या ते ३१ टक्के प्रमाण आहे. भारताची शहरी लोकसंख्या २०३० पर्यंत ६०६ दशलक्षपर्यंत वाढण्याची शक्यता आहे. त्यामुळे शहरी भागात अतिरिक्त लोकसंख्येमुळे पायाभूत सुविधांवर ताण निर्माण होईल/येईल. जसे घरे, सेवा संबंधित वाहतूक, स्वच्छपाणी इत्यादी.

भारत सरकार विविध योजना आखत आहे. अभियान, कार्यक्रम याबाबत शाश्वत ध्येय-११ मध्ये त्याचा समावेश केला आहे. शाश्वत शहरीकरण आणि त्याचप्रमाणे भागीदारी, एकात्मिक आणि शाश्वत मानवी तोडगा यांचे नियोजन आणि व्यवस्थापन हे ध्येय विकासाच्या क्षमतेत ठेवलेले आहे.

शहरी परिवर्तन : 'अटल अभियानां'तर्गत कायाकल्प आणि शहरी परिवर्तन (AMRUT) यामध्ये ५०० शहरांचा समावेश केलेला आहे. याअंतर्गत ज्या सर्व शहरांची लोकसंख्या एक लाखाच्या पुढे असेल, त्यांना पायाभूत सुविधा जसे पाणी

पुरवठा, सांडपाणी आणि शहरी वाहतूक उपलब्ध करून दिली जाते. त्याचा आर्थिकदृष्ट्या फायदा झाला नसला तरी मूलभूत कचरा व्यवस्थापन हे शाश्वत शहरात आवश्यक असते. २०१५-१६मध्ये घर ते घर कचरा जमा करण्याचे प्रमाण ४१ टक्के होते ते २०१९-२०मध्ये ९६ टक्क्यांपर्यंत झाले. कचऱ्यावरती प्रक्रिया करणे याचे प्रमाण २०१५-१६मध्ये १७.९७ टक्के होते ते २०१९-२०मध्ये ६० टक्क्यांपर्यंत वाढले आहे.

भारताने प्रामुख्याने 'स्मार्ट शहरे अभियान' (SCM) सुरू केले. देशातील १०० शहरात स्मार्ट शहरे या अभियानामुळे शहरांची पुर्नसुधारणा होणार आहे. त्याबरोबरच या शहरांना स्मार्ट उपाय हा मोठा भाग असेल. या अभियानातील ५१५१ प्रकल्पाचे मूल्य २ ट्रिलियन रुपये एवढे झाले आहे.

'स्मार्ट शहरे अभियाना'त विविध नवीन घटकांचा समावेश केलेला आहे. हवेबाबत अभियान ही विकासाची पुढची पायरी आहे.

प्रथम संरचना साधे जीवन निर्देशांक जून २०१७मध्ये प्रसारित केला गेला. उपलब्ध माहिती चौकटीत बसविण्याचे शहरी नियोजन व व्यवस्थापनामुळे आरोग्यसंपन्न करण्याचे ठरविले. शहरी नियोजन व व्यवस्थापनामुळे आरोग्यदायी स्पर्धा शहरांमध्ये निर्माण होतात. २०१९चा निर्देशांकाचा मुख्य भर हा शहरी भागाच्या तीन खांबावर उभा राहून जीवन सहज जगू शकेल असा आहे. त्या दृष्टीने आर्थिक क्षमता, जीवनाचा दर्जा आणि शाश्वतता यावर आधारित पुढे १४ प्रकारात ५० निर्देशांक असतील असे गृहीत धरण्यात आले आहे.

सर्वांसाठी घरे : २०२२ पर्यंत झोपडपट्टी सुधारणेसाठी सर्वांसाठी मूलभूत सेवा आणि परवडणारी घरे उपलब्ध होतील याची खात्री आहे. त्यासाठी भारतात 'प्रधानमंत्री आवास योजना' (PMAY) शहरी कुटुंब धारकांसाठी सुरू केली गेली. झोपडपट्टी भागाचा पुर्नविकास करत, कर्जांचा संबंध अनुदान योजनांद्वारे परवडणारी घरे खासगी व सार्वजनिक भागीदारी तत्त्वावर उपलब्ध करून दिली जात आहेत. सरकारने कुटुंबातील एका महिलेच्या नावाची घरांची नोंदणी करणे याला प्राधान्य दिले आहे व त्याप्रमाणे विभागणी करण्याला महत्त्व दिले आहे. त्यासाठी शहरी भागात स्थानिक मंडळे (ULBs) याद्वारे पुनर्वसन एका ठिकाणी करण्यासाठी खासगी-सार्वजनिक भागीदारी तत्त्वावर अनुदान स्वरूपात घरे उपलब्ध करून दिली जाणार आहेत. २०१९-२० मध्ये ११.२ दशलक्ष घरांसाठी मागणी होती. त्यातील ३.२ दशलक्ष घरे पूर्ण झालेली आहेत. तसेच विविध पातळ्यांवर प्रगती होत आहे.

शाश्वत शहरीकरण आणि गतिमानता : राष्ट्रीय शहरी/नागरी वाहतूक

धोरण (NUTP) यामध्ये पर्यावरण पूरक शाश्वत वाहतुकीबरोबरच पेट्रोल आधारित मोटारी नसलेल्या नावीन्यपूर्ण वाहतुकीचा समावेश आहे. शाश्वत नागरी वाहतूक प्रकल्प निवडलेल्या शहरात परिणामकारकतेसाठी शाश्वत वाहतुकीसाठी भारतात इलेक्ट्रीक पद्धतीने गतिमानता देण्यासाठी व वाहतूक गतिमानतेसाठी 'राष्ट्रीय अभियान' तसेच यासाठी बॅटरीचे साठे उपलब्ध करून देण्याचे 'निती आयोगा'ने सध्या ठरविलेले आहे.

देश आणि देश पातळीवरील निरीक्षण व प्रगती : देशात शाश्वत विकास ध्येयाच्या निर्देशांकांवरून आणि डॅशबोर्डवरून (SDG-११) देशाच्या पाच निर्देशांकांवरून देशाचे सर्व मिळून निर्देशांक गुण ५३ आहेत आणि राज्यांचे २२ ते ७९च्या दरम्यान आहेत. केंद्रशासित प्रदेशांचे ३३ आणि ८३च्या दरम्यान आहेत. भारताने शाश्वत शहरे आणि राहत्या समुदायावरून ५३ गुण मिळविले आहेत. यामध्ये राज्यांचा महत्त्वपूर्ण सहभाग आहे.

आव्हाने आणि पुढील मार्ग : नागरी स्थानिक मंडळाची (NLB) संस्थात्मक क्षमता टिकून राहणे हे एक आव्हान आहे. वित्तीय स्वायत्तता, कराची शक्तीपासून निधी निर्मितीची क्षमता महत्त्वाची असून त्यावर विकासाचे नियोजन अवलंबून आहे. काही यूएलबीची (ULBs) पर्यायी वित्तीय मार्ग उपलब्ध असतात, जसे नगरपालिकांचे बाँड, संस्थेची पायाभूत गुंतवणूक इत्यादी.

- जगातील २० पैकी १५ शहरे प्रदूषित असतात. प्रदूषण हे एक आव्हान आहे. विशेषत: हवा प्रदूषण, यांवर देशाने ताबडतोब लक्ष देण्याची मागणी होत आहे.
- काही मोठी आणि आर्थिकदृष्ट्या सक्षम शहरे साधन पद्धतीचे व्यवस्थित व्यवस्थापन करतात. परंतु, मोठ्या प्रमाणावर पर्यावरणीय पावलांचा ठसा हा हवामान बदलाचे परिणाम शहराच्या असुरक्षेवर दिसून येतात. त्यामुळे त्याचा परिणाम गरिबांच्या जीवनमानाच्या क्षमतेवर होतो.
- गर्दी कमी करणे आणि एकमेकांतील समस्या याबरोबरच एकत्रित लहान आणि मध्यम शहरांची विभागणी आणि गावांची एकमेकांशी असलेली जोडणी याबाबत विविध कल्पना योजल्या आहेत.

भारतात काही शहरांची महत्त्वपूर्णरित्या वाढ होत आहे, तर काही ठिकाणी कायदेशीर आणि प्रमुख कृती करण्याचे आव्हान आहे. जलद गतीने वाढणारे शहरीकरण ही एक समस्या व आव्हान आहे. स्त्री-पुरुषांना एकत्रित घर, वाहतूक आणि सार्वजनिक जागा/क्षेत्र हे शाश्वत शहरात समावेश करण्याची गरज आहे. चांगल्या जीवनमानासाठी

शहरी व निमशहरी भागात नागरी स्थानिक शासन, खासगी क्षेत्रातील प्रभुत्व आणि समुदाय यांना शहरांचे आधुनिकीकरण, कार्यक्षम आणि शाश्वतता व्हावी हे लोकसंख्येतील सर्व गटांना वाटत असते.

सद्यस्थिती महत्त्वाचे मुद्दे : राष्ट्रीय नागरी उपजीविका अभियानाअंतर्गत-

१) २०१४-१५मध्ये कौशल्यनिर्मिती १.८ लाख केली ती २०१८-१९मध्ये १३.६ लाख पर्यंत वाढली.

२) स्वयं साहाय्य गट (SHGs) निर्मिती २०१४-१५मध्ये ४८००० केली ती २०१८-१९मध्ये ३.७ लाख एवढी झाली.

३) स्वयं साहाय्य गटांना कर्ज २०१४-१५मध्ये ३५ हजार रुपयांपर्यंत दिले ते २०१८-१९मध्ये ५ लाख रुपयांपर्यंत वाढवले.

१२) शाश्वत विकास ध्येय-१२ (SDG-12) जबाबदार उपभोग आणि उत्पादन (Responsible Consumption and Production) शाश्वत उपभोग आणि उत्पादन पद्धती सुनिश्चित करणे :

शाश्वत उपभोग आणि उत्पादन यांचा काळजीपूर्वक उपयोग, हरित रोजगार, कार्य बल, शाश्वत पायाभूत सुविधा, समतोल मार्गासाठी मूलभूत सेवा आणि चांगला दर्जा जीवनासाठी महत्त्वाचा आहे. उत्सर्जन कमी करणे हे लक्ष्य आहे. स्थूल देशांतर्गत उत्पादनाची तीव्रता २००५ची पातळी २०२०मध्ये २० ते २५ टक्के करणे आणि २०३० पर्यंत ३३ ते ३५ टक्के करणे, हे शाश्वत विकास ध्येयाअंतर्गत समाविष्ट असल्याचे सांगितलेले आहे.

भारताने उपभोग आणि उत्पादनाच्या १० वर्षांच्या आराखड्याला समर्थन दिले आहे ही जागतिक वचनबद्धता आहे. त्यामुळे त्याचा शाश्वत उपभोग आणि उत्पादनात बदल होईल. यामध्ये दहा वर्षांचा क्रियाशील क्षेत्र कार्यक्रम मुख्यत: राबविला जाईल. यामध्ये शाश्वत बांधणी व उभारणी, शाश्वत पर्यटन, शाश्वत अन्न पद्धती, उपभोग माहिती आणि शाश्वत जीवनमान आणि शिक्षण यावर भर देण्यात आला आहे.

शाश्वत अन्नपद्धती : शाश्वत अन्न पद्धतीमधून मूलत: शाश्वत शेती करणे, राष्ट्रीय अभियान शाश्वत कृषी (NMSA) तंदुरुस्तीसाठी राष्ट्रीय कृतीकार्यक्रम हवामान बदल, कृषी उत्पादनाला अनुकूल प्रयत्न करणे आणि पर्यावरण परिणामांसाठी सुसह्यता करणे पाहिले जाते. 'मृदा आरोग्य व्यवस्थापन' (SHM) २०१५मध्ये ही योजना केली गेली. त्याअंतर्गत २२४ दशलक्ष मृदा आरोग्य कार्डे दिली गेली. तसेच सेंद्रिय पद्धतीसाठी

शिफारशी केल्या गेल्या. सेंद्रिय खते, कमी उत्पादनासाठी शाश्वत शेतीसाठी पिकवार औषधे व खतांची शिफारस केल्याने पिकांची उत्पादकता वाढली. प्रथम सूक्ष्म घटकांचा म्हणजेच नायट्रोजन, फॉस्फरस आणि पोटॅशिअम या खतातील प्रमाण ४:२:१ मानून उपयोग करण्यात आला. २०१८-१९मध्ये नायट्रोजन खते ५७ टक्क्यांपेक्षा जास्त दिली गेली नाहीत. नायट्रोजन खतांचे प्रमाण देशात ६४.३९ टक्के होते. रासायनिक खतांचे प्रमाण सेंद्रिय खतामुळे कमी होऊ लागले. इतर सूक्ष्म घटकांच्या किमतीत घट, उत्पादनात वाढ आणि उत्पन्नात ३० ते ४० टक्क्यांनी वाढ झाली.

सद्यस्थितीतील काही महत्त्वाचे मुद्दे :

१) भारत हा सेंद्रिय शेतीच्या जमिनीमध्ये जगात ९ वा क्रमांकावर आहे.

२) भारतात १०० टक्के कचरा वेगळा केला जातो.

३) २२४ दशलक्ष मृदा आरोग्य कार्डाचे वाटप केले जाते.

देश आणि देश पातळीवरील निरीक्षण व प्रगती : देशात शाश्वत विकास ध्येयाच्या निर्देशांकांवरून आणि डॅशबोर्ड वरून SDG-१२ देशाच्या सात राष्ट्रीय निर्देशांकांवरून देशाचे सर्व मिळून निर्देशांक गुण ५५ आहेत आणि राज्यांचे ३० ते १०० दरम्यान गुण आहेत. केंद्रशासित प्रदेशांचे ३९ ते ७७ पर्यंत आहेत. भारताचा शाश्वत उपभोग आणि उत्पादनासाठी ५५ गुण आहेत. यामध्ये शाश्वत एककांचे महत्त्वाचे योगदान आहे.

आव्हाने आणि पुढील मार्ग : शाश्वत पुरवठ्याची साखळी निर्माण करणे यावर भर देणे यामध्ये प्रत्येकाचा सहभाग महत्त्वाचा आहे. शेवटच्या उपभोक्त्यापर्यंत उत्पादन पोहोचणे महत्त्वाचे आहे. उत्पादनात शाश्वतेबरोबर उपभोक्त्यांनी ते स्वीकारण्यात वाढ होणे गरजेचे आहे. शाश्वत उपभोगाची निवड ही उपभोक्त्यावर अवलंबून आहे.

शहरी जीवनातील गर्दीत वाढ होत आहे. ३० टक्क्यांच्या पुढे लोक शहरी भागात राहात आहेत. २०५० पर्यंत त्यामध्ये अधिक वाढ होणार आहे. त्यामुळे शहराच्या वाढीबरोबरच घन कचरा व्यवस्थापन मागणी शाश्वततेला जबाबदार आहे. FAO नुसार भारतात ४० टक्के अन्न उत्पादन वाया जाते. पाण्याची उपलब्धता खतांची आणि इतर साधनांपासून अन्न उत्पादन निर्माण होते. हवामान बदल, हरितगृह परिणाम २८ पट कार्बन-डाय-ऑक्साईड, यांचा परिणाम अन्न उत्पादनावर होत आहे. भारतात शाश्वत उपभोग आणि उत्पादन वाढीवर भर दिला जात आहे. सामाजिक, आर्थिकदृष्ट्या समतोल आणि सर्व भागधारकांच्या जीवनमानात वाढ होणे हे या काळात महत्त्वाचे आहे.

१३) शाश्वत विकास ध्येय–१३ (SDG-13) हवामान कृती (Climate Action) : हवामान बदल व त्याच्या परिणामांचा सामना करण्यासाठी त्वरित कृती करणे :

भारतातील भौगोलिक आणि भूशास्त्रदृष्ट्या एकत्रित मोठ्या प्रमाणातील हवामानातील विविधतेमुळे हवामान प्रेरित नैसर्गिक व्यवस्थापनाचे श्रेणित असुरक्षितता दिसून येते. भारताबरोबरच काही देशात जागतिक तापमानवाढीमुळे हवामान स्थैर्यामध्ये जटील आणि तीव्र समस्या निर्माण झाल्या आहेत. शासनाअंतर्गत हवामान बदल पॅनेलच्या (IPCC) विशेष अहवालानुसार कृषी अर्थशास्त्रानुसार भारतात जागतिक तापमान वाढीत उष्णतेला प्रतिकार करूनही पूर आणि अवर्षण व पाण्याचा ताण यामुळे अन्न उत्पादनात घट होत आहे. भारतात महत्त्वपूर्ण अशी आव्हाने आणि पाठपुरावा करण्यासाठी विविध प्रकारची व्यूहरचना करून २०३० पर्यंत लक्ष्य गाठण्यासाठी अजेंडा तयार केला गेला. राष्ट्रीय राष्ट्रांतर्गत व स्थानिक पातळीवर बदलाबाबत २०२०च्या निर्देशक उच्च दहा देशाच्या क्रमवारीत आला आहे. ऊर्जेचा दरडोई कमी वापर; अक्षय ऊर्जेचा वापर; २° सेंटिग्रेडपर्यंत तापमान स्थिर ठेवणे, हवामान कृती व्यूहरचना पद्धत, शहरी पायाभूत सुविधांचे योजन करणे, याबाबत महत्त्व देण्यात आले आहे.

हवामान कृतीबाबत धोरणे, व्यूहरचना आणि नियोजन : भारताने हवामान बदलाबाबत राष्ट्रीय कृतिनियोजन (NAPCC) २००८ स्वीकारले आहे. त्याचे मूर्तिमंत उदाहरण म्हणजे पर्यावरणीय शाश्वत विकास आणि विविध क्षेत्रातील पर्यावरण कृती व्यूहरचना, म्हणजेच ऊर्जा, उद्योग, कृषी, पाणी, जंगल, शहरी भाग, नाजूक पर्वतीय भाग हे भारताच्या विविध नियोजित ध्येयांवरून दिसून येते. हवामान बदलाबाबत राष्ट्रीय कृतीनियोजनाअंतर्गत आठ राष्ट्रीय अभियान सुरू करण्यात आली. त्यातील सौर ऊर्जा उभारणी, देशांतर्गत ऊर्जा कार्यक्षमतेत वाढ करणे, व्यापारी आणि औद्योगिक क्षेत्र, शाश्वत शहरी नियोजनाला प्रोत्साहन देणे, मोबदला देणे आणि हवामान संवेदनक्षम कृषी, हिमालयामध्ये वातावरण बदलाबाबत, हवामान बदलाबाबत जंगल व्यवस्थापन आणि भारतात हवामान बदल कृती साहाय्य आणि सर्वसमावेशक माहिती पद्धतीने ज्ञान निर्मिती होते ही ध्येये आहेत. राज्य पातळीवर ३२ राज्य/केंद्रशासित प्रदेशात राज्य कृती कार्यक्रम हे हवामान बदलाच्या (SAPCC) मार्गदर्शकाप्रमाणे विकसित केले गेले आहेत.

सद्यस्थितीतील काही महत्त्वाचे मुद्दे –

१) आंतरराष्ट्रीय सौर अलायन्स (ISA) मध्ये ८६ देशांनी सही केली आहे. ६६ देशांनी एका विशिष्ठ चौकटीत करार केला आहे.

२) एकूण ऊर्जा निर्मितीमध्ये ३६ टक्के अक्षय ऊर्जा स्रोत.
३) जीडीपीच्या २१ टक्के उत्सर्जन तीव्रता कमी झाली आहे.
४) स्ट्रीट लाईट राष्ट्रीय कार्यक्रम : ११ दशलक्ष स्मार्ट लेड स्ट्रीट लाईटचे वितरण – ७.४३ कोटी किलोवॅट दर वर्षी ऊर्जा बचत – ५.१२ दशलक्ष टन कार्बन जीएचजी उत्सर्जन वार्षिक कमी झाले.

देश आणि देश पातळीवरील निरीक्षण व प्रगती : देशात शाश्वत विकास ध्येयाच्या निर्देशक आणि डॅशबोर्डवरून SDG-१३ देशाच्या चार राष्ट्रीय निर्देशांकांवरून देशाचे सर्व मिळून निर्देशांक गुण ६० आहेत. राज्यांचे २७ ते ७१च्या दरम्यान गुण आहेत. केंद्रशासित प्रदेशांचे ३० ते १००च्या दरम्यान आहेत. भारतात हवामान कृतीचे ६० गुणांमध्ये राज्यांचे योगदान महत्त्वाचे आहे.

आव्हाने आणि पुढील मार्ग : भारताच्या दृष्टीने हवामान कृती ही सक्रिय, महत्त्वाकांक्षी आणि पुढे घेऊन जाणारी आहे. मध्यम आणि कमी उत्पन्न देशांना आंतरराष्ट्रीय वित्तीय साहाय्याची तसेच तंत्रज्ञान हस्तांतरणाची गरज आहे. त्यावरच भविष्यात अक्षय ऊर्जा आणि स्वच्छ ऊर्जेची प्रगती अवलंबून आहे. भारताला सातत्यपूर्ण प्रगतीसाठी अनेक नव्या आव्हानांना तोंड द्यावे लागणार आहे.

आपत्ती लवचिकतेत सुधारणा : आपत्तीसाठी क्षमता आणि जबाबदारीची वारंवार गरज असते. यासाठी योग्य पद्धतीचे धोरण आणि क्षमतेची देशात पायाभूत उभारणी करणे आवश्यक असते. तंत्रज्ञानात वाढ करणे तसेच पायाभूत ऊर्जा आणि दळणवळण, ग्रामीण जोडणी आणि वाहतूक गृहे आणि साठवणूक महत्त्वाची असते. त्यासाठी मोठी गुंतवणूक करावी लागते. दारिद्र्यामुळे अनेकांच्या जीवनमानावर परिणाम होतो, त्यामुळे ते गुंतवणूक अशी करू शकत नाहीत. राज्य कृती हवामान बदलासाठी राज्य कृतीयोजना महत्त्वाची आहे, त्यामध्ये वाढ होणे आवश्यक आहे. विशेषत: हवामान स्वीकृत कार्यक्रमात वाढ होणे आवश्यक आहे.

हरित तंत्रज्ञानाची सुविधा : हवामान बदल मागणीमध्ये तंत्रज्ञानात अधिक स्रोताचा वापर करून अधिक उत्पादन महत्त्वाचे ठरते. नवीन औद्योगिकीकरणात मुख्यत: डिजीटल आणि ॲटोमेशन आणि स्मार्ट आणि ॲटोमेशन पद्धतीचा वापर महत्त्वाचा ठरतो.

ऊर्जा गरजांची पूर्तता : आर्थिक वाढ होताना शाश्वत ऊर्जांची मागणी वाढते आहे. सर्व क्षेत्रातील ऊर्जा प्रवेशामुळे खर्चात वाढ होत आहे. कोळशावरील ऊर्जानिर्मिती हे एक आव्हान आहे. २०३० पर्यंत ऊर्जेची मागणी तीनपट वाढणार आहे. कोळसा स्रोताद्वारे ५७ टक्के ऊर्जा निर्मिती होते. त्यामुळे कोळशावरील अवलंबित्व कमी करणे हे एक आव्हान आहे.

१४) शाश्वत विकास ध्येय-१४ (SDG-14) पाण्याखालील जीवन (Life Below Water) : शाश्वत विकासासाठी महासागर, समुद्र आणि सागरी संसाधने यांचे संवर्धन करणे आणि शाश्वत वापर करणे :

भारत हा १६ वा सर्वांत मोठा सागरी देश आणि मत्स्य उत्पादनात जगात दुसऱ्या क्रमांकावर आहे. ९५ टक्क्यांच्या जवळपास व्यापार आणि ७० टक्के मूल्य सागरी केंद्राद्वारे होते. मोठा नौकावाहन मार्ग असून त्याबरोबरच ७५१७ किलोमीटरची किनारपट्टी आणि २.०२ दशलक्ष स्क्वेअरमीटर इतके विशेष आर्थिक क्षेत्र आहे. भारतात भरीव निळी अर्थव्यवस्था आहे. भारतात सागरी मत्स्यव्यवसाय ४.४१४ दशलक्ष टन एवढा होतो. त्यावर चार दशलक्ष लोकांची उपजीविका होते. सागरी मत्स्यपालनापासून ७५० कोटी रुपये प्रत्येक वर्षी अर्थव्यवस्थेत भर पडते. भारताचे जागतिक मत्स्य उत्पादन सागरी आणि नद्याकिनारी मिळून ६.३ टक्के मत्स्य उत्पादन होते. सागरी क्षेत्राचा जीडीपी (GDP) मध्ये ११ टक्क्यांचा सहभाग आहे आणि शेतीच्या जीडीपीत ६.५८ टक्क्यांचे योगदान आहे.

असलेले सागरी प्रदूषण : भारताने सागरी प्रदूषणाला प्रतिबंध करण्यासाठी आंतरराष्ट्रीय अधिवेशात स्वाक्षरी केली आहे. भारत प्रदूषणाबाबत नियमित तेल समुद्र वाहतूक, सांडपाणी, कचरा, जहाजाद्वारे हवेचे प्रदूषण इत्यादींबाबत निरीक्षण करत आहे. सागरी प्रदूषणाची पातळी आणि समुद्रकिनार पट्टीवरील परिणामांवर बारकाईने निरीक्षण केले जात आहे. समुद्र किनारा निरीक्षण भविष्यकालीन पद्धतीद्वारे केले जाते. तेल गळतीवर सल्ला देण्याची पद्धत तसेच २०१४च्या आकस्मिक तेल गळती आपत्ती नियोजनात सुधारणा केली आहे. तेल गळतीबाबत २०१५मध्ये यंत्रणेची उभारणी केली आहे. विविध सागरी भागात तेल प्रदूषणासाठी अंमलबजावणी केली जात आहे.

शाश्वत मासेमारीसाठी अनेकविध उपाय योजले आहेत. सरकारने मासेमारी क्षेत्र सल्ला कार्यक्रमाचा समावेश केला आहे. आधुनिक पद्धतीने मासेमारी केंद्र तयार केली आहेत आणि काही क्षेत्रात तशी यंत्रणा उभी केली आहे.

संभाव्य एकत्रित राष्ट्रीय मासेमारी कृतीनियोजन जोडणीद्वारे १५ दशलक्ष लाभधारकांच्या उपजीविकांची संधी २०१७मध्ये उपलब्ध झाली आहे. जून २०१९मध्ये भारत सरकारने स्वतंत्र मत्स्य, पशुपालन व दुग्धशाळा विभाग मंत्रालयाची स्थापना केली असून, रचनेत बदल करून पुरेशी गुंतवणूक केली जात आहे. यासंदर्भात विकासात्मक कार्यक्रम, चांगले व्यवस्थापन आणि शासकीय पातळीवर प्रत्यक्ष कामे केली जात आहेत.

देश आणि राज्य पातळीवरील निरीक्षण व प्रगती : देशात शाश्वत विकास ध्येयाच्या निर्देशांकावरून आणि डॅशबोर्ड वरून SDG-१४ चे देशाच्या पाच राष्ट्रीय निर्देशांकांवरून देशाचे नऊ किनारी राज्याचे गुण २३ ते ६५च्या दरम्यान आहेत.

आव्हाने आणि पुढील मार्ग : समुद्री अन्न (Seafood) निर्यात करणारा भारत हा सर्वांत मोठा चौथ्या क्रमांकाचा देश आहे. भारतातील समुद्री मासेमारीला बाजारात मागणी आहे. ग्राहकांच्या मागणीत भरीव वाढ होत आहे आणि जागतिक पुरवठा कमी होत आहे. दुसऱ्या बाजूला लिव्हिंग प्लॅनेट अहवाल २०१८ नुसार भारताला महासागरातील अनुभवानुसार उच्च मासेमारी तीव्रता किनारपट्टीवरील मासेमारी घटीची समस्या आहे. या क्षेत्रात भविष्यात कायम सुधारण्याचे उद्दिष्ट आहे.

नव्याने शाश्वततेसाठी मासेमारीबाबत जागरूकतेत वाढ करणे आवश्यक आहे. त्यासाठी भारतीय किनारपट्टीवर एक प्रमाण ठरविण्याची गरज आहे. हस्तक्षेप करून प्रजनन काळात देखरेख करून अंमलबजावणी करणे आवश्यक आहे. केंद्रीय सागरी मासेमारी संशोधन संस्था (CMFRI) महत्त्वाची असून तिची लोकप्रियता, अनुकूलता आणि नावीन्य स्वीकारण्याची गरज आहे.

१५) शाश्वत विकास ध्येय-१५ (SDG-15) पाण्यावरील जीवन (Life on Land) भूपृष्ठीय परिसंस्थांचे संरक्षण, पुनर्स्थापन व शाश्वत वापरास प्रोत्साहन, वनांचे शाश्वत व्यवस्थापन, वाळवंटीकरणाशी सामना करणे आणि भूमी ऱ्हास थांबविणे व व्युत्क्रमित करणे आणि जैवविविधतेचा ऱ्हास थांबविणे :

सद्यस्थिती काही महत्त्वाचे मुद्दे : (१) एकूण भौगोलिक क्षेत्राच्या $\frac{१}{५}$ म्हणजे ७,१२,२४९ स्क्वेअर किलोमीटर वनाखाली क्षेत्र आहे. (२) वनीकरण योजनेत २०१५-१६ मध्ये १.३८ दशलक्ष हेक्टर वरून २०१७-१८ मध्ये १.६९ दशलक्ष हेक्टरपर्यंत वाढ झाली आहे.

देश आणि राज्य पातळीवरील निरीक्षण व प्रगती : देशात शाश्वत विकास ध्येयाच्या निर्देशांकांवरून आणि डॅशबोर्ड वरून SDG-१५ देशाच्या पाच राष्ट्रीय निर्देशांकांवरून देशाचे गुण ६६ आहेत, राज्यांचे गुण ४० ते १०० दरम्यान केंद्रशासित प्रदेशाचे ३७ ते १००च्या दरम्यान आहे.

आव्हाने आणि पुढील मार्ग : औद्योगिक वृद्धीसाठी उद्योगधंद्याची वाढ याविषयी रासायनिक घाणीची समस्या आणि प्रदूषण, प्लास्टिकचे आक्रमण, नैसर्गिक संसाधनांचा मोठ्या प्रमाणात वापर, यासाठी शाश्वत औद्योगिकीकरणासाठी व्यूहरचना महत्त्वाची आहे. आपल्यासमोर कमी उत्सर्जन आणि उच्च साधन कार्यक्षम उत्पादन

व्यूहरचना अशा अनेक बाबी आहेत. भारतात आधीच मूलभूत घुसखोरी झाली आहे. अशा रीतीने तांत्रिक पर्यायाची वाढ, पायाभूत विकास आणि कार्यक्षम संसाधनांची गरज शिवाय पुरेशी अगाऊ हरित औद्योगिकीकरणाची निवड महत्त्वाची आहे.

यामध्ये वनीकरण कार्यक्रम महत्त्वाचा आहे. पर्यावरणीय सुधारणेच्या दिशेने जाण्यासाठी विशिष्ठ दृष्टिकोनाची गरज आहे. विकासाच्या अटीत ते एक आव्हान राहिले आहे, त्यासाठी माहितीची गरज आहे. कौशल्य, निकष आणि शिष्टाचार स्वीकारणे आवश्यक आहे. विविध भौगोलिक पर्यावरण क्षेत्र आणि दीर्घकालीन कार्यक्रमाची स्थापना व अल्पकालीन वृक्षारोपणाचा कार्यक्रम या त्यांच्या सीमा आहेत.

भारतातील ५७ पेक्षा अधिक जीवजंतुनाशक प्रजाती चिंताजनक स्थितीत आहेत. त्यातील अनेक चिंताजनक आणि असुरक्षित श्रेणीतील आहेत ज्या अनेक बाबतीत कमी प्रमाणात उपलब्ध आहेत.

१६) शाश्वत विकास ध्येय–१६ (SDG-16) शांतता, न्याय आणि मजबूत संस्था (Peace, Justice and Strong Institutions) शाश्वत विकासासाठी शांततापूर्ण व सर्वसमावेशक समाजास प्रोत्साहन देणे, सर्वांना न्यायास प्रवेश उपलब्ध करून देणे आणि सर्व स्तरांवर प्रभावी, जबाबदार आणि सर्वसमावेशक संस्थांची बांधणी करणे :

भारत हा जगातील सर्वांत मोठा लोकशाही देश आहे. देशाच्या घटनेत न्याय, स्वातंत्र्य, समता या तत्त्वांचा समावेश केला असून भारताने संस्थात्मक मजबूत आकृतिबंध तयार केला गेला आहे. राष्ट्रीय, राज्य, स्थानिक पातळीवर जबाबदारी व परिणामांचा समावेश केला आहे. त्यामध्ये मूलभूत हक्काबरोबरच विविध राष्ट्रीय कायदे, धोरणे, योजना, कार्यक्रम इत्यादींचा समावेश करण्यात आला आहे. त्यामुळे न्याय मिळण्यास मदत होत आहे. त्यामुळे स्थानिक, राज्य व देश पातळीवर पारदर्शकता निर्माण होण्याला मदत झाली आहे. भारताच्या ध्येय १६मध्ये त्यातील काही ठळक मुद्दे दिलेले आहेत.

देश आणि राज्य पातळीवरील निरीक्षण व प्रगती : देशात शाश्वत विकास ध्येयाच्या निर्देशांकांवरून आणि डॅशबोर्डवरून (SDG-१६) देशाच्या आठ निर्देशांकांवरून देशाचे एकूण गुण ७२ आहेत आणि राज्यांचे ५२ ते ८६च्या दरम्यान गुण आहेत, तर केंद्रशासित प्रदेशांचे ६४ ते ९४च्या दरम्यान आहेत. शांतता, न्याय आणि मजबूत संस्था यामुळे ७२ गुण प्राप्त झाले आहेत. त्यात राज्यांचा महत्त्वपूर्ण असा सहभाग आहे.

आव्हाने आणि पुढील मार्ग : ध्येय १६ गाठण्यासाठी चांगल्या कारभारासाठी न्यायावर भर दिला जातो. अनेक लोकांना त्यामध्ये सहभागी करून घेतले जाते. पारदर्शकता आणि जबाबदारी यासाठी शांततेच्या मार्गाने बांधणी करण्यासाठी उपाययोजनेत अनेक आव्हाने व त्या पूर्ततेची गरज आहे.

अचूक माहिती हे एक आव्हान आहे. गुन्ह्याच्या केसेसचा अहवाल आणि गुन्ह्यांच्या स्थितीबाबत माहिती मिळविण्यात सुधारणा झाली आहे.

देशाच्या नागरिकत्वासाठी 'आधार' कार्ड कायदेशीर ओळख म्हणून मानली जाते. परंतु त्या संबंधित माहितीची गोपनीयता आणि सुरक्षितता राहणे आवश्यक आहे.

डिजीटल शासनाद्वारे प्रगती साध्य केली जात आहे. उदा. मूल्याधारित अनेक सामाजिक सेवा 'डिजीटल अर्थव्यवस्थे'त उपलब्ध करून दिलेल्या आहेत. त्यामुळे शिक्षणात सुधारणा झाली. इ-मोबाईल भ्रमणध्वनीने अंतर्गत प्रवेश केला. इंटरनेट जोडणी आणि 'डिजीटल साक्षरता' हे या पुढील सुधारणेसाठी गरजेचे आहे. डिजीटल तंत्रज्ञान मोठ्या प्रमाणात उपलब्ध झाल्यास ते योग्य दिशादर्शक ठरेल.

१७) शाश्वत विकास ध्येय - १७ (SDG - 17) लक्ष्यपूर्तीसाठी भागीदारी (Partnerships for the Goals) शाश्वत विकासासाठी अंमलबजावणीच्या पद्धतींचे बळकटीकरण करणे आणि जागतिक भागीदारीस नवचैतन्य देणे :

मागील दशकात जागतिक विकास सहकार्य आणि भागीदारीच्या भूमिकेत भारताने उल्लेखनीय कार्य केले. भारताचा प्रत्यक्ष सहभाग हस्तकला युती जसे आंतरराष्ट्रीय सौर युती (ISA) आपत्ती स्थितीस्थापक संरचना युती (CDRI) ब्रिक्स (ब्राझील, रशिया, भारत, चीन, दक्षिण आफ्रिका) आणि त्याची नवीन विकास बँक (NDB) इबसा (भारत, ब्राझील, दक्षिण आफ्रिका) भारत, आफ्रिका मंच इत्यादी मंच आणि व्यासपीठ स्थापन झाले. जगात दक्षिण-उत्तर सहकार्य एकाधिकार आघाड्या स्थापन झाल्या. जागतिक भागीदारीनुसार काम करू लागले. त्यामुळे महत्त्वाची धोरणे देशाने स्वीकारली.

अंतर्गत संसाधनांची जमवाजमव वाढविणे/करणे : भारतात कर दर हे एकूण देशांतर्गत उत्पादनाच्या (जीडीपी) मागील सहा वर्षांत १७ ते १७.५ टक्क्यांपर्यंत वाढला. भारतात कर सुधारणा करून उपाययोजनांचे खात्रीपूर्वक पालन करून या कर दरात सुधारणा झाली. त्यात गृह आणि गृहेतर करभरणांचा समावेश आहे.

मागील काही वर्षांत भारत सरकार आणि काही राज्य सरकारांनी सुधारणा आणि साधी प्रक्रिया त्याबरोबरच अंदाज घेऊन सुधारणा, प्रामाणिकपणा आणि स्वयंचलन

यांची अंमलबजावणी केली. भारताला उच्च १०० पर्यंतच्या क्रमात येण्यास जागतिक बँकेशी व्यवसाय करणे सुलभ (Ease of Doing Business) झाले. वस्तू आणि सेवा कर (GST) ची अंमलबजावणी सुलभ करून किचकट अप्रत्यक्ष करात सरकारनी सुधारणा केली. सर्व अप्रत्यक्ष कर आणि आकार वस्तू व सेवा कर हे (जीएसटी) केंद्र आणि राज्य सरकारने पुनर्स्थापित केले.

प्रश्न

प्र. १ एका वाक्यात उत्तरे लिहा.

१) शाश्वत विकास म्हणजे काय?
२) शाश्वत विकासाच्या महत्त्वाचे दोन मुद्दे सांगा.
३) शाश्वत विकासाचे महत्त्वाचे ध्येय सांगा.
४) शाश्वत विकासाचे पहिले ध्येय कोणते.
५) शाश्वत विकासाचे १७ वे ध्येय कोणते.
६) शाश्वत विकासाचा मुख्य उपाय सांगा.
७) शाश्वत विकासाचे पहिले ध्येय आपण किती गाठले आहे.
८) दुसऱ्या ध्येयाची सद्यस्थिती काय?
९) दहाव्या ध्येयाची सद्यस्थिती म्हणजे गुण किती आहे.

प्र. २ टिपा लिहा.

१) शाश्वत विकास
२) शाश्वत विकास ध्येय
३) शाश्वत विकास उपाय
४) शाश्वत विकासासाठी उपाय
५) शाश्वत विकासाची (SDG) भारताबाबत सद्यस्थिती

प्र. ३ थोडक्यता उत्तरे लिहा.

१) शाश्वत विकास थोडक्यात सांगा.
२) शाश्वत विकासाच्या ध्येयाची नावे सांगा.
३) शाश्वत विकासासाठी उपाय कोणते ते सांगा.
४) शाश्वत विकास ध्येयाची पहिल्या दोन ध्येयाची स्थिती सांगा.
५) शाश्वत हरित महाविद्यालय - पाबळ थोडक्यात स्पष्ट करा.

प्र. ४ सविस्तर उत्तरे लिहा.

१) शाश्वत विकास म्हणजे काय? त्याचे महत्त्व स्पष्ट करा.

२) शाश्वत विकास ध्येय स्पष्ट करा.

३) शाश्वत विकासासाठी उपाय स्पष्ट करा.

४) भारतातील शाश्वत विकासाच्या ध्येयाची सद्यस्थिती स्पष्ट करा.

५) शाश्वत हरित महाविद्यालयाबाबत सविस्तर चर्चा करा.

प्रकरण - ४

पर्यावरण आणि आर्थिक विकास
(Environment & Economic Development)

४.१ प्रस्तावना (Introduction)

देशाचा विकास हा देशातील साधनसंपत्तीवर अवलंबून असतो. पर्यावरणातील हवा, पाणी, अन्न हे घटक शुद्ध असतील तर सर्व सजीव आरोग्यकारक आणि चांगले राहू शकतील. त्यासाठी पर्यावरणाचे संरक्षण करणे आवश्यक आहे. आर्थिक विकासाच्या नावाखाली सध्या नैसर्गिक साधनसंपत्तीचा वारेमाप वापर होत आहे. त्यामुळे पर्यावरणीय समस्या निर्माण झालेल्या आहेत. लोकसंख्या वाढीमुळे त्यात अधिकच भर पडत आहे. माणसाला जगण्यासाठी आवश्यक अशी साधनसामग्री निसर्गातूनच प्राप्त होत असते. त्यामुळे पर्यावरण आणि आर्थिक विकासाला महत्त्व प्राप्त झालेले आहे. सदर प्रकरणात पर्यावरण आणि आर्थिक विकास; पर्यावरण आणि शाश्वत विकास भारतातील

पर्यावरणीय धोरणे; यामध्ये राष्ट्रीय संवर्धन व्यूहरचना आणि राष्ट्रीय पर्यावरण धोरण आणि जागतिक तापमान वाढ यांचा अभ्यास केलेला आहे.

४.२ पर्यावरण आणि आर्थिक विकास यातील संबंध (Relation Between Environment & Economic Development)

पर्यावरण म्हणजे 'सामान्यत: आपल्या सभोवताली जे काही दिसते उदा. सजीव आणि निर्जिव, हवा व पाणी, जमीन, वृक्षवेली आणि मानव यांचा परस्पर संबंध म्हणजे पर्यावरण होय.'

पर्यावरणाचा एकाच वेळी अनेक घटकांवर प्रभाव पडतो. पारंपरिक विभाजन, राजकीय स्वातंत्र्य, आर्थिक विकास आणि संस्थात्मक गुणवत्ता यांचा अर्थव्यवस्थेवरील पर्यावरणीय परिणाम महत्त्वाचा मानला जातो. १९९६ ते २०१६ मध्ये केलेल्या संशोधन अभ्यासावरून असे दिसून आले आहे की, विकसनशील व विकसित देशाच्या आकडेवारीचे असे निष्कर्ष निघाले जे वांशिक विविधतेवर प्रकाश टाकतात. कार्बन-डाय-ऑक्साईड कमी करण्यासाठी संस्थात्मक गुणवत्ता आणि राजकीय स्वातंत्र्य महत्त्वपूर्ण भूमिका बजावतात. कार्बन-डाय-ऑक्साईड उत्सर्जन ऊर्जा वापर, जीडीपी वाढ आणि आर्थिक विकास यामुळे पर्यावरणाचा ऱ्हास वाढत आहे. पारंपरिक ऱ्हास कमी करण्याच्या समस्येचे निराकरण करण्याविषयी वांशिक विविधता सृजनशील आणि नाविण्यपूर्ण पद्धतींचा स्रोत आहे. राजकीय स्वातंत्र्य लोकांना पर्यावरणविषयक कराराचे पालन करणारे बरेच निर्णय घेण्यास अनुमती देते. थेट परकीय गुंतवणूक चांगल्या गुणवत्तेच्या संस्थाद्वारे आकर्षित केली जाते, ज्यामुळे अधिक पर्यावरण अनुकूल तंत्रज्ञानाची आगमनता होते. ही पुढील नवकल्पनांसाठी आकर्षण असते, जी कार्बनडायऑक्साईड उत्सर्जन कमी करण्यास उपयुक्त ठरते. याउलट जीडीपी वाढ, आर्थिक विकास आणि ऊर्जा वापरामुळे औद्योगिकीकरण आणि शहरीकरण वाढते, ज्यामुळे कार्बन-डाय-ऑक्साईडची पातळी वाढते. धोरणकर्त्यांनी सूचित केले आहे की, (उपाय) (१) भिन्न जातीय गटामध्ये सामजंस्य असेल (२) संस्थात्मक गुणवत्तेत सुधारणा होईल. (३) लोकांना राजकीय स्वातंत्र्य प्रदान केल्यास, तरच समावेशक आर्थिक क्षेत्र कमी प्रदूषक वातावरणाची कबुली देईल असे स्पष्ट केले आहे. (संदर्भ - संपादक बिंग झ्यू-प्रगत शाश्वत अभ्यास संस्था जर्मनी प्रकाशित २७ ऑगस्ट २०२०) सदर बिंगझ्यू यांच्या संशोधनावरून पर्यावरण व आर्थिक विकासावर प्रकाश टाकला आहे. यावरून पर्यावरणाचा व आर्थिक विकासाचा परस्पर संबंध नैसर्गिक संसाधनांचा अतिरिक्त वापर व त्यामुळे संसाधनाची टंचाई तसेच पर्यावरणीय हानी

होताना दिसून येते. या नवीन संशोधनाने आर्थिक विकास आणि पर्यावरण हा मुद्दा महत्त्वाचा मानला आहे.

याशिवाय पर्यावरण आणि आर्थिक विकास यांचा पुढील मुद्द्यांच्या आधारे संबंध अधिक स्पष्ट करता येतो.

१) आर्थिक विकासात औद्योगिकीकरण वाढत आहे. ग्रामीण भागातील लोक रोजगारानिमित्त शहरात येतात; त्यामुळे शहरांचा विस्तार झपाट्याने होत आहे. शेतीची जमीन बिगर शेतीत बदलत आहे. त्या जागेवर मोठमोठ्या इमारती उभारल्या आहेत. विमानतळ, मोठमोठ्या औद्योगिक वसाहती जमिनींचा वापर वाढला आहे. सध्या औद्योगिकरणामुळे पर्यावरण संतुलन बिघडत चालले आहे.

२) मानवाने आर्थिक विकासासाठी जंगलामधून रस्ते, लोहमार्ग, महामार्ग, रेल्वेमार्ग, विद्युत प्रकल्प, धरणे, शहरे, कालवे, औद्योगिक वसाहती इत्यादी प्रकल्प उभारताना मोठी वृक्षतोड केली आहे. जंगलाच्या विनाशामुळे कार्बन-डाय-ऑक्साइड वायूचे प्रमाण वाढत आहे. त्यामुळे 'हरितगृह परिणाम' म्हणजे पृथ्वीचे तापमान वाढत आहे. तसेच जमिनीची धूप होते, पूर येतात आणि जैवविविधता नष्ट होते आहे.

३) आर्थिक विकासामध्ये खनिज तेल, नैसर्गिक वायू, दगडी कोळसा ही नैसर्गिक संपत्ती मोठ्या प्रमाणात भूगर्भातून काढली जाते. ही संपत्ती एकदा संपुष्टात आली तर पुन्हा उपलब्ध होणार नाही याकडे लक्ष दिले गेले पाहिजे.

४) आर्थिक विकास होत असताना मानवाने प्रदूषणासारख्या समस्या पर्यावरणात निर्माण केल्या आहेत. औद्योगिकीकरणामुळे हवा, जल, ध्वनी, मृदा प्रदूषण वाढले आहे. स्वयंचलित वाहनामुळे हवेत विषारी घटक सोडले जातात. नद्यामध्ये सांडपाणी, औद्योगिक वसाहतीतील दूषित घटक सोडले जातात. ध्वनी प्रदूषणामुळे लोकांची श्रवणशक्ती क्षीण होत आहे. वरील सर्व घटक पर्यावरण प्रदूषणास कारणीभूत आहे.

५) आर्थिक विकासासाठी निसर्गावर सातत्याने आक्रमण होत आहे. वनांचा ऱ्हास, नैसर्गिक साधनसंपत्तीचा अमर्याद वापर; वन्यजीव सृष्टीचा विनाश इत्यादींसारख्या मानवाच्या कृतींमुळे पर्यावरणाचा ऱ्हास घडून आला आहे. जंगलाची तोड, इंधनासाठी लाकूड, फर्निचर, कागद इत्यादींसाठी मोठ्या प्रमाणात वृक्षतोड झाली. त्यामुळे वनक्षेत्राचा ऱ्हास झाला. औद्योगिकीकरणामुळे दूषित वायू पर्यावरणात गेल्याने मानवी आरोग्य धोक्यात येत आहे. यातून आरोग्याच्या समस्या उद्‌भवल्या जात आहेत.

४.३ पर्यावरण आणि शाश्वत विकास (Environment & Sustainable Development)

१९८३ मध्ये जागतिक 'पर्यावरण आणि विकास आयोगा'ची स्थापना झाली. १९८४ मध्ये हा आयोग संयुक्त राष्ट्र संघाच्या आम सभेची स्वतंत्र संस्था म्हणून कार्य करू लागली. हा आयोग पृथ्वीवरील सामाजिक पर्यावरणीय समस्यांचे निरीक्षण करून त्यांवर वास्तववादी उपाय योजण्यासाठी आणि पृथ्वीवरील संसाधने पुढील पिढ्यांसाठी राखून त्यांचा उपयोग चालू पिढीसाठी शाश्वतरित्या कसा करता येईल, यावरील उपाययोजना शोधण्यासाठी नेमण्यात आला. या आयोगाचे अध्यक्ष नॉर्वेच्या पंतप्रधान ग्रो हारलेम ब्रुंडलँड या होत्या. त्यावरून या आयोगाला बुंडलँड आयोग असेही म्हणतात. या अहवालात 'शाश्वत विकास' ही संकल्पना व तिची व्याख्या प्रथम मांडली.

१९९२ मध्ये रिओ दि जनेरो (ब्राझील) येथे झालेल्या 'वसुंधरा परिषदेत' पर्यावरण व विकासाचा अजेंडा स्वीकारण्यात आला. अजेंडा २१ : शाश्वत विकासाच्या या कृती योजनेत पर्यावरण आणि विकासावरील जाहीरनाम्याचा समावेश आहे.

१९९३ : अजेंडा-२१च्या अंमलबजावणीचा मागोवा घेण्यासाठी UNCED कडून 'शाश्वत विकास आयोगा'ची स्थापना करण्यात आली. हा आयोग संयुक्त राष्ट्राच्या पर्यावरण व विकास कामांचे समन्वय करतो.

पर्यावरण आणि शाश्वत विकास हे एकमेकांस पूरक घटक आहेत. पर्यावरणाचा नाश न होता विकास करणे; पर्यावरण टिकवून ठेवणे चालू पिढीच्या गरजा पूर्ण करताना पुढच्या पिढीसाठी पर्यावरण शाश्वत ठेवणे हे त्यामध्ये अभिप्रेत आहे.

भूगर्भातील पाणी, शुद्ध पाणी, सागरी पर्यावरण, कृषी सुरक्षित अन्नपुरवठा, किनारी प्रभाग, माशामधील जैवविविधता, जैवतंत्रज्ञान, प्रदूषित हवेचा प्रभाग; जागतिक तापमानातील बदल, समुद्र पातळीत वाढ, नैसर्गिक साधन सामग्रीचा चिरंतन वापर; शाश्वत पर्यटन, जमिनीच्या वापरातील बदल, पिकांमधील बदल इत्यादी घटकामधील योग्य बदलांच्या साहाय्याने शाश्वत विकासाचे मापन करता येते. त्यामुळे पर्यावरणातील समतोल राखण्याच्या दृष्टीने निर्णय घेतले जातात.

सद्यस्थितीत पर्यावरण आणि शाश्वत विकासाला महत्त्व प्राप्त झालेले आहे. पर्यावरणात एका प्रमाणापेक्षा अधिक हस्तक्षेप करून चालणार नाही. परंतु विकास तर झाला पाहिजे त्यासाठी पर्यावरणाकडे डोळसपणे पहाणे हे शाश्वत विकासात अभिप्रेत आहे. पर्यावरणाचा होणारा ऱ्हास आणि त्याचा शाश्वत विकासावर होणारा परिणाम यासाठी पर्यावरणाचा समतोल सर्व बाजूंनी राखणे आवश्यक आहे.

शाश्वत विकासाच्या वैशिष्ट्यांमध्ये जगातील दरडोई उत्पन्नात निरंतर वाढ, संसाधनांचा तर्कशुद्ध उपयोग आणि भविष्यातील पिढ्यांच्या गरजा भागविण्यासाठी अक्षय ऊर्जेच्या स्त्रोतांचा वापर यांचा समावेश केला आहे.

हवामानातील ऱ्हासास कारणीभूत असणाऱ्या नियमित औष्णिक किंवा जलविद्युत संयमांच्या तुलनेत अक्षय ऊर्जेच्या स्त्रोताकडे जाणे आवश्यक आहे. सौर ऊर्जा हा प्रभावी पर्याय आहे. तो पर्यावरणास अनुकूल आहे. पवन ऊर्जा हासुद्धा एक पर्याय आहे. रासायनिक खतांना पर्याय म्हणून नैसर्गिक खत किंवा बायो-कंपोस्टच्या वापरामुळे प्रभावी उपाय ठरू शकतो. यामुळे मातीची धूप आणि मातीचे प्रदूषण टाळण्यासाठी मदत होते. ग्रामीण भागात इंधन म्हणून अनुदानित एल.पी.जी. आणि शहरी भागात वाहनांना इंधन म्हणून सी.एन.जी. पुढे जाण्याचा मार्ग ठरू शकतो. जेव्हा परिस्थितीची गंभीरता आणि आगामी पिढ्यांवरील नैतिक जबाबदारी लक्षात येते तेव्हांच आपण त्यांच्यासाठी निरोगी वातावरण अथवा पर्यावरणाकडे जाऊ शकतो.

४.४ भारतातील पर्यावरणीय धोरणे (Environmental Policies in India)

भारताच्या पर्यावरण धोरणांमध्ये पर्यावरणाशी संबंधित कायदे समाविष्ट आहेत.

राज्य धोरणाच्या डायरेक्टिव्ह प्रिन्सिपलल्समधील कलम ४८ मध्ये असे म्हटले आहे की, पर्यावरणाचे रक्षण आणि सुधारणा यांसाठी देशातील जंगले आणि वन्यजीव यांचे संरक्षण करण्यासाठी राज्य प्रयत्न करेल. कलम ५१, अ मध्ये असे नमदू केले आहे की, 'जंगल, तलाव, नद्या आणि वन्यजीव यांसह नैसर्गिक वातावरणाचे रक्षण करणे व त्यात सुधारणा करणे आणि सजीव प्राण्याबद्दल दया दाखविणे हे भारतातील प्रत्येक नागरिकाचे कर्तव्य असेल.'

जैवविविधता संमेलनाच्या (सी.बी.डी.) कराराचा भारत हा एक भाग आहे. सी.बी.डी. पूर्वी भारतात पर्यावरणासंबंधित वेगवेगळे कायदे होते. भारतीय वन्यजीव कायदा १९७२, त्यामुळे जैवविविधतेचे संरक्षण केले. त्यानंतर त्यात अनेक सुधारणा करण्यात आल्या. १९८८च्या राष्ट्रीय वन धोरणाचे मूलभूत तत्त्व म्हणून संवर्धन होते. या कायद्याव्यतिरिक्त जैवविविधतेवर नियंत्रण ठेवण्यासाठी सरकारने पर्यावरण (संरक्षण) कायदा - १९८६ आणि परराष्ट्र व्यापार (विकास व नियमन) कायदा १९९२ संमत केला.

१९८० च्या दशकाच्या उत्तरार्धात सर्वोच्च न्यायालयाने भारताच्या पर्यावरणीय प्रश्नांवर सक्रियपणे काम केले आहे. बहुतेक देशात त्या त्या सरकारची कार्यकारी व विधायी शाखा असते, जी पर्यावरणाच्या समस्येची आखणी, अंमलबजावणी आणि निराकरण करते. भारताचा अनुभव वेगळा आहे. भारतीय सर्वोच्च न्यायालय थेट

पर्यावरणीय न्यायशास्त्रातील बदलांचे स्पष्टीकरण आणि परिचय देण्यात गुंतलेले आहे. पर्यावरणाचे रक्षण करण्यासाठी कोर्टाने नवीन तत्त्वे वापरली आहेत. पर्यावरणीय कायद्यांची नवीन व्याख्या केली आहे, नवीन संस्था आणि संरचना तयार केल्या आहेत आणि विद्यमान लोकांना दिशानिर्देश व निकालाद्वारे अतिरिक्त अधिकार प्रदान केले आहेत.

पर्यावरणीय मुद्द्यांवरील कोर्टाचे निर्देश; कायद्याच्या सामान्य प्रश्नांपेक्षा अधिक असतात आणि ते सामान्यत: लोकशाही देशाच्या सर्वोच्च न्यायालयाकडून अपेक्षित असतात. भारतीय सर्वोच्च न्यायालयाने आपल्या आदेशानुसार कार्यकारी कृती आणि अंमलात आणल्या जाणाऱ्या पर्यावरणीय कृतींचे तांत्रिक तपशील समाविष्ट केले आहेत. भारताच्या सर्वोच्च न्यायालयाचे काही समीक्षक हे कोर्टाचे 'लॉर्ड्स ऑफ ग्रीन बेंच' म्हणून वर्णन करतात.

भारतातील न्यायिक सक्रीयतेला कित्येक महत्त्वाच्या घटनांमध्ये राज्य निर्देशित आर्थिक विकास कुचकामी आणि अपयशी आढळले आहेत. त्यानंतर कायद्याचा अर्थ लावत आणि पर्यावरणीय प्रदूषण कमी करण्यासाठी अधिक स्पर्धा आणि मुक्त बाजारपेठेला प्रोत्साहित करणारे निर्देश जारी केले गेले. प्रदूषण निर्माण करणाऱ्या कंपन्या पर्यावरणाच्या गुणवत्तेसाठी हानीकारक आहेत, म्हणून पर्यावरणाचे रक्षण करण्यासाठी कृतीशील उपाय योजना केल्या पाहिजेत.

२०१५ मध्ये भारत सरकारने 'ग्रीनपीस अभिव्यक्ती स्वातंत्र्य' रोखण्याचा प्रयत्न केला आहे.

भारताने पर्यावरण संरक्षणासाठी तसेच प्रदूषण नियंत्रणासाठी अनेक कायदे केले आहेत त्यातील काही महत्त्वाचे कायदे पुढीलप्रमाणे.

४.४.१ राष्ट्रीय संवर्धन व्यूहरचना (१९९२) – महत्त्वाची वैशिष्ट्ये (National Conservation Strategy (1992) Highlights)

राष्ट्रीय संवर्धन व्यूहरचनेचे प्रमुख मुद्दे पुढीलप्रमाणे आहेत.

१) लोकसंख्या नियंत्रण

सध्याची लोकसंख्या वाढ विकासात्मक उपक्रमांवर आर्थिक भार निर्माण करीत आहे. त्याशिवाय समाजाच्या आर्थिक वाढीवर त्याचा परिणाम होत आहे. त्यासाठी आपले नियोजन यशस्वी करण्यासाठी महत्त्वपूर्ण कार्यक्रमांद्वारे राजकीय पाठिंब्याचे सामाजिक–आर्थिक उपाय महत्त्वाचे ठरतात. हे उपाय शास्त्रीय पद्धतीने कसे उपयोगात येतील तसेच नवीन पद्धतीच्या म्हणजेच आधुनिक दळणवळण तंत्रज्ञान, व्यवस्थापन व संघटन कौशल्य याद्वारे त्यांचा कसा उपयोग होईल पहावे लागेल.

पुढील काळात लोकसंख्या नियंत्रण राष्ट्रीय धोरण (मिशन) असेल किंवा इतर अनेक वर्ष लोकसंख्या नियंत्रण प्रकल्प सुरू करूनसुद्धा असे उपाय यशस्वी ठरतील असे नाही. त्यासाठी कायदेशीर उपायांबरोबर गरजेनुसार लाभ दिला पाहिजे.

लोकसंख्येचे स्थैर्य राखण्यासाठी छोट्या कुटुंबाची महत्त्वाची वैशिष्ट्ये व उपाय यांचा समावेश केला आहे त्यामध्ये-

- महिलांच्या शिक्षणात वाढ करण्याला सहाय्य, महिला रोजगार आणि सामाजिक सुरक्षा कार्यक्रम यांचा समावेश केलेला आहे.
- कुटुंब नियोजन आणि आरोग्य सुविधेची उपलब्धता करून देणे.
- कुटुंब नियोजनासाठी अधिकचे लाभ तसेच कर सवलत व इतर लाभ
- पर्यावरण स्वच्छता; सामुदायिक रोगांबाबत काळजी घेणे व नियंत्रण करणे आरोग्य शिक्षणाला महत्त्व देणे.
- महिला आरोग्यासाठी पुनर्रवापर उर्जेचा वापर करणे.

२) राष्ट्रीय संसाधनांचे संवर्धन

जमीन आणि पाणी : जमीन आणि पाण्यासाठी व्यवस्थापन दृष्टिकोन ठेवला पाहिजे. त्यामुळे शाश्वत उत्पादन, पशुपालन आणि इतर उपक्रम राबविता येतील.

पाणथळ झालेल्या जमिनी, खाऱ्या झालेल्या जमिनी त्यामध्ये सुधारणा करण्यासाठी विकासात्मक कार्यक्रम आखण्याची गरज आहे. शेतजमिनीतून अधिक चांगले उत्पादन घेता आले पाहिजे. त्याशिवाय शहरीकरणासाठी व इतर कारणासाठी जमिनीचा वापर वाढलेला आहे. त्यासाठी जमिनीचे संवर्धन करणे आवश्यक आहे. जंगल तसेच भाजीपाला व विविध पिकांसाठी जमिनीचे शाश्वत व्यवस्थापन करणे आवश्यक आहे.

पाणी हा महत्त्वाचा घटक आहे तो पुन्हा पुन्हा वापरता आला पाहिजे. जमीन आणि पाण्याचा एकत्रित पुनर्रवापर महत्त्वाचा आहे. विशेषत: अवर्षणप्रवण भाग व पुराच्या पाण्याच्या क्षेत्रात पाण्याचे संवर्धन उपाय यांसाठी शिस्त महत्त्वाची आहे. कुटुंबाने आर्थिकदृष्ट्या पाण्याचे संवर्धन करणे, तसेच उद्योग व शेतीसाठी पाण्याचे नियोजन व रिउपयोग करणे महत्त्वाचे आहे.

शाश्वत उपयोगासाठी पाणी आणि जमिनीचा उपयोग पुढील टप्प्यांमधून केला पाहिजे.

जमिनीचे वर्गीकरण आणि झोनचा आराखडा तयार करून त्याचा उपयोग शेती, वन, चराऊ जमीन, हरित क्षेत्र उद्योग उपक्रम, सामावून घेणारे क्षेत्र, पाणलोट क्षेत्र, हे पर्यावरणीयदृष्ट्या त्याच्या क्षमतेनुसार विकसित करणे गरजेचे आहे.

- जमिनीच्या संरक्षणासाठी मृद चाचणी करणे ज्यामुळे जमिनीचे प्रदूषण व खालावलेली पातळी उंचावण्याला मदत होईल.
- जमिनीत पाण्याचे संरक्षण आणि काळजी घेणे.
- पत्री जमीन आणि पाण्याच्या संसाधनांचा शाश्वत उपयोग करण्यासाठी उपाययोजना करणे.
- ग्रामपातळीच्या सूक्ष्म पातळीवर नियोजन करून त्या पद्धतीनुसार त्याची अंमलबजावणी व प्रत्यक्ष कृती योजना, सामाजिक वृक्ष लागवड कार्यक्रम, जमिनीला उपयोगी नियोजन लागवड इत्यादी.
- क्षेत्र पाहून समपातळी बांध, बंदिस्ती व पाण्याचे छोटे साठे निर्माण करणे, पाणलोट क्षेत्र विकास कार्यक्रम योग्य ठिकाणी राबविणे. त्यासाठी विशेष वीज वापरून सर्व प्रकारचे सिंचन, विद्युत शक्ती, रस्ते आणि कृषी प्रकल्प सुधारणे.
- पडीक व निरोपयोगी जमिनीसाठी उपाययोजना करण्यासाठी विशेष कार्यक्रम राबविणे.
- देशातील जमीन आणि पाण्याची गुणवत्ता सुधारणे त्यासाठी नेटवर्क तयार करणे व त्याचे मूल्यमापन करणे. कायमस्वरूपी मेट्रो पोलिक केंद्र तयार करणे.
- कायदेशीर उपाय करून जमिनीवरील व जमिनीखालील पाण्याचा उपयोग करणे.
- पडणाऱ्या पावसाच्या पाण्याचे संसाधरण त्या जागीच करणे.
- प्रदूषणापासून जमीन व पाण्याचे संरक्षण करणे त्यासाठी उपाय योजणे.
- विविध क्षेत्राचे वर्गीकरण करून पाण्यामधील दर्जाचा सांभाळ करणे. विविध कारणांसाठी पाण्याचा वापर करणे.
- कमी खर्चाची स्वच्छता तंत्रज्ञान वापरून प्रदूषणमुक्त पाण्याचे कार्यक्रम हाती घेणे.

३) वातावरण (Atmosphere)

वातावरणातील प्रदूषणाबाबत नियंत्रण आणि काळजी घेणे. त्यामध्ये हवा प्रदूषणाबरोबर पुढील बाबींचा समावेश होतो.

- शुद्ध इंधन आणि स्वच्छ तंत्रज्ञान, ऊर्जा कार्यक्षम उपकरणे आणि हवा आणि ध्वनी प्रदूषण नियंत्रण करण्यासाठी प्रयत्न करणे.
- विशेष साधनांचा उपयोग करून क्षेत्राप्रमाणे (Areawise) हवेचा दर्जा उच्च आणि वेळ निश्चित नियोजन करून प्रदूषण नियंत्रण व काळजी घेणे.

- लोकांवर आणि पर्यावरणावर कमीतकमी परिणाम होईल असे प्रकल्प हाती घेणे.
- पर्यावरणीयदृष्ट्या पर्यायी फायदेशीर तंत्रज्ञान आणि ऊर्जा संधारणाची सुरुवात करणे.
- हरित पट्यांबरोबर प्रदूषणमुक्त मसाल्याचे पिक घेणे.
- कार्बन डाय ऑक्साईड आणि हरित वायू कमी करण्यासाठी भविष्यात यंत्रणा उभी करणे.
- भारतीय प्रदेशात ओझोन थर सुरक्षित राहण्यासाठी आणि हरितवायू परिणाम कमी करून जागतिक पातळीवर वातावरण स्वच्छ ठेवण्याचा प्रयत्न करणे. सन २००० मध्ये सरकारने ध्वनी प्रदूषण नियम लागू केला आहे.

४) जैवविविधता (Biodiversity)

जैवविविधता म्हणजे भूस्थित, सागरी व जलीय परिसंस्था, ज्यांचा सजीव भाग आहेत अशा सर्व परिसंस्थामधील जीवनाची असणारी विविधता होय. यामध्ये प्रजाती अंतर्गत; प्रजाती प्रजातीमधील आणि परिसंस्थांच्या विविधतेचा समावेश होतो. जगातील जवळ जवळ ९० टक्के अन्न २० प्लांट प्रजातीपासून मिळते. भारताला प्रचंड आणि वैविध्यपूर्ण जैव भौगोलिक साधनसंपत्तीचा मोठा आधार आहे. जगभरातील नोंदलेल्या एकूण वनस्पती व प्राण्यांपैकी ७ ते ८ टक्के वनस्पती व प्राणी भारतात आढळतात. भारत हा त्यांच्या वैविध्यपूर्ण जैवविविधतेच्या संपन्न वारशासाठी ओळखला जातो. भारत हा जगातील प्रजाती संपन्नतेमध्ये १० व्या क्रमाकांचा देश आहे. सामाजिक-सांस्कृतिक, विविधता आणि एकजिनसीपणा यांसाठी भारत ओळखला जातो. परंतु वनांच्या ऱ्हासामुळे तसेच सततच्या प्राणी व वनस्पतीच्या मूलस्थानी हानी होत असल्याने जमीन व पाण्याच्या बदललेल्या गुणवत्तेने भारताच्या जैवविविध्यावर कमालीचा धोका निर्माण झाला आहे. त्यासाठी पुढील प्रकारच्या कृषी कार्यक्रमाची गरज आहे.

- देशातील विविध भागातील बर्फाळ परिसंस्थेसह प्रदेशाचे सर्वेक्षण आणि जैविक संसाधनाची ओळख करून घेणे. सर्वेक्षणात काही प्रजाती/संख्या/समुदाय आणि दर्जाबाबत महत्त्वाचे गट करणे.
- जैवविधतेच्या संधारणासाठी संपूर्ण क्षेत्रात जाळे निर्माण करणे त्यामध्ये जीवावरण राखीव क्षेत्र, खाणी राखीव क्षेत्र, राष्ट्रीय उद्यान, जनुकीय संवर्धन केंद्र, दलदली प्रदेश (Westland) अभयारण्य (Saneturaries) (प्रबाळ) प्रवाळभित्तीका

(Coral Reefs) आणि काही जैवविविधतेचा नैसर्गिक अधिवास यांचा समावेश होतो.

- संवर्धन राखीय क्षेत्रे ही संपूर्णपणे भारत सरकारच्या मालकीची असतात. परंतु या क्षेत्रांपैकी काही जमीन जर खाजगी मालकीची असेल आणि लोकसमुदायाकडून उपजीविकेसाठी त्याचा वापर होत असल्यास त्यांना 'लोकसमुदाय राखीव क्षेत्र' म्हणून घोषित करण्यात येते. भारतात जनसमुदाय राखीव क्षेत्रे २००७ पासून तर संवर्धन राखीव क्षेत्रे २००५ नंतर स्थापन करण्यात आली आहेत.
- प्राण्याचे संरक्षण आणि संवर्धनासाठी राष्ट्रीय कायदे केले आहेत.
- पारंपारिक ज्ञानाचा व कौशल्याचा उपयोग करून संवर्धन केले जाते.

जळण (Bio-mass) : ग्रामीण लोक इंधन म्हणून जळणासाठी लाकडाचा वापर करतात. यामध्ये मोठ्या प्रमाणात शाश्वत संसाधनांचा वापर होतो. विशेषत: प्रथमत: जळण म्हणून ग्रामीण भागात त्याचा वापर केला जातो. त्यासाठी प्रत्यक्ष कृती करणे आवश्यक आहे.

- स्थानिक लोक सार्वजनिक जमिनीवरून संसाधनाचा वापर करतात. त्यामुळे जंगलाखालील जमीन कमी होत आहे. जंगलतोड मोठ्या प्रमाणात होत आहे. त्यामुळे संसाधनांची उत्पादकता कमी होत आहे.
- पडीक जमीन खाजगी, वैयक्तिक, संस्थात्मक पातळीवर विकसित केली पाहिजे.
- जळणासाठीच्या लाकडाला पर्याय दिला गेला पाहिजे आणि त्याप्रकारच्या वनस्पती उपलब्ध करून दिल्या पाहिजेत.
- पुरवठा आणि मागणीप्रमाणे जळणासाठी उपलब्धता वाढविली पाहिजे.
- बाबूंच्या विविध जाती विकसित करून स्थानिक घरांच्या बांधणीसाठी उपयोगी ठरू शकतात.
- जळणासाठी आवश्यक गरजासाठी जळण आधारित उद्योगांची निर्मिती केली पाहिजे.
- संस्थात्मक आणि तांत्रिक पद्धतीने ग्रामीण जळण उपलब्धता करून दिली पाहिजे.

याशिवाय पर्यावरण संवर्धनासाठी शाश्वत विकासासाठी काही पावले उचलणे आवश्यक आहे. जसे कृषी आणि सिंचन, पाळीव प्राणी, जंगल संवर्धन, ऊर्जा निर्मिती व तिचा वापर, औद्योगिक विकास, खाणी, पर्यटन, वाहतूक इत्यादी.

४.४.२ राष्ट्रीय पर्यावरण धोरण २००६ ठळक वैशिष्ट्ये (National Invironmental Policy-2006) High-lights)

राष्ट्रीय पर्यावरण धोरण सध्या अस्तित्वात असलेल्या धोरणांवर आधारित आहे. (जसे राष्ट्रीय वनधोरण १९८८, पर्यावरण आणि विकासावरील राष्ट्रीय संवर्धन योजना आणि धोरण, १९९२, प्रदूषणात घट करण्याचे संबंधीचे धोरण, १९९२, राष्ट्रीय शेतकी धोरण २०००, राष्ट्रीय लोकसंख्या धोरण २०००, राष्ट्रीय – जल धोरण – २००२ इत्यादी)

पर्यावरण संवर्धनासाठी केले जाणारे नियंत्रित बदल, कार्यक्रम आणि प्रकल्प, केंद्र, राज्य आणि स्थानिक सरकारद्वारा होणारे पुनरावलोकन आणि कायदे यांसाठी या धोरणाकडे मार्गदर्शक म्हणून पाहिले जावे ही अपेक्षा आहे.

पर्यावरणीय साधनसंपत्तीचे संवर्धन करताना सर्वांचे हित साधले जावे हा या धोरणाचा मुख्य गाभा आहे. साधनसंपत्तीचे संरक्षण करण्याचा सर्वोत्तम उपाय म्हणजे जे घटक या साधनसंपत्तीवर अवलंबून आहेत त्यांना साधनसंपत्तीला हानी न पोहचवता संवर्धनाच्या माध्यमातून अधिक चांगले उत्पन्नाचे साधन मिळवून देणे.

सार्वजनिक संस्था, स्थानिक समुदाय, शैक्षणिक आणि वैज्ञानिक संस्था, गुंतवणूकदार आणि आंतरराष्ट्रीय विकास भागीदार अशा निरनिराळ्या घटकांच्या माध्यमांनी पर्यावरण व्यवस्थापनासाठी आपापली साधनसंपत्ती आणि बलस्थाने यांचा प्रभावी वापर करून एकत्र येऊन काम करावे हासुद्धा या धोरणाचा हेतू आहे.

राष्ट्रीय पर्यावरण धोरण तीन पायाभूत धोरणांवर प्रकाश टाकते.

१) माणसांना चांगल्याप्रकारे जीवन उपभोगता आले पाहिजे.
२) जीवनकाळातील मर्यादा माणसांना ओळखता आल्या पाहिजेत.
३) सुंदर जीवनाची आकांक्षा, जीवन काळातील मर्यादा अधिक न्यायाचा शोध सोडून देता कामा नये.

या धोरणाद्वारे नैसर्गिक साधनांचे रक्षण करणे, तसेच लोकांना चांगल्या प्रकारे उपजिविका मिळवून देणे हा पर्यावरण संवर्धनाचा पाया आहे असे दर्शविले आहे.

राष्ट्रीय पर्यावरण धोरणांची उद्दिष्टे ही प्रमुख पर्यावरणीय आव्हानांच्या सहसंकल्पांशी संबंधित आहेत. ती वेळोवेळी निर्धारित केली जाऊ शकतात. या उद्दिष्टात पुढील गोष्टींचा समावेश होतो त्याची ठळक वैशिष्ट्ये पुढीलप्रमाणे आहेत. –

१) आवश्यक अशा पर्यावरणीय संसाधनांचे संरक्षण करणे : यामध्ये महत्त्वाच्या पर्यावरण प्रणालींचे संरक्षण, संसाधने आणि मौल्यवान नैसर्गिक आणि

मानवनिर्मित वारा आणि जीवनरक्षक/आर्थिक आणि मानवी कल्याण या संकल्पनेसाठी आवश्यक असलेले संवर्धन.

२) **सध्याच्या पिढीतील समानता गरिबांना रोजीरोटीची सुरक्षा :** पर्यावरणाच्या संसाधनामध्ये प्रवेश आणि समाजातील सर्व घटकांसाठी गुणवत्तेची समानता यांची खात्री करून देणे, विशेषत: गरीब समाज जो सर्वांत जास्त उपजीविकेसाठी पर्यावरणाच्या संसांधनांवर अवलंबून आहे याची खात्री करणे. त्यांना ही संसाधने मिळलीच पाहिजेत.

३) सध्याच्या आणि भावी पिढ्यांच्या गरजा आणि अपेक्षा पूर्ण करण्यासाठी पर्यावरणीय संसाधनांचा समता व न्याय्य यांचा वापर सुनिश्चित करणे.

४) **आर्थिक आणि सामाजिक विकासामध्ये पर्यावरणीय समस्यांचे एकत्रीकरण :** आर्थिक आणि सामाजिक विकासाच्या उद्देशाने योजना, कार्यक्रम आणि प्रकल्पांच्या स्वरूपात पर्यावरणीय समस्येचे एकत्रीकरण करणे.

५) **पर्यावरणीय संसाधनांच्या वापराची कार्यक्षमता :** प्रतिकूल पर्यावरणीय परिणाम कमी करण्यासाठी आणि त्यांचा योग्य वापर सुनिश्चित करण्यासाठी आर्थिक उत्पादनाच्या प्रति युनिट नैसर्गिक स्रोतांचा वापर कमी करणे.

६) **पर्यावरणीय ऑपरेशन्स :** पर्यावरणीय संसाधनांच्या वापराचे व्यवस्थापन आणि नियमनाच्या संदर्भात चांगल्या कारभाराच्या तत्त्वांची (पारदर्शकता, जबाबदारी, वेळ, किंमत, कपात, सहभाग आणि नियंत्रणाचे स्वातंत्र्य) अंमलबजावणी करणे.

७) **पर्यावरणीय संरक्षणाच्या संसाधनात वाढ :** वित्त, तंत्रज्ञान, व्यवस्थापन कौशल्ये, पारंपरिक ज्ञान आणि स्थानिक समुदाय, सार्वजनिक संस्था, शैक्षणिक आणि संशोधन समुदाय, गुंतवणुकदार आणि बहुपक्षीय आणि द्विपक्षीय विकास भागीदारी यांच्यात परस्पर फायदेशीर बहुधारक भागीदारीद्वारे पर्यावरणीय संरक्षणासाठी समर्थन करणे. सामाजिक भांडवलाचा समावेश करून संसाधनांची अधिक उपलब्धता सुनिश्चित करणे इत्यादींवरील पर्यावरण धोरणाची उद्दिष्टे असून त्या दृष्टिकोनातून शासन स्तरावर कार्य केले जाते. तसेच पर्यावरण संवर्धनासाठी समाविष्ट केलेल्या बाबींअंतर्गत पर्यावरणाबाबत कार्य केले जात आहे. शाश्वत विकासासाठी पर्यावरणीय बाब महत्त्वाची असून या धोरणात त्याचे प्रतिबिंब दिसून येत आहे.

आर्थिक साधनांना पर्यावरणविषयक नियंत्रणासाठी कृतियोजना आखणे व अंमलबजावणी करणे हे सुचविले गेले. १९७४च्या पाणी (प्रदूषण रांरक्षण व नियंत्रण)

कर कायद्याअंतर्गत पाणी कर लावला आहे. त्यात नंतर १९९१ व २००३ बदल केले आहेत व बदल होत आहेत. २००२ मधील मोटर इंधनावरील तज्ज्ञ समितीने वाहन आणि इंधन नियमांचा आराखडा ठरवून दिला. दुचाकी आणि प्रवासी कार/जीप यावर कर वसूल केले जातात. पाणी आणि शेती व ऊर्जा या क्षेत्रात अनुदान धोरणामुळे आर्थिक आणि पर्यावरणीय जागरूकता निर्माण होत आहे. एप्रिल २००२मध्ये व्यवस्थापकीय किंमत यंत्रणा संपुष्टात आणली गेली. सर्व तेल उत्पादनावरील द्रव पेट्रोलियम गॅस आणि केरोसिन वगळता अनुदान काढून घेण्यात आले आहे. स्थानिक घनकचरा व्यवस्थापन केले जात आहे. नगरपालिका या पिण्याचे पाणी उपलब्ध करून देत आहेत. शुल्क वसुलीसाठी देशांतील शहरात प्रोत्साहन दिले जात आहे. महाराष्ट्र शासनाने वाहनांचे प्रदूषण कमी करण्यासाठी वापरात असलेल्या जुन्या व खासगी वाहनांवर कर लागू केला आहे. मिळालेल्या करांपासून विविध प्रदूषण नियंत्रण उपाय राबविले जातात.

४.५ जागतिक तापमानवाढ (Global Warming)

माणसाच्या पर्यावरणातील हस्तक्षेपामुळे हरितवायूंचे वातावरणातील प्रमाण नैसर्गिक पातळीपेक्षा अतिशय जलदगतीने वाढत आहे. त्यामुळे पृथ्वीच्या वातावरणातील हरितगृह परिणामांची तीव्रता दिवसेंदिवस वाढत आहे त्याला 'जागतिक तापमान वाढ' (Global Warming) असे म्हणतात.

जागतिक तापमान वाढ म्हणजे संपूर्ण पृथ्वीवरील तापमानात होणारी वाढ होय.

पर्यावरण संतुलनासाठी पृथ्वीवरचा भू-भाग हा सूर्याकडून आलेले सर्व किरण परत परावर्तित करीत असतो. परंतु हे किरण परत अंतराळात न जाता वातावरणातील कार्बनडाय ऑक्साईडसारखे वायू त्यांना शोषून घेतात. त्यामुळे वातावरणातील ऊर्जेचे प्रमाण वाढत जाऊन तापमानात वाढ होत जाते. त्यालाच 'जागतिक तापमान वाढ' असे म्हटले जाते.

मानवाच्या पर्यावरणातील हस्तक्षेपांमुळे हरितगृह वायूंचे वातावरणातील प्रमाण हे नैसर्गिक पातळीपेक्षा अत्यंत जलद गतीने वाढत आहे. परिणामी, पृथ्वीच्या वातावरणातील हरितगृह परिणामांची असणारी तीव्रता वाढून तापमान दिवसेंदिवस वाढत चालले आहे. जागतिक तापमान वाढीमुळे अनेक गंभीर समस्या निर्माण झालेल्या आहेत. मिथेन वायू प्रदूषकामुळे जागतिक तापमान वाढीत २० टक्के वाढ होत आहे. तापमान वाढीतील हा वाटा कार्बन-डाय-ऑक्साईडचा जागतिक तापमान वाढीतील वाटा ६० टक्के आहे. क्लोरोफ्लुरोकार्बन्सचा जागतिक तापमान वाढीत १४ टक्के वाटा

आहे. नायट्रस ऑक्साईडचा जागतिक तापमान वाढीत ६ टक्के वाटा आहे. तसेच कार्बनमोनॉक्साईड, कणीय प्रदूषके, ट्रायफ्लुरो-मिथाईल, सल्फर-पेंटाक्लोराईड, प्लोरीनेटेडवायू, नायट्रोजनचे ऑक्साईड्स ब्लॉक कार्बन बाष्प इत्यादींचा त्यात समावेश आहे. त्यामुळे या घटकांचे प्रमाण कमी करणे हे एक मोठे आव्हान आहे.

'जलबाष्प' हा वातावरणातील सर्वाधिक प्रमाणात आढळणारा 'हरित वायू' आहे. वातावरणाचे तापमान वाढल्यामुळे बाष्पाच्या प्रमाणात बदल घडतात. CO_2 आणि मिथेन यांसारख्या हरितगृह वायूंच्या बाबतीत मोजमापे चांगली आहेत. परंतु, मानवनिर्मित हरितगृह वायू जागतिक सरासरी तापमान वाढण्यास जबाबदार आहेत. या शतकात जागतिक सरासरी तापमान वाढीचा दर दशकात ०.३ ± ०.१° से. इतके वाढण्याचा अंदाज आहे. २०२५ पर्यंत हे तापमान १° से. ने तर २१०० पर्यंत जवळजवळ ३° से. ने वाढेल. परंतु, हरितवायू उत्सर्जन नियंत्रित केल्यास ही तापमान वाढ कमी होईल. भारतासारख्या विकसनशील देशात, हवामान बदलामुळे आधीच शहरीकरण, औद्योगिकीकरण आणि आर्थिक विकासाचा ताण सहन करीत असलेल्या परिस्थितिकीय व आर्थिक-सामाजिक व्यवस्थांवरील ताण वाढेल. अन्न सुरक्षा, जल सुरक्षा, सागर पातळीत वाढ, तसेच हिमालयातील जवळजवळ ६७ टक्के हिमनद्या प्रभावित झालेल्या आहेत. हिमनद्या वितळल्याने पुढील काही दशकांत नदीतील पाण्याची पातळी वाढेल आणि पूर व भूस्खलनाच्या घटनांमध्ये वाढ होईल. गंगोत्रीनदी ३० मी. इतक्या वेगाने मागे सरकत आहे. अलीकडच्या काही दशकांत वायव्य भारतात अतिवृष्टीच्या घटनांमध्ये वाढ झाली आहे. पर्जन्य वितरणाची अनियमितता वाढत आहे. पूर आणि दुष्काळ यांची वारंवारता वाढत आहे. सध्या भारत व महाराष्ट्रात पर्जन्यात अनियमितता वाढलेली दिसून येते. या सर्व बदलांचा भारतातील जैवविविधतेवर प्रतिकूल परिणाम होत आहे.

हवामानात झालेली तापमान वाढ; यामुळे वातावरण आणि सागरी तापमानात वाढ झाली आहे. हिम प्रमाण घटले असून सागर पातळीत वाढ झालेली आहे आणि हरितगृह वायूंचे प्रमाण वाढलेले आहे, असे आय.पी.सी.सी.च्या 'पाचवा मूल्यमापन अहवाल २०१३' मध्ये स्पष्ट केला आहे.

भारताला ७५१६ कि.मी. लांबीची किनारपट्टी लाभली आहे. त्यामुळे समुद्र पातळीत वाढ झाल्यास सात दशलक्ष लोक स्थलांतरित होतील. हिंदी महासागर पातळीमध्ये २०५० पर्यंत २५ ते ४० से.मी. वाढ अपेक्षित आहे. त्यामुळे दलदली प्रदेश, मार्शेस, खारफुटी वने पाण्याखाली जातील.

हवामान बदलाचे गंभीर परिणाम अन्नधान्य उत्पादन शेतीवर उपजीविका करणारे आणि अन्न निर्मिती यांवर होतात. जगभरात हवामान बदलामुळे गहू व मक्याचे

उत्पादन घटले आहे. हवामानातील असुरक्षित बदल आणि नैसर्गिक आपत्तींचा गरिबीशी घनिष्ठ संबंध आहे. त्यामुळे अशा संभाव्य परिणामांना तोंड देण्यासाठी उपाय योजणे अनिवार्य असून सर्वसमावेशक विकासाला प्राधान्य देणे आवश्यक आहे.

यासाठी भारताने हवामान बदलाविरोधात २०२१ ते २०३०च्या दरम्यान उपाययोजना करण्याचे प्रस्तावित केले आहे.

जागतिक तापमान वाढीची कारणे : जागतिक तापमानवाढ ही संपूर्ण जगाला भेडसावणारी एक समस्या असून जागतिक तापमान वाढीची कारणे पुढीलप्रमाणे आहेत.

अ) **ओझोन थर वितळणे :** ओझोनचा थर हा पृथ्वीचे संरक्षण कवच आहे. कारण सूर्यापासून येणारी अतिनील किरणे रोखून धरण्याचे काम ओझोनचा थर करतो. म्हणजेच 'ओझोन' पृथ्वीचे संरक्षण करतो. अतिनील किरण जर पृथ्वीवर आले तर अनेक जैव रासायनिक घटकांचे विघटन होऊ शकते. ओझोनचा जर क्षय झाला तर सूर्यापासून येणारे अतिनील किरण कमी प्रमाणात जाळले जाऊन अथवा अडवले जावून पृथ्वीवरील तापमानात खूपच वाढ होते. व पावसाच्या प्रमाणात घट होते. त्याचे गंभीर परिणाम पर्यावरणावर होतात. सध्या ओझोनच्या थराला छिद्रे पडल्याचे सांगितले जाते.

ब) **जंगलतोड :** जमीन शेतीसाठी जेव्हा तयार केली जाते तेव्हा त्यातील कार्बनचे प्रमाण कमी होते. वातावरणातील वाढलेल्या कार्बनडाय ऑक्साईडच्या प्रमाणात जंगलतोड आणि जीवाश्म इंधनाचा सहभाग खूपच अधिक आहे. अनियंत्रित जंगलातील जमिनीत व वनस्पतीमध्ये शेतीपेक्षा २० ते १०० पटीने जास्त कार्बनचा साठा असतो. त्यामुळे जंगल संपदा महत्त्वाची मानली जाते. सध्या मोठ्या प्रमाणात जंगलतोड होताना दिसून येते.

क) **स्वयंचलित वाहने :** स्वयंचलित वाहनांमुळे मोठ्या प्रमाणात प्रदूषण वाढत आहे. वाहनांच्या धुरामुळे क्लोरोफ्लुरो कार्बन, कार्बनडायऑक्साईड, नायट्रस ऑक्साईड हे वायू तर वातावरणात मिसळतात, त्याशिवाय कार्बन मोनॉक्साईडसारखा वायूसुद्धा मिसळतो. मोनाक्साईड प्रत्यक्षपणे ऊर्जा शोषून घेत नसल्यामुळे तो प्रमुख हरितगृह वायूंमध्ये समाविष्ट होत नाही. मात्र त्याची वातावरणातील संयुगांशी रासायनिक प्रक्रिया होते. त्यामुळे सततच्या होणाऱ्या रासायनिक प्रक्रियेमुळे तापमान वाढ होते.

ड) **शेतीशी संबंधित घटक :** शेती व शेतीशी संबंधित घटकांमधून १४ टक्के वायू येत असल्याने ते हरित परिणामाचे एक महत्त्वाचे कारण समजले जाते. यामध्ये

मिथेन, नायट्रस ऑक्साईड, कार्बन मोनाक्साईड आणि इतर ऑक्साईड यांचा समावेश होतो. हे वायू शेतीच्या प्रमुख प्रक्रियेतूनच बाहेर पडतात. त्यांचे प्रमाण पूर्णपणे नाहीसे करणे केवळ अशक्य आहे. मानवनिर्मित खतांमुळे जमिनीतील नायट्रेटचे प्रमाण वाढून त्याचे अमोनियात रूपांतर होते. यात नायट्रस ऑक्साईड वातावरणात मिसळतो. तसेच अयोग्यवेळी व अयोग्य प्रमाणात कृत्रिम खते फवारल्याने नायट्रस ऑक्साईडचे प्रमाण वाढते.

जैविक व जीवाश्म इंधनाचा विकसित देशांमध्ये होणारा प्रचंड वापर हे खरेतर जागतिक तापमान वाढीचे महत्त्वाचे कारण आहे. जागतिक तापमान वाढ दिवसेंदिवस उग्र स्वरूप धारण करणारा महत्त्वाचा प्रश्न आहे. त्यामुळे त्याकडे अधिक लक्ष देणे गरजेचे आहे.

तापमान वाढीचे परिणाम : जागतिक तापमान वाढीचे अनेक विपरित परिणाम जगाला अनुभवावे लागत आहेत. यातील काही परिणाम स्पष्ट केले आहेत त्यातील काही परिणामाची चर्चा पुढीलप्रमाणे करता येते.

१) **वातावरणावरील परिणाम :** तापमान वाढल्याने पाण्याचे बाष्पीभवनसुद्धा वाढते आहे. त्यामुळे सागरी पर्जन्यमानात मोठ्या प्रमाणात वाढ होऊ शकते. तसेच पर्जन्याचे स्थूल व कालसापेक्ष वितरण अनियमित असेल. काही भागात दुष्काळ तर काही भागात अतिपर्जन्यमान व त्यामुळे पूरस्थिती अशी स्थिती वारंवार निर्माण होऊ शकते. ४० वर्षांत युरोपात वाढलेले पर्जन्यमान तर आफ्रिकेत काही प्रदेशात कमी झालेले पर्जन्यमान हे तापमानवाढीचाच परिणाम म्हणावा लागेल.

   याबरोबरच उष्णकटिबंधीय वादळांची वाढलेली तीव्रता, एल-निनो परिणामांच्या वारंवारतेत झालेली वाढ हवेच्या वेगात वाढ, उष्ण उन्हाळे तसेच उष्मा लहरींमुळे सार्वजनिक आरोग्य धोक्यात येऊ शकते.

२) **मानवांवर होणारा परिणाम :** अनेक प्रदेशात जलपुरवठ्यात घट होण्याची शक्यता आहे. दुष्काळाची वारंवारता वाढेल. उष्मालहरीमुळे उष्माघात होण्याची शक्यता वाढेल. डेंग्यू, मलेरिया इत्यादीसारख्या रोगांचा प्रसार वाढेल. उकाड्याने आजारी पडणे, चीडचीड होणे असे विविध प्रकार दिसून येतात.

३) **भूभागावर परिणाम :** जास्त तापमानामुळे बाष्पीभवन व वनस्पतीमधील बाष्पोसर्जनाचा दर वाढून मृदा शुष्क बनू शकते. तसेच वाढणारे वाळवंटीकरण, बराच भूभाग पाण्याखाली जाऊ शकतो. त्या बरोबरच समुद्राच्या अतिक्रमणामुळे बराचसा भूभाग खारपड बनू शकतो. त्यामुळे तापमान वाढीचे असे अनेक विविध परिणाम दिसून येतील.

४) **अधिवास व जीवसृष्टीवरील परिणाम :** अनेक नैसर्गिक अधिवास नष्ट होऊन अनेक जीवप्रजातींचा ऱ्हास होईल. सागरी परिसंस्थाची उत्पादकता कमी होईल. अनेक सागरी प्रजातींना अधिवास व अन्न पुरविणाऱ्या प्रवाळ भित्तीका मोठ्या प्रमाणावर नष्ट होतील.

५) **समुद्रावरील परिणाम :** ध्रुवीय हिम आच्छादन हळूहळू वितळून समुद्रपातळीत वाढ होईल. मागील शतकात एका अंशाने झालेल्या तापमान वाढीमुळे सरासरी समुद्रातील पाण्याच्या पातळीत १० ते २० सेमीने वाढ झाली आहे. वाढत्या समुद्रपातळीमुळे पुढील गोष्टी घडून येतील.

किनाऱ्याजवळील बराचसा भूभाग पाण्याखाली जाईल. सागरी पाण्याच्या अतिक्रमणांमुळे बरीच जमीन क्षारपड बनेल. नद्यांच्या उपसागरांच्या क्षारतेत वाढ होईल. समुद्रकिनारे व कमी उंचीची बेटे पाण्याखाली जातील. किनारपट्टीची धूप वाढेल. दलदली प्रदेश व कमी उंचीचे भूभाग पूरग्रस्त अथवा नाहीसे होतील. वादळांची तीव्रता व वारंवारता वाढेल.

भारतावरील परिणाम : हिवाळ्यात तापमान ०.५° ने वाढल्यास पंजाब, हरियाणा व उत्तर प्रदेश या राज्यांत गव्हाचे उत्पादन १० टक्क्यांने कमी होईल.

कच्छ, सौराष्ट्र व राजस्थानच्या ६० टक्के क्षेत्रात पाणी टंचाई निर्माण होईल. कावेरी, गंगा, नर्मदा आणि कृष्णा या नद्यांच्या खोऱ्यामध्ये हंगामी व नियमित पाणी टंचाई निर्माण होईल. माही, पेन्नार, साबरमती व तापी नदी खोऱ्यात पाण्याची टंचाई निर्माण होईल.

हिमालयातील हिमनद्या जागतिक तापमान वाढीमुळे मागे सरकत आहेत. हिमालयातील जवळ जवळ ६७ टक्के हिमनद्या यामुळे प्रभावित झाल्या आहेत.

हिमनदीच्या वितळलेल्या पाण्याच्या अभावी गंगेचा प्रवाह जुलै-सप्टेंबर या कालावधीत दोन तृतीयांश एवढा कमी होईल व त्यावर अवलंबून असणारे ५०० दशलक्ष लोक व भारताच्या सिंचिन जमिनीपैकी ३७ टक्के जमीन, ही त्यामुळे प्रभावित होईल.

समुद्रपातळीत वाढ झाल्यास गोव्याचा १ टक्के भूभाग पाण्याखाली जाईल. असे वर्तविले जात आहे. सागरपातळीत एकमीटरने वाढ झाल्यास बांग्लादेशचे ३०,००० चौ.किमी. आणि भारताचे ५००० चौ. किमी क्षेत्र प्रभावित होईल. त्यामुळे काही दशलक्ष लोक स्थलांतरित होतील. अलीकडील काही दशकात वायव्य भारतात अतिवृष्टीच्या घटना वाढत आहेत. मध्य भारतात मान्सून आगमनात अनिश्चितता वाढली आहे. त्यामुळे जैवविविधतेवर प्रतिकूल परिणाम होईल.

जुलै २०२१मधील कोकण, विदर्भ, पश्चिम महाराष्ट्र भागात मुसळधार पावसामुळे निर्माण झालेली पूरस्थिती हे हवामान बदलाचेच संकेत आहेत.

इंटर्नल डिसप्लेसमेंट मॉनिटरिंग सेंटर (आय.डी.एम.सी.) यांनी माहिती प्रसिद्ध केली आहे, त्यानुसार २0२0 मध्ये भारतात ३८५६000 लोकांना पर्यावरणीय संकटामुळे अन्यत्र स्थलांतरीत करावे लागले आहे. भारत हा हवामान बदलाचा सर्वाधिक फटका बसणारा जगातील सातव्या क्रमाकांचा देश आहे. संयुक्त राष्ट्रांच्या अहवालानुसार मुंबई आणि कोलत्त्यासारखी महानगर २0५0 पर्यंत बुडतील. ज्या भागांनी पूरस्थिती कधी पाहिली नाही त्या ठिकाणीही पूरस्थिती निर्माण होईल. जगभरात ७८ लाख लोकांना पर्यावरणातील बदलामुळे कायमस्वरूपी स्थलांतरित व्हावे लागले आहे. तसेच, मानवी संघर्षामुळे स्थलांतरित व्हावे लागण्याचे प्रमाण तुलनेने तिप्पट आहे. मालदिव, अंदमान-निकोबार, सुंदरबन यांसारख्या प्रदेशात सतत पाण्याची पातळी वाढत आहे. तेथील लोकांचे स्थलांतर वाढले व वाढणार आहे. यासाठी आंतरराष्ट्रीय पातळीवर जागरुकता निर्माण होणे आवश्यक आहे.

आयपीसीसी अहवाल सहावा : 'इंटरगव्हर्नमेंट पॅनेल ऑन क्लायमेंट चेंज'चा अहवाल २०२१ हा सोमवार दि. १ ऑगस्ट २०२१ रोजी प्रसिद्ध झाला. त्यामध्ये असे स्पष्ट केले आहे की, पृथ्वीचे वातावरणीय तापमान येत्या दशकात मोठ्या प्रमाणात वाढणार आहे. ही तापमान वाढ रोखण्यासाठी जगातील नेत्यांनी केलेल्या प्रयत्नांच्या मुदतीच्या आधीच हा धोका उद्‌भवणार आहे. आणि अशीच परिस्थिती राहिली तर पृथ्वीचे तापमान आणखी एका सेल्सियसने वाढण्याची शक्यता आहे. त्यामुळे पूर, सागरी जलपातळी व इतर अनिष्ट परिणाम दर सात वर्षात दोन वेळा दिसून येतील. ही मानवी धोक्याची घंटा असल्याचे अहवालात म्हटले आहे. हवामान बदल किंवा तापमान वाढ ही निश्चितच मानवनिर्मित आहे. शिवाय एकविसाव्या शतकाच्या उर्वरित काळात पृथ्वीचे तापमान वाढतच जाणार आहे. पृथ्वीचे तापमान गेल्या शतकात १.१ अंश सेल्सियस किंवा २ अंश फॅरनायटने वाढले आहे. याचा अर्थ पॅरिस हवामान बैठकीत जी मर्यादा ठरवली होती ती अपुरी पडणार आहे. पृथ्वीचे तापमान वाढल्याने उष्णतेच्या लाटा, दुष्काळ, पूर या टोकाच्या हवामान परिणामांचा प्रत्यय अनेक ठिकाणी येईल. हे टाळण्यासाठी कार्बन डायॉक्साईड व इतर हरितगृह वायूंचे उत्सर्जन टाळावे लागणार आहे. तीन हजार पानांचा अहवाल २३४ वैज्ञानिकांनी लिहिला आहे. त्यात असे म्हटले आहे की, बर्फाचे थर कमी होत सागरी जलपातळी वाढणार आहे. पूर्वी जर पन्नास वर्षातून एकदा उष्णतेची मोठी लाट येत असेल तर ती

आता दशकातून एकदा येणार आहे. या अहवालातील गंभीर परिणाम म्हणजे बर्फ वितळण्याच्या वेगामुळे सागरी जलपातळी वाढेल. वादळे व उष्णतेच्या लाटा जास्त भीषण असतील. हरितवायू वातावरणात अडकून पडल्यामुळे हे परिणाम होतील. जरी त्यांचे उत्सर्जन कमी केले तरी काही गंभीर बदल या शतकात होतील त्यात पुन्हा बदल करणे अवघड असेल.

थोडीआशा : पृथ्वी ग्रहावर मानवी कृतीचा वाईट परिणाम झाला असे अनेक अहवालामध्ये आतापर्यंत म्हटले आहे. परंतु, 'आयपीसीसी'च्या मते, बर्फाचे कडे कोसळणे, सागरी प्रवाह मंदावणे यासारखे परिणाम कमी होतील.

इशारे :

- उष्णतेच्या लाटांमध्ये वाढ होण्याबरोबरच अतिवृष्टी आणि हिमनद्यांचे वितळणे हेही परिणाम भारतासारख्या देशांना संभवतात.
- भारतात सूक्ष्म कणांचे वातावरणातील प्रमाण वाढेल आणि तापमान वाढीसह हवा प्रदूषणात वाढ होईल.
- हिंदी महासागराचे तापमान वाढत असल्याने समुद्रपातळी वाढेल, त्यातून सखल किनारी भागात पूरस्थिती उद्‌भवेल.
- उष्णतेच्या वाढत्या लाटा, काही ठिकाणी जास्त पाऊस हिमनद्यांचे वितळणे असे परिणाम भारतात आढळतील.
- समुद्राच्या पातळीत तीव्र वाढीच्या घटना पूर्वी १०० वर्षात एकदा घडत. परंतु, या शतकाच्या अखेरीस त्या प्रत्येक वर्षी घडण्याचा अंदाज आहे.

'आयपीसीसी'च्या या अहवालात असेही म्हटले आहे की, पृथ्वीच्या तापमानवाढीचा प्रश्न गुंतागुंतीचा आणि चिंताजनक होत चालला आहे. ही तापमान वाढ सर्वत्र दिसणार आहे. राहाण्यास कुठेही सुरक्षित ठिकाण नसेल. कुठेही पळण्यास किंवा लपण्यास जागा नसेल. यावरून जागतिक तापमान वाढीची स्थिती दिसून येते.

सद्यस्थिती :

- १९७० पासून पृथ्वीच्या तापमानात वाढ होण्यास सुरुवात झाली.
- गेल्या पन्नास वर्षात तापमानात इतकी वाढ झाली की, दोन हजार वर्षातही झाली नव्हती.
- २०१९ मध्ये कार्बन ऑक्साईडचे हवेतील परिणाम सर्वोच्च पातळीवर होते.

प्रश्न

प्र. १ एका वाक्यात उत्तरे लिहा.

१) पर्यावरण म्हणजे काय?

२) शाश्वत विकास म्हणजे काय?

३) पर्यावरण आणि शाश्वत विकास म्हणजे काय?

४) पर्यावरण आणि आर्थिक विकास म्हणजे काय?

५) पर्यावरण धोरणे म्हणजे काय?

६) २००६ पर्यावरण धोरण काय सांगते.

७) जागतिक तापमान वाढ म्हणजे काय?

प्र. २ टिपा लिहा.

१) पर्यावरण आणि शाश्वत विकास

२) पर्यावरण आणि आर्थिक विकास

३) राष्ट्रीय संवर्धन व्यूहरचना १९९२

४) जागतिक तापमान वाढ

५) राष्ट्रीय पर्यावरण धोरण २००६

प्र. ३ थोडक्यात उत्तरे लिहा.

१) पर्यावरण आणि आर्थिक विकासाचा संबंध थोडक्यात सांगा.

२) जागतिक तापमान वाढ म्हणजे काय?

३) २००६ चे 'पर्यावरण धोरण' थोडक्यात सांगा.

४) पर्यावरण आणि शाश्वत विकासाचा संबंध थोडक्यात सांगा.

प्र. ४ सविस्तर उत्तरे लिहा.

१) पर्यावरण आणि आर्थिक विकास स्पष्ट करा.

२) राष्ट्रीय संवर्धन व्यूहरचना (१९०२) स्पष्ट करा.

३) राष्ट्रीय पर्यावरण धोरण २००६ स्पष्ट करा.

४) जागतिक तापमान वाढ स्पष्ट करा.

संदर्भसूची

1) Adelmen I (1961) Theories of Economic Growth & Development - Stanford University Press : Standford.
2) India Development Reports
3) Meier G. M. (1995) Leading issue in Economic Development (6th Edition) Oxford Press New Delhi.
4) Mishra & Puri, Development & Planning, Theory & Practice, Himalaya Publication.
5) Todaro M. P. (1996) Economic Development (6th Edition) Longman, London.
6) UNDP, Human Development Report (Latest)
7) World Development Report
8) Zhingein M. L. (1982) The Economic of Development & Planning, Vrinda Publication Ltd.
९) ढमढेरे डॉ. एस. व्ही. मगरे (२०१५) आर्थिक विकास आणि नियोजन, डायमंड पब्लिकेशन्स, पुणे.
१०) ढमढेरे डॉ. एस. व्ही, तुपे डॉ. संजय (२०१५) 'भारतीय आणि जागतिक आर्थिक विकास, डायमंड पब्लिकेशन्स, पुणे.
११) ढमढेरे डॉ. एस. व्ही. (२०२१) 'शाश्वत विकास आणि भारत' डायमंड पब्लिकेशन्स, पुणे.
१२) ढमढेरे एस. व्ही. (२०१९) 'भारतीय आर्थिक पर्यावरण' डायमंड पब्लिकेशन्स, पुणे.
१३) तुषार घोरपडे (२०१९) 'पर्यावरण परिस्थितिकी' सह्याद्री इन्स्टिट्यूट, पुणे.
१४) दत्ता वानखेडे (२०१५) 'शाश्वत विकास' पीबीडी पब्लिकेशन्स, पुणे.
१५) ढमढेरे डॉ. एस. व्ही. (२०२१) 'पर्यावरण अभ्यास' डायमंड पब्लिकेशन्स, पुणे.
१६) इंडिया व्हि. एन. आर. २०20 अहवाल
१७) इंटरनेट, विविध वेबसाईट.

अर्थशास्त्र विषयासाठी डायमंडची उपयुक्त पुस्तके

क्र.	पुस्तकाचे नाव	लेखक	किंमत
१	आजकालचा भारत	रजनी पाम दत्त	795
२	महिला स्वयंसहाय्यता बचत गट	प्रा. एम.यू. मुलाणी	175
३	अर्थशास्त्रीय संशोधनपद्धती	डॉ. बि. डी. कुलकणी , प्रा. ढमढेरे	300
४	जागतिकीकरण: भारतासमोरील आव्हाने - 1	प्रा. जगन कराडे	250
५	नोबेल अर्थशास्त्रज्ञ	डॉ. यशवंत रारावीकर	200
६	अर्थशास्त्रीय सिध्दांत	प्रा. जॅन्सन बोर्जेस	250
७	डायमंड अर्थशास्त्र कोश	डॉ. रारावीकर,प्रा. गोड्बोले, प्रा. बोर्जेस	2400
८	भारताच्या आर्थिक समस्या	डॉ मधुसूदन साठे	600
९	भांडवलबाजार आणि व्यापार	डॉ मधुसूदन साठे	500
१०	संघराज्याचा वित्त व्यवहार	डॉ मधुसूदन साठे	300
११	आर्थिक विकास आणि नियोजन	डॉ मधुसूदन साठे	400
१२	आर्थिक सुधारणा आणि वाढ	डॉ मधुसूदन साठे	250
१३	अमेरिका - एक महासत्ता	डॉ मधुसूदन साठे	300
१४	युरोपची आर्थिक प्रगती	डॉ मधुसूदन साठे	250
१५	नव्या जगाचे अर्थकारण	डॉ मधुसूदन साठे	500
१६	आशियातील अर्थव्यवस्था	डॉ मधुसूदन साठे	400
१७	व्यापार आणि व्यापार संघटना	डॉ मधुसूदन साठे	300
१८	लोकसंख्या शिक्षण	प्रा. शिल्पा कुलकर्णी	150
१९	आर्थिक संकल्पना	डॉ. विनायक गोविलकर	350
२०	महागाई	डॉ. विनायक गोविलकर	125
२१	आर्थिक विचार व विचारवंत	डॉ. एस. व्ही. ढमढेरे, डॉ. बी. डी. कुलकर्णी	400
२२	भारतातील महिला विकासाची वाटचाल	प्रा. ज.शं. आपटे, प्रा. पुष्पा रोडे	175
२३	डायमंड अर्थशास्त्र शब्दकोश	प्रा. वि. ज. गोडबोले	200
२४	वस्तुनिष्ठ अर्थशास्त्र	प्रा. जॅन्सन बोर्जेस	700
२५	अल्पबचत	प्रा. एम. यु. मुलाणी	295
२६	बौध्दिक संपदा अधिकार	डॉ. विनायक गोविलकर	120
२७	महाराष्ट्रातील शेती	डॉ. एम यू मुलाणी	120
२८	अर्थशास्त्रीय गणिती तंत्रे व संशोधन पध्दती	प्रा. पुष्पा रानडे	250
२९	डायमंड क्विझ सीरीज : अर्थशास्त्र	प्रा. जॉन्सन बोर्जेस	200
३०	भारतीय अर्थव्यवस्था : समस्या व भवितव्य	प्रा.डॉ.सतीश श्रीवास्तव	150
३१	व्यावसायिक अर्थशास्त्र	प्रा. ढमढेरे	250
३२	UGC नेट - सेट अर्थशास्त्र (पेपर 2 व 3)	संपादक : वि ज गोडबोले, प्राचार्या पुष्पा रानडे	550
३३	सूक्ष्म अर्थशास्त्र	Dr. S. V. Dhamdhere, Dr. Arvind Shelar	250

३४	स्थूल अर्थशास्त्र	Dr. S. V. Dhamdhere, Dr. Arvind Shelar	170
३५	आधुनिक बँक व्यवसाय	डॉ. एस. व्ही. ढमढेरे, डॉ. अरविंद शेलार	250
३६	सूक्ष्म आर्थिक विश्लेषण	डॉ. एस व्ही. ढमढेरे, डॉ. ए.एम. पवार	250
३७	सार्वजनिक आयव्यय	डॉ. एस. व्ही. ढमढेरे, डॉ. संजय तुपे	250
३८	प्राथमिक सांख्यिकी आणि संशोधन पद्धती	डॉ. पुष्पा रानडे	300
३९	भारतीय आणि आर्थिक जागतिक विकास	डॉ. एस. व्ही. ढमढेरे, डॉ. संजय तुपे	300
४०	आर्थिक विकास आणि नियोजन	डॉ. एस. व्ही. ढमढेरे, डॉ. एस. के. मगरे	250
४१	आंतरराष्ट्रीय अर्थशास्त्र	डॉ. एस. व्ही. ढमढेरे, डॉ. संजय तुपे	250
४२	सूक्ष्मवित्ताचा सुबोध परिचय	वसुधा जोशी	100
४३	वित्तार्थ : भारतासमोरील प्रमुख प्रश्नांना थेट भिडणारे अर्थशास्त्रीय लघुनिबंध	डॉ. रूपा रेगे नित्सुरे	150
४४	नोटबंदी : अर्थक्रांती की आर्थिक घोडचूक?	संपदान : राम जगताप	200
४५	भारतीय अर्थव्यवस्थेतील निर्णायक वळणे	डॉ. विनायक गोविलकर	250
४६	भारतीय आर्थिक पर्यावरण - प्रथम सत्र	डॉ. एस. व्ही. ढमढेरे	125
४७	सार्वजनिक आयव्यय	डॉ. एस. व्ही. ढमढेरे	450
४८	भारतीय राज्यघटनेची ओळख	डॉ. वैशाली पवार	175
४९	भारतीय आर्थिक पर्यावरण - दिवतीय सत्र	डॉ. एस. व्ही. ढमढेरे	175
५०	वित्तीय प्रणाली (Financial System)	डॉ. संभाजी काळे, डॉ. एस. व्ही. ढमढेरे , डॉ. अविनाश कुलकर्णी	250
५१	सूक्ष्म अर्थशास्त्र (Micro Economics)	डॉ. एस. व्ही. ढमढेरे	250
५२	स्थूल अर्थशास्त्र (Macro Economics)	डॉ. एस. व्ही. ढमढेरे	225
५३	संशोधन पद्धतीच्या मूलभूत संकल्पना (सत्र ३ व ४ एकत्रित)	डॉ. संभाजी काळे, डॉ. एस. व्ही. ढमढेरे	200
५४	पर्यावरण अभ्यास	डॉ. एस. व्ही. ढमढेरे	300
५५	शाश्वत विकास आणि भारत	डॉ. एस. व्ही. ढमढेरे	400
५६	औद्योगिक अर्थशास्त्र	डॉ. अविनाश कुलकर्णी	250

www.ingramcontent.com/pod-product-compliance
Ingram Content Group UK Ltd.
Pitfield, Milton Keynes, MK11 3LW, UK
UKHW041838190726
13854UKWH00002B/597